ಕಾಡು
ನಾಡಿನ ಕನ್ನಡಿ

ವಿನೋದ್ ಹಾಗೂ ನಾನೂ ಕೈ ಕುಲಕಬೇಕಾಗಿ ಬಂದದ್ದು ನಟ ಪ್ರಕಾಶ್ ರೈ ಅವರ ಸಮ್ಮುಖದಲ್ಲಿ. 'ಕನ್ನಡಪ್ರಭ' ಮತ್ತು 'ಸುವರ್ಣ ಚಾನಲ್'ನ ಹುಲಿ ಸಂರಕ್ಷಿಸುವ ಅಭಿಯಾನದ ರಾಯಭಾರಿ ಪ್ರಕಾಶ್ ರೈ. ಆ ಇಡೀ ಯೋಜನೆಯನ್ನು ತನ್ನ ಮನೆಕೆಲಸವೇನೋ ಎನ್ನುವಷ್ಟು ಶ್ರದ್ಧೆಯಿಂದ ರೂಪಿಸಿ, ಜಾರಿಗೊಳಿಸಿದವರು ವಿನೋದಕುಮಾರ್ ಬಿ ನಾಯ್ಕ್. ಅವರಿಬ್ಬರೂ ಹುಲಿ ಕಥೆಗಳನ್ನು ಮಾತನಾಡುತ್ತ ಇದ್ದಾಗ ನಾನು ಸುಮ್ಮನೆ ಕಿವಿಯಾಗಿ ಕುಳಿತೆ. ವಿನೋದ್ ತಮ್ಮ ನೆನಪಿನ ಗಣಿಯಿಂದ ಮೊಗೆದು ಕೊಡುತ್ತಿದ್ದ ಕಥೆಗಳಂತೂ ನನ್ನೊಳಗೆ ರೋಮಾಂಚನ ಹುಟ್ಟಿಸುತ್ತಿತ್ತು.

ಮತ್ತೆ ಮತ್ತೆ ಇಂತಹ ಎಷ್ಟೋ ಭೇಟಿಗಳಾದವು. ವಿನೋದ್ ಕಾಡಿನ ಕಥೆಗಳನ್ನು ಹೇಳುತ್ತಲೇ ಇದ್ದರು. ನಾನು ಎಂದಿನಂತೆ ಮಾತು ಆಡುವುದನ್ನು ಬದಿಗಿಟ್ಟು ಕಿವಿಗೆ ಮಾತ್ರ ಕೆಲಸ ಕೊಟ್ಟು ಕೂರುತ್ತಿದ್ದೆ, ಹೀಗಿರುವಾಗ ಯಾವುದೋ ಒಂದು ಕ್ಷಣದಲ್ಲಿ ನನಗೆ ಗೋಚರಿಸಿದ್ದು ವಿನೋದ್ ತಮ್ಮ ಅಷ್ಟೂ ಕಥೆಗಳಲ್ಲಿ ಬರೀ ಕಾಡಿನ ಬಗ್ಗೆ, ಕಾಡಿನ ಉಳಿವಿನ ಬಗ್ಗೆ, ಪ್ರಾಣಿ ಪಕ್ಷಿಗಳ ಕ್ಷೇಮದ ಬಗ್ಗೆ ಮಾತ್ರ ಮಾತನಾಡುತ್ತಿಲ್ಲ ಅವರು ಕಾಡು ಹಾಗೂ ಮನುಷ್ಯರಿಬ್ಬರ ಕ್ಷೇಮದ ಬಗ್ಗೆಯೂ ಹೇಳುತ್ತಿದ್ದಾರೆ ಎಂದು. ಅಂದಿನಿಂದ ನನ್ನ ಹಾಗೂ ವಿನೋದ್ ನಂಟು ಹೆಚ್ಚುತ್ತಲೇ ಹೋಯಿತು.

ನನಗೆ 'ಪರಿಸರವೊಂದೇ..' ಎನ್ನುವ ಪರಿಸರವಾದಿಗಳ ಜೊತೆ ಈ ಮೊದಲಿನಿಂದಲೂ ತಕರಾರಿದೆ. ಅಂತೆಯೇ ವನ್ಯಪ್ರಾಣಿಗಳ ರಕ್ಷಣೆಗೆ ಮಾತ್ರ ಟೊಂಕ ಕಟ್ಟಿ ನಿಂತವರ ಬಗ್ಗೆಯೂ. ಇದಕ್ಕೆ ಕಾರಣವೂ ಇದೆ. ನಾನು ಹಲವು ವರ್ಷಗಳ ಕಾಲ ಜಾನಪದ ಲೋಕದ ಮಹನೀಯರಾದ ಎಚ್ ಎಲ್ ನಾಗೇಗೌಡರೊಂದಿಗೆ, ಎಸ್ ಕೆ ಕರೀಂಖಾನ್ ಅವರೊಂದಿಗೆ, ಹಿ ಚಿ ಬೋರಲಿಂಗಯ್ಯ, ಪುರುಷೋತ್ತಮ ಬಿಳಿಮಲೆ ಅವರೊಂದಿಗೆ ಕಾಡು ಮೇಡು ಸುತ್ತಿದ್ದೇನೆ. ಈ ನಡಿಗೆ ನನಗೆ ಕಲಿಸಿಕೊಟ್ಟದ್ದು ಅಪಾರ. ಮೇಘಾನೆಯಂತ ಎತ್ತರದ ಗುಡ್ಡಗಳಲ್ಲಿ ಇರುವ ಹಸಲರೂ, ಪಶ್ಚಿಮ ಘಟ್ಟದ ಆಳ ಕಣಿವೆಗಳಲ್ಲಿದ್ದ ಮಲೆ ಕುಡಿಯರು, ಕಡಲ ತೀರದಲ್ಲಿರುವ ಹಾಲಕ್ಕಿ ಒಕ್ಕಲಿಗರು.. ನನಗೆ ಕಲಿಸಿದ ಪಾಠಗಳು ಹಲವಾರು. ಆ ನಂತರ, ಪಿ ಸಾಯಿನಾಥ್ ಅವರ Everybody loves a good drought ಓದಿದ ನಂತರ, ಅದನ್ನು 'ಬರ ಅಂದ್ರೆ ಎಲ್ಲರಿಗೂ ಇಷ್ಟ' ಆಗಿ ಅನುವಾದಿಸುವಾಗ ಈ ಪರಿಸರವಾದ ಹೇಗೆ ಮನುಷ್ಯಮುಖಿಯಾಗಿಲ್ಲ ಎನ್ನುವುದು ಮೇಲಿಂದ ಮೇಲೆ ಅರಿವಿಗೆ ಬರತೊಡಗಿತು. ಜೊತೆಗೆ ನಾನು ಪಿ ಸಾಯಿನಾಥ್ ಅವರ ಮಹತ್ವದ ಯೋಜನೆ 'ಪರಿ'– Peoples Archive of Rural India ದಲ್ಲಿ ತೊಡಗಿಸಿಕೊಂಡ ನಂತರ ಕಾಡೇ ಮನೆಯಾದ ಮನುಷ್ಯರ ಬಗ್ಗೆ, ಕಾಡು ಅವರ

ಬದುಕಿನ ರಂಗಸಾಲೆಯಾದ ಬಗ್ಗೆ, ಕಾಡು ಹಾಗೂ ಮನುಷ್ಯನ ಸೌಹಾರ್ದಯುತ ಸಹಬಾಳ್ವೆಯ ಬಗ್ಗೆ, ವನ್ಯಮೃಗಗಳು ಹಾಗೂ ಮನುಷ್ಯನ ಸಹಬಾಳ್ವೆಯ ಬಗ್ಗೆ ಹಲವು ಪಾಠಗಳು ದಕ್ಕುತ್ತ ಹೋದವು.

ಹಾಗಾಗಿಯೇ ನಾನು ಕಾಡು, ಪ್ರಾಣಿ ಹಾಗೂ ಮನುಷ್ಯ ಈ ಮೂರರ ಬಗ್ಗೆಯೂ ಒಲವು ಇಟ್ಟುಕೊಂಡವರನ್ನು ಹುಡುಕುತ್ತಿದ್ದೆ. ನಾನು ಬಂಡೀಪುರ ಅರಣ್ಯ ಹೊಕ್ಕಾಗ, ನಾಗರಹೊಳೆಯ ಕಾಡುಗಳಲ್ಲಿ ಅಡ್ಡಾಡಿದಾಗ, ಪಶ್ಚಿಮ ಘಟ್ಟದ ಕಾಡುಗಳನ್ನು ಹೊಕ್ಕಾಗ, ಕಾಳಿ ನದಿಯ ಜುಳು ಜುಳು ನಾದದ ಬೆನ್ನತ್ತಿ ಅದರ ದಂಡೆಗುಂಟ ಹೆಜ್ಜೆ ಹಾಕಿದಾಗ.. ಹೀಗೆ ಎಲ್ಲಾ ಸಮಯದಲ್ಲೂ ಶುದ್ಧ ಪರಿಸರವಾದವನ್ನು ಪ್ರತಿಪಾದಿಸುವ ಮನಸ್ಸುಗಳೇ ಕಂಡವು. ಹಾಗಾಗಿಯೇ ವಿನೋದಕುಮಾರ್ ನಾಯ್ಕ್ ಮಾತನಾಡುವಾಗ ನನಗೆ ತಕ್ಷಣ ಇವರು ಭಿನ್ನ ಎನಿಸಿದ್ದು. ಅವರ ಮಾತಿನಲ್ಲಿ ಮನುಷ್ಯನಿಗೂ ಒಂದು ಜಾಗವಿತ್ತು.

ಆ ನಂತರ ವಿನೋದ್ ಹಾಗೂ ನಾನು ಲೆಕ್ಕವಿಲ್ಲದಷ್ಟು ಬಾರಿ ಭೇಟಿಯಾಗಿದ್ದೇವೆ. ಅವರಿಂದ ನೇರವಾಗಿ ನೂರೆಂಟು ಕಥೆಗಳನ್ನು ಕೇಳಿ ಅಚ್ಚರಿಗೊಂಡಿದ್ದೇನೆ. ವಿನೋದ್ ಪಕ್ಷಿಗೆ ಕಲ್ಲೆಸೆದು ನಂತರ ಆ ಪಕ್ಷಿ ಸೈಬೀರಿಯಾದಿಂದ ಸಾವಿರಾರು ಮೈಲು ಹಾರಿ ಬಂದದ್ದು ತಿಳಿದು ಕಲ್ಲನ್ನು ಬದಿಗಿಟ್ಟು ಪಕ್ಷಿಪ್ರೇಮಿಯಾದವರು, ನಂತರ ಮೃಗಾಲಯದಲ್ಲಿ ಪ್ರಾಣಿಗಳ ಒಡನಾಟ, ಗೆಳೆಯರೊಂದಿಗೆ ಕಾಡಿನ ಓಡಾಟ ಇವರನ್ನು ಸಂಪೂರ್ಣ ಬದಲಿಸಿತು. ಅವರು ತಮ್ಮ ಅನುಭವಗಳನ್ನು ತಾವಿದ್ದೆಡೆಯೆಲ್ಲಾ ಹೊತ್ತು ಸಾಗಿದ್ದಾರೆ. ಹಾಗಾಗಿ ಪತ್ರಿಕೆ, ಟೆಲಿವಿಷನ್‌ಗೆ ಕಾಲಿಟ್ಟಾಗಲೂ ಅವರ ವನ್ಯ ಪ್ರೇಮವನ್ನು ಹೊತ್ತೇ ತಂದಿದ್ದಾರೆ. ವಿನೋದಕುಮಾರ್ ಅಪರೂಪದ ಪತ್ರಕರ್ತ. ವನ್ಯಜೀವಿ ಕ್ಷೇತ್ರದಲ್ಲಿ ಪರಿಣಿತಿ ಪಡೆದ ಪತ್ರಕರ್ತರು ಇಲ್ಲವೇ ಇಲ್ಲ ಎನ್ನಬಹುದು. ಅವರು ಕಾಡು ಮತ್ತು ನಾಡಿಗೆ ಕನ್ನಡಿ ಹಿಡಿದ ಕಾರಣಕ್ಕಾಗಿಯೇ ನನಗೆ ಇಷ್ಟ. ಪ್ರಾಣಿಗಳೆಲ್ಲಾ ನಾಡಿಗೆ ನುಗ್ಗುತ್ತಿರುವ ವೇಳೆಯಲ್ಲಿ ಕಾಡು ಹೊಕ್ಕವರು ವಿನೋದಕುಮಾರ್ ನಾಯ್ಕ್. ಕಾಡಿನ ಬದುಕು, ಅಲ್ಲಿನ ಕಲರವ, ಅಲ್ಲಿನ ಬದಲಾಗುತ್ತಿರುವ ಬದುಕು, ಅಲ್ಲಿನ ಸಂಕಟ ತೊಳಲಾಟ ಎಲ್ಲವನ್ನೂ ಬಲ್ಲ ವಿನೋದ್ ಕನ್ನಡ ಪತ್ರಿಕೋದ್ಯಮ ಕಂಡ ಅಪರೂಪದ ಪತ್ರಕರ್ತ.

ಪತ್ರಿಕೋದ್ಯಮ ಎನ್ನುವುದು ಅಧಿಕಾರದ ಗದ್ದುಗೆಯ ಸುತ್ತಾ ಗಿರಕಿ ಹೊಡೆಯುತ್ತಿರುವ ಈ ದಿನಗಳಲ್ಲಿ ವಿನೋದ್ ಕಾಡು– ನಾಡಿಗೆ ಕೊಂಡಿಯಾಗಿದ್ದಾರೆ. 'ಕನ್ನಡಪ್ರಭ' ಪತ್ರಿಕೆಯಲ್ಲಿ 'ಜಂಗಲ್ ಡೈರಿ' ಹೆಸರಿನಲ್ಲಿ ಪ್ರಕಟವಾದ ಅಂಕಣ ಬರಹಗಳನ್ನು ನಿಮ್ಮ ಕೈಗಿಡುತ್ತಿದ್ದೇವೆ. ಇದನ್ನು ಓದಿ ಮುಗಿಸುವ ವೇಳೆಗೆ ನಿಮಗೂ ಚಂದ್ರಶೇಖರ ಕಂಬಾರರು ಬಣ್ಣಿಸಿದಂತೆ 'ಕಾಡು ಕಾಡೆಂದರೆ ಕಾಡೇನ ಬಣ್ಣಿಸಲಿ..' ಎಂದು ಅನಿಸದಿದ್ದರೆ ಕೇಳಿ..

ಜಿ ಎನ್ ಮೋಹನ್

ಜಂಗಲ್ ಡೈರಿ

ವಿನೋದಕುಮಾರ್ ಬಿ ನಾಯ್ಕ್

ಬಹುರೂಪಿ

1, 'ನಾಕುತಂತಿ' ಬಸಪ್ಪ ಬಡಾವಣೆ, ಆರ್‌ಎಂವಿ 2ನೇ ಘಟ್ಟ
ಸಂಜಯನಗರ, ಬೆಂಗಳೂರು – 560 094

ದೂರವಾಣಿ: 70191 82729 editor.bahuroopi@gmail.com

Online Book Store: bahuroopi.in

facebook: bahuroopi.official/

18

JUNGLE DIARY
A Bird's Eye View of a Wildlife Journalist
By **Vinodkumar B Naik**
Published by **Bahuroopi**

Written By
Vinodkumar B Naik
96322 01515
watchingvinod@gmail.com

ಬಹುರೂಪಿ
ಪ್ರಕಟಣೆಗಳಿಗಾಗಿ ಈ QR ಕೋಡ್ ಅನ್ನು ಸ್ಕ್ಯಾನ್ ಮಾಡಿ.

Published By
Bahuroopi
1, Naaku Tanti, Basappa Layout,
RMV Second Stage, Sanjayanagar,
Bangalore 560 094
--
editor.bahuroopi@gmail.com
Mobile: 70191 82729

online book store:
bahuroopi.in

First Edition: 2019
ISBN : 978-81-941661-0-8
Pages: 128
Price: Rs.150/-

Cover: **Gousi Arts**
Design: **Sagar M S**

Printed at:
Regal Print Service
Bangalore

ಕಾಡು ನನಗೆ ಗಾಢವಾಗಿ ಕಾಡುವಂತೆ
ಮಾಡಿ ನನ್ನಲ್ಲಿ ಹಸಿರು ಚೈತನ್ಯ
ತುಂಬಿದ ಪೂಜ್ಯ ತಂದೆ ದಿವಂಗತ

ಎಲ್. ಬಾಲ್ಯಾನಾಯ್ಕ್

ಅವರಿಗೆ ಈ

'ಜಂಗಲ್ ಡೈರಿ'

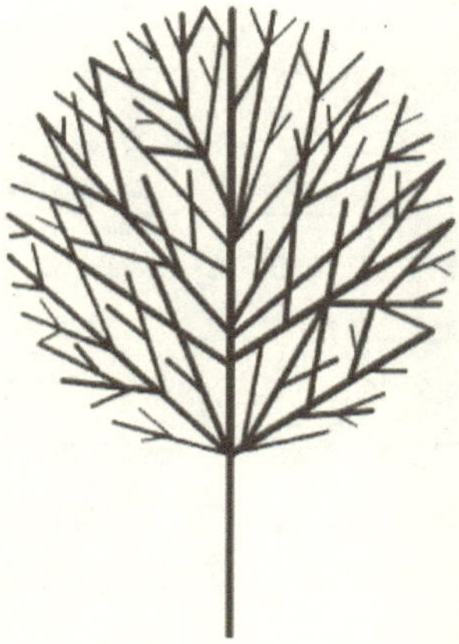

ನಾನು ಹಕ್ಕಿ ಹೊಡೆಯುವುದನ್ನು ನಿಲ್ಲಿಸಿಬಿಟ್ಟೆ...

ನನ್ನ ತಂದೆ ಮೈಸೂರಿನಲ್ಲಿ ಅರಣ್ಯ ಅಧಿಕಾರಿಯಾಗಿದ್ದರೂ ನನ್ನಲ್ಲಿ ಕಾಡಿನ ಬಗ್ಗೆ ವಿಶೇಷ ಕುತೂಹಲ, ಆಸಕ್ತಿ ಏನೂ ಇರಲಿಲ್ಲ. ನಾವು ಅರಣ್ಯ ಇಲಾಖೆಯ ಕ್ವಾರ್ಟ್ರಸ್‌ಗಳಲ್ಲಿ ವಾಸ ಮಾಡುತ್ತಿದ್ದೆವು. ಆ ವಸತಿಗೃಹಗಳೆಲ್ಲವೂ ಅತಿ ಹೆಚ್ಚು ಗಿಡಮರಗಳಿಂದ ಕಂಗೊಳಿಸುತ್ತಿರುತ್ತಿದ್ದವು. ಬಡಾವಣೆ ತುಂಬಾ ಹಸಿರಿನ ರಾಶಿ. ನೂರಾರು ಬಗೆಯ ಪಕ್ಷಿಗಳು ನಮ್ಮ ಮನೆ ಸುತ್ತಮುತ್ತ ಗೂಡು ಕಟ್ಟಿ ವಾಸ ಮಾಡುತ್ತಿದ್ದವು. ಅಂತಹ ಸಂದರ್ಭದಲ್ಲೇ ನಮ್ಮ ಕೀಟಲೆ ಹುಡುಗರ ತಂಡ ಹಕ್ಕಿಗಳನ್ನು ಕೊಲ್ಲಲಾರಂಭಿಸಿತ್ತು. ಪ್ರಾಣಿಪಕ್ಷಿಗಳನ್ನು ಹಿಡಿದು ಹಿಂಸಿಸಿದ ಅನೇಕ ಘಟನೆಗಳು ನಡೆದವು.

ನಮ್ಮ ಮನೆಯ ಪಕ್ಕ ಇದ್ದ ಗೆಳೆಯ ಕೇಶವಮೂರ್ತಿ ಮನೆಗೆ ಆತನ ಕ್ಲಾಸ್‌ಮೇಟ್ ಎಂ.ಟಿ.ಮಂಜುನಾಥ ಎನ್ನುವ ಹುಡುಗ ಬಂದಿದ್ದ. ಕೇಶವ ಮತ್ತು ಮಂಜು ನನಗೆ ಫ್ರೆಂಡ್ ಆದ ಮೇಲೆ ಪಕ್ಷಿಗಳನ್ನು ಹಿಂಸಿಸದಂತೆ ಅನೇಕ ಬಾರಿ ಬುದ್ಧಿವಾದ ಹೇಳಿದ್ದರು. ಆದರೂ, ನಮ್ಮ ತರಲೆ ಬುದ್ಧಿ ನಿಂತಿರಲಿಲ್ಲ.

ಒಮ್ಮೆ ಕೇಶವ ಮತ್ತು ಮಂಜುನಾಥ ಮೈಸೂರಿನ ಚಾಮುಂಡಿಬೆಟ್ಟದ ತಪ್ಪಲಿನಲ್ಲಿದ್ದ ಅಗಸರಕೆರೆಗೆ ನನ್ನನ್ನು ಕರೆದುಕೊಂಡು ಹೋದರು. ಕೇಶವನಿಗೆ ಆತನ ಭಾವ ಗಿಫ್ಟ್ ಆಗಿ ಕೊಟ್ಟಿದ್ದ ಬೈನಾಕ್ಯುಲರ್ ನನಗೂ ಕೊಟ್ಟು ಕೆರೆಗೆ ಬಂದಿದ್ದ ಪಕ್ಷಿಯೊಂದನ್ನು ನೋಡಲು ಹೇಳಿದ ಮಂಜುನಾಥ. ಬೈನಾಕ್ಯುಲರ್‌ನಲ್ಲಿ ಆ ಪುಟ್ಟ ಪಕ್ಷಿಯನ್ನು ಬಹಳ ಹತ್ತಿರದಲ್ಲಿ ನೋಡಿ ನನಗೆ ಆಶ್ಚರ್ಯ ಮತ್ತು ಆಘಾತ ಎರಡೂ ಆಯಿತು. ಸ್ಯಾಂಡ್‌ಪೈಪರ್ ಎನ್ನುವ ಆ ಹಕ್ಕಿ ಸಾವಿರಾರು ಕಿಲೋ ಮೀಟರ್ ದೂರದ ಸೈಬೀರಿಯಾದಿಂದ ವಲಸೆ ಬಂದಿದೆ. ಆ ದೇಶದಲ್ಲಿ ಚಳಿಗಾಲ ಮುಗಿಯುವ ತನಕ ಇಲ್ಲಿದ್ದು ಆಮೇಲೆ ವಾಪಸ್ ಹೋಗುತ್ತದೆ. ಇಂತಹ ಅಪರೂಪದ ಹಕ್ಕಿಯನ್ನು ನೀನು ಹಿಂಸಿಸುತ್ತಿದ್ದೆ ಎಂದು ತಿಳಿವಳಿಕೆ ಮೂಡಿಸಿದ.

ಆ ದಿನದಿಂದ ನಾನು ಹಕ್ಕಿ ಹೊಡೆಯುವುದನ್ನು ನಿಲ್ಲಿಸಿಬಿಟ್ಟೆ. ಹಕ್ಕಿಗಳ ಬಗ್ಗೆ ಕುತೂಹಲ ಬೆಳೆಸಿಕೊಂಡೆ. ಪುಸ್ತಕಗಳನ್ನು ಓದಲಾರಂಭಿಸಿದೆ. ಕೇಶವ, ಮಂಜುನಾಥ, ಸಹದೇವ ಶಾಸ್ತ್ರಿ, ಕಿರಣ್, ವೆಂಕಟೇಶ ಹೀಗೆ ಅನೇಕ ಸ್ನೇಹಿತರೆಲ್ಲ ಸೇರಿ 90ರ ದಶಕದ ಹೈಸ್ಕೂಲಿನ ದಿನಗಳಲ್ಲೇ ಪರಿಸರ ಸಂಘವನ್ನು ಕಟ್ಟಿದೆವು. ಆ ಮೂಲಕ ಟ್ರಕ್ಕಿಂಗ್ ಮಾಡುವುದು, ಚಾಮುಂಡಿ ಬೆಟ್ಟದಲ್ಲಿ ಸಸಿ ನೆಡುವುದು, ಪ್ರಾಣಿಪಕ್ಷಿಗಳ ಅಧ್ಯಯನ ಮಾಡುವುದನ್ನು ಮಾಡುತ್ತಿದ್ದೆವು. ಈ ಚಟುವಟಿಕೆಗಳಿಗೆ ಹೆಚ್ಚಿನ ಬಲ ತುಂಬಿದ್ದು ಮೈಸೂರು ಅಮೆಚೂರ್ ನ್ಯಾಚುರಲಿಸ್ಟ್ (ಮ್ಯಾನ್, ಮೈಸೂರು) ಎನ್ನುವ ಹಿರಿಯರ ತಂಡ.

ಖ್ಯಾತ ಪಕ್ಷಿತಜ್ಞ ಮನು ಕೆ., ಸಸ್ಯಶಾಸ್ತ್ರಜ್ಞ ಕೆ.ಬಿ. ಸದಾನಂದ, ಇಂಜಿನಿಯರ್ ಪ್ರೊ.ಯು.ಎನ್. ರವಿಕುಮಾರ್, ಗುರುಪ್ರಸಾದ್, ದಿನೇಶ, ರವಿ, ರಾಜಕುಮಾರ್, ಶ್ರೀನಿವಾಸ್ ಡಿ.ಎಸ್., ವಿಜಯಲಕ್ಷ್ಮಿ, ಶಿವಪ್ರಸಾದ್ ಹೀಗೆ ಹಿರಿಯರ ತಂಡ ಮೈಸೂರಿನಲ್ಲಿ ಅತ್ಯಂತ ವೈಜ್ಞಾನಿಕವಾಗಿ ಹಕ್ಕಿಗಳ ಅಧ್ಯಯನ ಮಾಡುತ್ತಿತ್ತು. ಈ ತಂಡದ ಸಂಪರ್ಕ ನನಗೆ ಯಾವಾಗ ಸಿಕ್ಕಿತೋ ಅಲ್ಲಿಂದ ನನ್ನೆಲ್ಲ ಯೋಚನೆಗಳು, ಚಿಂತನೆಗಳು ಬದಲಾದವು. ಪರಿಸರವನ್ನು ನೋಡುವ ನನ್ನ ಲಹರಿ ಪೂರ್ಣ ಭಿನ್ನವಾಯಿತು. ಅತಿ ಸೂಕ್ಷ್ಮಾತಿಸೂಕ್ಷ್ಮ ಸಂಗತಿಗಳನ್ನು ಕಲಿಯುವ ಅವಕಾಶ ನನಗೆ ಅಲ್ಲಿ ಸಿಕ್ಕಿತು. 'ಮ್ಯಾನ್' ಸಂಸ್ಥೆ ಪ್ರತಿ ವರ್ಷ ಆಯೋಜಿಸುತ್ತಿದ್ದ ವಲಸೆ ಹಕ್ಕಿಗಳ ಗಣತಿ, ಚಿಟ್ಟೆಗಳ ಅಧ್ಯಯನ, ಮಕ್ಕಳಿಗಾಗಿ ಹಮ್ಮಿಕೊಳ್ಳುತ್ತಿದ್ದ ಪ್ರಕೃತಿ ಅಧ್ಯಯನ ಶಿಬಿರಗಳು ಹಾಗೂ ಶಿಕ್ಷಕರಿಗಾಗಿ ನಡೆಸುತ್ತಿದ್ದ ತರಬೇತಿ ಶಿಬಿರಗಳು ಪರಿಸರದ ಜ್ಞಾನದ ಹೊಸ ಲೋಕವನ್ನೇ ನನ್ನೊಳಗೆ ಇಳಿಸಿಬಿಟ್ಟಿತು.

ಮೈಸೂರಿನ ಮ್ಯಾನ್ ತಂಡದ ಸಕ್ರಿಯ ಸದಸ್ಯನಾಗಿದ್ದಾಗಲೇ ಮೈಸೂರು ಮೃಗಾಲಯದ ಸಂಪರ್ಕ ಸಿಕ್ಕಿತು. 1993ರಲ್ಲಿ ಅಂದಿನ ನಿರ್ದೇಶಕರಾಗಿದ್ದ ಅಕ್ಬರ್ ಶಾ ಆರಂಭಿಸಿದ ಹಕ್ಕಿಗಳ ಶಾಸ್ತ್ರೀಯ ಅಧ್ಯಯನದ ಸರ್ಟಿಫಿಕೇಟ್ ಕೋರ್ಸ್ ಮೂಲಕ ಶುರುವಾದ ಸಂಬಂಧ ಬರೋಬ್ಬರಿ 10 ವರ್ಷ ಕಾಲ ಮೈಸೂರು ಮೃಗಾಲಯ ಶಿಕ್ಷಣ ಚಟುವಟಿಕೆಗಳ ಅವಿಭಾಜ್ಯ ಸದಸ್ಯನಾಗಿ ಸೇವೆ ಸಲ್ಲಿಸುವ ಅವಕಾಶ ಕಲ್ಪಿಸಿತು. ಮೈಸೂರು ಮೃಗಾಲಯ 'ವಿಶ್ವದ ಶ್ರೇಷ್ಠ ಮೃಗಾಲಯ ಶಿಕ್ಷಣ ಕೇಂದ್ರ'ವಾಗಿ ಹೊರಹೊಮ್ಮಿದ್ದು ಸಹ ಅದೇ ಅವಧಿಯಲ್ಲಿ.

ಮೈಸೂರಿನ ಶಾರದಾ ವಿಲಾಸ ಕಾಲೇಜಿನಲ್ಲಿ ಓದುತ್ತಿದ್ದಾಗ ಸೋಮಶೇಖರ್, ಡಿ.ಎಚ್.ತನುಜಾ, ವೆಂಕಟೇಶ್ ಮತ್ತಿತರ ಸ್ನೇಹಿತರೆಲ್ಲ ಈ ಕೋರ್ಸಿನ ಮೂಲಕ ಮೃಗಾಲಯದ ನಿತ್ಯ ಸಂಪರ್ಕಕ್ಕೆ ಬಂದೆವು. ಆನಂತರ ಯುವರಾಜ ಕಾಲೇಜಿನ ಸಪ್ತಗಿರೀಶ, ಸುನೀಲ್ ಸೋನಾಲೆ, ಉಮಾ ಹೀಗೆ ಇನ್ನೂ ಅನೇಕ ಸ್ನೇಹಿತರು ಮೃಗಾಲಯ ಹಮ್ಮಿಕೊಳ್ಳುತ್ತಿದ್ದ ಪರಿಸರ ಶಿಕ್ಷಣದ ಚಟುವಟಿಕೆಗಳಲ್ಲಿ ಪಾಲ್ಗೊಳ್ಳಲಾರಂಭಿಸಿದರು. ಇವೆಲ್ಲದರ ನಡುವೆಯೇ ಗೆಳೆಯ ಎಂ.ಟಿ.ಮಂಜುನಾಥನಿಂದ ಪ್ರೇರಣೆಗೊಂಡು ನಾನೂ ಲೇಖನಗಳನ್ನು ಬರೆಯುವ ದುಸ್ಸಾಹಸಕ್ಕೆ ಕೈ ಹಾಕಿದೆ. ಮೈಸೂರಿನ 'ಆಂದೋಲನ' ಪತ್ರಿಕೆ ಹಾಗೂ ಪತ್ರಿಕೆಯ ಭಾನುವಾರದ ಪುರವಣಿ 'ಹಾಡು–ಪಾಡು' ಸಂಪಾದಕರಾಗಿದ್ದ ಪ್ರೀತಿಯ ರಾಮು ಮಾಮಾರ ನಿರಂತರ ಪ್ರೋತ್ಸಾಹ ಹಾಗೂ ಮಾರ್ಗದರ್ಶನದಿಂದ ನನ್ನ ಪರಿಸರ ಚಟುವಟಿಕೆಗಳ ಅನುಭವದ ಲೇಖನಗಳು ಪ್ರಕಟವಾಗಲಾರಂಭಿಸಿದವು. ನನ್ನ ಪತ್ರಿಕಾ ಕ್ಷೇತ್ರದ ಪಯಣ ಶುರುವಾಗಿದ್ದೇ ಇಲ್ಲಿಂದ.

ನನ್ನ ಲೇಖನಗಳನ್ನು ಓದಿ ಸದಾ ಹುರಿದುಂಬಿಸುತ್ತಿದ್ದ, ರಂಗಭೂಮಿಯಲ್ಲಿ ಸಕ್ರಿಯರಾಗಿದ್ದ ಹಿರಿಯ ಗೆಳೆಯರಾದ ಮೈಸೂರಿನ 'ನಿರಂತರ' ತಂಡದ ಪ್ರಸಾದ್ ಕುಂದೂರು ಮಂಡ್ಯದ ಹೊಸ ಪತ್ರಿಕೆ 'ನೆಲದ ಒಡಲು'ವಿನಲ್ಲಿ ವರದಿಗಾರರ ಅವಶ್ಯಕತೆ ಇದೆ, ನನ್ನ ಪರಿಚಿತರೇ ಸಂಪಾದಕರು ಎಂದು ಹೇಳಿ ಪತ್ರಿಕಾರಂಗದ ಮೊದಲ ಅಧಿಕೃತ ಪಯಣಕ್ಕೆ ಮುನ್ನುಡಿ ಬರೆದರು. ಮಂಡ್ಯದಲ್ಲಿ 10 ತಿಂಗಳು ಕೆಲಸ ಮಾಡಿದ ನಂತರ ಮೈಸೂರಿನ 'ಆಂದೋಲನ' ಪತ್ರಿಕೆ ಕೈ ಬೀಸಿ ಕರೆಯಿತು.

ನನ್ನಂತಹ ಅನೇಕ ಹುಡುಗರನ್ನು ಸದಾ ಪ್ರೋತ್ಸಾಹಿಸುವ ಹಾಗೂ ಕನ್ನಡ ಪತ್ರಿಕಾ ಕ್ಷೇತ್ರದ 'ಪ್ರತಿಭಾ ಫ್ಯಾಕ್ಟರಿ'ಯ ರೂವಾರಿಯಾಗಿದ್ದ ಸಂಪಾದಕ ರಾಜಶೇಖರ ಕೋಟಿಯವರ ಗರಡಿಯಲ್ಲಿ ನನ್ನ ಕೆಲಸ ಮುಂದುವರಿಯಿತು.

ಅಲ್ಲಿ ವರದಿಗಾರ/ಉಪಸಂಪಾದಕನಾಗಿ ಕೆಲಸ ಮಾಡುತ್ತಲೇ ನನ್ನ ಪರಿಸರ ಲೇಖನಗಳ ಸರಣಿಯೂ ಮುಂದುವರೆಯಿತು. ಕಾಡಿನ ಸುತ್ತಾಟವೂ ಜೋರಾಗಿತ್ತು. 'ಆಂದೋಲನ' ಪತ್ರಿಕೆಯಲ್ಲಿ ಮುಖ್ಯ ಉಪ ಸಂಪಾದಕರಾಗಿದ್ದ ಹಿರಿಯಣ್ಣನಂತಿರುವ ಓಂಕಾರ್ ಹಾಗೂ ಚಿನ್ನಸ್ವಾಮಿ ವಡ್ಡಗೆರೆ ನನ್ನ ವನ್ಯಜೀವಿ ಸಂಬಂಧಿ ವರದಿಗಳಿಗೆ ಜಾಗ ಕೊಡತೊಡಗಿದರು. ಕಾಡಿನ ಸಣ್ಣ ಸಣ್ಣ ಸುದ್ದಿಗಳಿಗೂ ದೊಡ್ಡ ಜಾಗ ಕೊಟ್ಟ ಜಿಲ್ಲಾ ಮಟ್ಟದ ಮೊದಲ ಪತ್ರಿಕೆ 'ಆಂದೋಲನ'. ಇವರೆಲ್ಲರ ಸಹಕಾರದಿಂದ 1999ರಿಂದ 2002ರವರೆಗೆ 4 ವರ್ಷದ ಸೇವೆಯ ನಂತರ ರಾಜಧಾನಿ ಬೆಂಗಳೂರಿಗೆ ನನ್ನ ಜರ್ನಿ ಶುರುವಾಯಿತು.

ಗೆಳೆಯ ಗೊದ್ದಲಬೀಳು ಪರಮೇಶ್ವರ ಭಟ್ ಹಾಗೂ ಸಿ.ಕೆ. ಮಹೇಂದ್ರರ ಮೂಲಕ 'ವಿಜಯಕರ್ನಾಟಕ' ಪತ್ರಿಕೆಗೆ 2002ರಲ್ಲಿ ಕಾಲಿಟ್ಟೆ. ಬೆಂಗಳೂರಿಗೆ ಬಂದರೂ ನನ್ನ ಕಾಡಿನ ಚಟ ಕಡಿಮೆಯಾಗಲಿಲ್ಲ. ಇಲ್ಲೂ ಆಗಾಗ ನನ್ನ ಕಾಡಿನ ಲೇಖನಗಳು ಪತ್ರಿಕೆಯಲ್ಲಿ ಇಣುಕತೊಡಗಿದವು. ಕನ್ನಡದ ಅತ್ಯಂತ ಕ್ರಿಯಾಶೀಲ ಸಂಪಾದಕರಾದ ವಿಶ್ವೇಶ್ವರ್ ಭಟ್ ನನ್ನ ಕಾಡಿನ ಲೇಖನಗಳಿಗೆ ಪ್ರೋತ್ಸಾಹ ತುಂಬಿದರು. ರಾಜ್ಯಮಟ್ಟದಲ್ಲಿ ನನ್ನ ಲೇಖನಗಳು ಪ್ರಕಟವಾಗತೊಡಗಿದವು. ನಾಗರಹೊಳೆ ಕಾಡಿಗೆ ಬೆಂಕಿ ಬಿದ್ದಾಗ ಮೈಸೂರಿಗೆ ರಜೆಯೆಂದು ಹೋಗಿದ್ದೆ. ಬೆಂಕಿ ವಿಷಯ ತಿಳಿದು ಕಾಡಿಗೆ ಹೋಗಿ ನೋಡಿ ಆ ವಿಚಾರವನ್ನು ಮೈಸೂರು ಬ್ಯೂರೋ ಮುಖ್ಯಸ್ಥರಾಗಿದ್ದ ಸಿ.ಕೆ. ಮಹೇಂದ್ರರಿಗೆ ತಿಳಿಸಿದಾಗ, ಕಾಡಿನಿಂದಲೇ ಸುದ್ದಿ ಮಾಡಿ ಕಳಿಸಲು ಹೇಳಿದರು. ನಾಲ್ಕು ದಿನ ನಿರಂತರವಾಗಿ ನಾಗರಹೊಳೆ ಬೆಂಕಿ ಸುದ್ದಿಯನ್ನು ವರದಿ ಮಾಡಿದೆ. ಅತಿ ಭೀಕರವಾಗಿ ಕಾಡನ್ನು ಬೆಂಕಿ ದಹಿಸಿತ್ತು. ಮುಖಪುಟದ 8 ಕಾಲಂ ಲೀಡ್ ಸುದ್ದಿಯಾಯಿತು. ಕಾಡಿಗೆ, ಕಾಡಿನ ಸುದ್ದಿಗೆ ಮೊದಲ ಬಾರಿಗೆ ರಾಜ್ಯಮಟ್ಟದ ಪತ್ರಿಕೆಯೊಂದು ಲೀಡ್ ಸುದ್ದಿಯ ಗೌರವ ಕೊಟ್ಟಿತ್ತು. 5 ವರ್ಷಗಳ ಸೇವೆಯ ನಂತರ 'ವಿಜಯಕರ್ನಾಟಕ'ದಿಂದ ನ್ಯೂಸ್ ಚಾನೆಲ್ ಕ್ಷೇತ್ರದ ಕಡೆ ನನ್ನ ಆಸಕ್ತಿ ಹೊರಳಿತು. ಸನ್ಮಿತ್ರರಾದ ಕೆ.ವಿ.ಪ್ರಭಾಕರ್ ಸಲಹೆ ಮೇರೆಗೆ ಟಿವಿ9ನಲ್ಲಿ 2007ರಿಂದ ಪ್ರಯಾಣ ಶುರುವಾಯಿತು. ಎಲೆಕ್ಟ್ರಾನಿಕ್ ಮಾಧ್ಯಮದಲ್ಲೂ ನನ್ನ ಕಾಡಿನ ಸುದ್ದಿಗೆ ಜಾಗ ಕೊಡಿಸಿದೆ. ಹುಲಿ-ಮಾನವ ಸಂಘರ್ಷ ಸೇರಿದಂತೆ ಅನೇಕ ಮಹತ್ವದ ವಿಚಾರಗಳ ಬಗ್ಗೆ ಟಿವಿ9 ಚಾನೆಲ್‌ನಲ್ಲಿ ಚರ್ಚಾ ಕಾರ್ಯಕ್ರಮಗಳನ್ನು ಏರ್ಪಡಿಸಿದೆ. ಹಿರಿಯ ಗೆಳೆಯ ಹಾಗೂ ಜನಪ್ರಿಯ ನ್ಯೂಸ್ ಪ್ರೆಸೆಂಟರ್ ರಂಗನಾಥ ಭಾರದ್ವಾಜ್, ಪ್ರೊಡಕ್ಷನ್

ಹೆಡ್ ಆಗಿದ್ದ ರವಿಕುಮಾರ್ ಹಾಗೂ ಸುದ್ದಿ ವಿಭಾಗದ ಮುಖ್ಯಸ್ಥರಾಗಿದ್ದ ಮಾರುತಿ ಪರಿಸರದ ಸುದ್ದಿಗಳಿಗೆ ಜಾಗ ಮಾಡಿಕೊಟ್ಟರು.

ಎಲೆಕ್ಟ್ರಾನಿಕ್ ಮಾಧ್ಯಮಕ್ಕೂ ಬಹಳ ಬೇಗ ಹೊಂದಿಕೊಂಡ ನನ್ನನ್ನು 'ವಿಜಯ ಕರ್ನಾಟಕ' ಮತ್ತು 'ಆಂದೋಲನ' ಪತ್ರಿಕೆಯಲ್ಲಿ ಸಹೋದ್ಯೋಗಿಗಳಾಗಿದ್ದ ಕೆ.ವಿ.ಎನ್. ಸ್ವಾಮಿ ಮತ್ತು ಸುಭಾಶ್ ಹೂಗಾರ್ ಆಗಿನ್ನೂ ಆರಂಭವಾಗಿರದ 'ಸುವರ್ಣ ನ್ಯೂಸ್' ಚಾನೆಲ್‌ಗೆ ಬರುವಂತೆ ದುಂಬಾಲು ಬಿದ್ದರು. 'ಟಿವಿ9' ಬಿಟ್ಟು 2008 ಮಾರ್ಚ್ ತಿಂಗಳಲ್ಲಿ 'ಸುವರ್ಣ ನ್ಯೂಸ್' ಸೇರಿದೆ. ಅಲ್ಲಿ ಶಶಿಧರ್ ಭಟ್, ಈಗ ಪಬ್ಲಿಕ್ ಟಿವಿ ಮುಖ್ಯಸ್ಥರಾಗಿರುವ ಎಚ್.ಆರ್. ರಂಗನಾಥ, ರವಿ ಹೆಗಡೆ, ವಿಶ್ವೇಶ್ವರ ಭಟ್, ಅನಂತ ಚಿನಿವಾರ್ ಹಾಗೂ ಸುಗತ ಶ್ರೀನಿವಾಸರಾಜುರವರಂತಹ ದಿಗ್ಗಜ ಸಂಪಾದಕರೊಂದಿಗೆ ಕೆಲಸ ಮಾಡುವ ಅಪರೂಪದ ಅವಕಾಶ ಸಿಕ್ಕಿತು. ಈ ಎಲ್ಲ ಸಂಪಾದಕರೂ ಸಹ ಕಾಡಿನ, ಪರಿಸರದ ಎಲ್ಲ ಸುದ್ದಿ, ಚರ್ಚೆ, ವಿಶೇಷ ವರದಿಗಳಿಗೆ ಚಾನೆಲ್‌ನಲ್ಲಿ ಅವಕಾಶ ಮಾಡಿಕೊಟ್ಟರು. ಅನೇಕ ಮಹತ್ವದ ಸುದ್ದಿಗಳನ್ನು ಬಿತ್ತರ ಮಾಡಿದೆವು. ಇವುಗಳಲ್ಲಿ ಅತ್ಯಂತ ವಿಶೇಷ ಎಂದರೆ 'ವನ್ಯಜೀವಿ ಸಂರಕ್ಷಣಾ ಅಭಿಯಾನ'ವನ್ನು ಶುರು ಮಾಡಿದ್ದು.

ದಕ್ಷಿಣ ಭಾರತದ ಹೆಸರಾಂತ ನಟ, ನಿರ್ದೇಶಕ ಮತ್ತು ನಿರ್ಮಾಪಕ ಪ್ರಕಾಶ್ ರೈ ಅಭಿಯಾನಕ್ಕೆ ಕೈಜೋಡಿಸಿದರು. ಮೊದಲ ವರ್ಷ 3 ತಿಂಗಳು ಹಾಗೂ ನಂತರದ ವರ್ಷದಲ್ಲಿ 6 ತಿಂಗಳ ಕಾಲ ನಡೆದ ಈ ಅಭಿಯಾನ ಕನ್ನಡ ಪತ್ರಿಕಾರಂಗದಲ್ಲೊಂದು ಅತ್ಯಂತ ಭಿನ್ನ ಪ್ರಯತ್ನವಾಗಿತ್ತು. ನಟ ಪ್ರಕಾಶ್ ರೈ ಕನ್ನಡನಾಡಿನ ಕಾಡುಗಳ ಸಂರಕ್ಷಣೆಗೆ ತಮ್ಮ ಅಮೂಲ್ಯ ಸಮಯವನ್ನು ಕೊಟ್ಟರು. ರೈ ನಮ್ಮ ಕಾಡುಗಳ ರಾಯಭಾರಿಯಾಗಿ 2 ವರ್ಷ ನಮ್ಮೊಂದಿಗೆ ಅನೇಕ ಕಾಡುಗಳು, ಕಾಡಂಚಿನ ಗ್ರಾಮಗಳು, ನೂರಾರು ಶಾಲೆಗಳು, ಸಾವಿರಾರು ವಿದ್ಯಾರ್ಥಿಗಳು ಹಾಗೂ ಗ್ರಾಮಸ್ಥರೊಂದಿಗೆ ಬೆರೆತರು. ಕಾಡಿನ ಸಂರಕ್ಷಣೆಯ ಮಹತ್ವ ತಿಳಿಸಿದರು. 'ಸಿಎಸ್‌ಎಸ್ ಕಾರ್ಪ್' ಎನ್ನುವ ಸಾಫ್ಟ್‌ವೇರ್ ಕಂಪನಿಯ ಸಿಇಓ ಆಗಿದ್ದ ಟೈಗರ್ ರಮೇಶ್ ಹಾಗೂ ಈ ಹಿಂದೆ ಪ್ರವಾಸೋದ್ಯಮ ಸಚಿವರಾಗಿದ್ದ ಪ್ರಿಯಾಂಕ್ ಖರ್ಗೆ ತಮಗೆ ಸಂಬಂಧಿಸದ ಕ್ಷೇತ್ರವಾಗಿದ್ದರೂ ಸಹ ಈ ಅಭಿಯಾನಕ್ಕೆ ಪ್ರಾಯೋಜಕತ್ವ ನೀಡಿ ಹೊಸ ಚಿಂತನೆಗಳಿಗೆ ನಾಂದಿ ಹಾಡಿದರು. ಮಾಧ್ಯಮ ಸಂಸ್ಥೆಗಳು ಕೇವಲ ಸುದ್ದಿ ಕೊಡುವುದಕ್ಕಷ್ಟೇ ಸೀಮಿತವಲ್ಲ. ಅವುಗಳಿಗೂ ಸಾಮಾಜಿಕ ಜವಾಬ್ದಾರಿ ಇರುತ್ತದೆ ಎನ್ನುವುದನ್ನು ಅತ್ಯಂತ ಸಮರ್ಥವಾಗಿ ಮಾಡಿ ತೋರಿಸಿದ್ದು 'ಸುವರ್ಣ ನ್ಯೂಸ್' ಮತ್ತು 'ಕನ್ನಡಪ್ರಭ'.

ಒಳ್ಳೆಯ ಚಿಂತನೆ, ಫಲಿತಾಂಶ ಪೂರಕ ಯೋಚನೆಗೆ ಸರ್ಕಾರವೂ ಕೈ ಜೋಡಿಸುತ್ತದೆ ಎನ್ನುವುದಕ್ಕೆ ಅಂದಿನ ಅರಣ್ಯ ಸಚಿವರಾಗಿದ್ದ ರಮಾನಾಥ ರೈ ನೀಡಿದ ಸಹಕಾರಕ್ಕೆ ಮಾತುಗಳೇ ಸಾಲದು. ಅಭಿಯಾನಕ್ಕೆ ಪೂರ್ಣ ಸಹಕಾರ ಅರಣ್ಯ ಇಲಾಖೆಯಿಂದ ಕೊಡಿಸಿದ್ದಷ್ಟೇ ಅಲ್ಲದೇ, ಅರಣ್ಯ ಸಂರಕ್ಷಣೆಯಲ್ಲಿ ಅತ್ಯಂತ ಮಹತ್ವದ ಪಾತ್ರ ವಹಿಸುವ ಕೆಳ ಹಂತದ ಸಿಬ್ಬಂದಿಗೆ 'ಮುಖ್ಯಮಂತ್ರಿಗಳ ಚಿನ್ನದ ಪದಕ' ಪ್ರಶಸ್ತಿ ಸ್ಥಾಪಿಸಬೇಕೆಂದು ನಾನು ಹಿಡಿದ ಹಠಕ್ಕೆ ಪೂರಕವಾಗಿ ಸ್ಪಂದಿಸಿ ಅತಿ ಕಡಿಮೆ ಅವಧಿಯಲ್ಲಿ ಪ್ರಶಸ್ತಿ ಸ್ಥಾಪನೆ ಮಾಡಿ ಸರ್ಕಾರಿ ಆದೇಶ ಹೊರಡಿಸಿದರು ರಮಾನಾಥ ರೈ.

ವನ್ಯಜೀವಿ ಪತ್ರಕರ್ತನಾಗಿ ನಾನು ಹೊರಹೊಮ್ಮುವುದಕ್ಕೆ ಮುಖ್ಯ ಕಾರಣ ವಿಶ್ವೇಶ್ವರ ಭಟ್ಟರು. ನನ್ನ ಆಸಕ್ತಿ, ನನಗಿದ್ದ ಹವ್ಯಾಸ ಅರ್ಥ ಮಾಡಿಕೊಂಡು ಕನ್ನಡ ಪತ್ರಿಕಾರಂಗದಲ್ಲೇ ಮೊದಲ ಬಾರಿಗೆ ವನ್ಯಜೀವಿಗಳ ಅಂಕಣಕಾರನನ್ನಾಗಿ ರೂಪಿಸಿದರು. ನನ್ನ ಅಂಕಣಕ್ಕೆ 'ಜಂಗಲ್ ಡೈರಿ' ಎನ್ನುವ ಹೆಸರನ್ನೂ ಅವರೇ ಇಟ್ಟಿದ್ದು. 'ಕನ್ನಡಪ್ರಭ'ದಂತಹ ಅತ್ಯಂತ ಪ್ರತಿಷ್ಠಿತ ಹಾಗೂ ಹಿರಿಯ ಪತ್ರಿಕೆಯ ಮುಖಪುಟದಲ್ಲಿ ನನ್ನ ಫೋಟೋ ಹಾಕಿ ಅಂಕಣದ ಆರಂಭಕ್ಕೆ ಮುನ್ನುಡಿ ಬರೆಸಿದರು.

ಮಾಧ್ಯಮ ಕ್ಷೇತ್ರದಂತೆಯೇ ಪರಿಸರ ವಿಜ್ಞಾನ ಕ್ಷೇತ್ರದ ದಿಗ್ಗಜರ ಸ್ಮರಿಸದೇ ಯಾವುದೂ ಪೂರ್ಣವಾಗದು. ಹಿರಿಯ ವನ್ಯಜೀವಿ ವಿಜ್ಞಾನಿ ಡಾ. ಉಲ್ಲಾಸ ಕಾರಂತ ಮೈಸೂರಿನಲ್ಲಿ ವಾಸವಾಗಿದ್ದಾಗ ನಾವೆಲ್ಲ ಹೈಸ್ಕೂಲು ವಿದ್ಯಾರ್ಥಿಗಳು. ಕೆರೆಯಲ್ಲಿ, ಮನೆಯ ಅಕ್ಕಪಕ್ಕ ಪಕ್ಷಿ, ಪ್ರಾಣಿ ನೋಡಿದಾಗಲೆಲ್ಲ ಕೆಲವೊಂದು ನೋಟ್ಸ್ ಮಾಡಿಕೊಂಡು ಕಾರಂತರ ಮನೆಗೆ ಹೋಗಿ ಅವರಿಂದ ಇನ್ನಷ್ಟು ಮಾಹಿತಿ ಪಡೆಯುತ್ತಿದ್ದೆವು. ವನ್ಯಜೀವಿ ವಿಜ್ಞಾನ ಹಾಗೂ ಸಂರಕ್ಷಣೆಗೆ ಸಂಬಂಧಿಸಿದ ಅನೇಕ ಮಹತ್ವದ ವಿಚಾರಗಳಲ್ಲಿ ಉಲ್ಲಾಸ ಕಾರಂತರು ನನಗೆ ಮಾರ್ಗದರ್ಶನ ನೀಡಿದ್ದಾರೆ. ಅಲ್ಲದೇ, ಜಗತ್ತಿನ ಸರ್ವಶ್ರೇಷ್ಠ ಜೀವವಿಜ್ಞಾನಿ ಡಾ. ಜಾರ್ಜ್ ಷಾಲರ್ ಬೆಂಗಳೂರಿಗೆ ಬಂದಿದ್ದಾಗ ಅವರನ್ನು ಭೇಟಿ ಮಾಡಿಸಿ ಸಂದರ್ಶನಕ್ಕೆ ಅವಕಾಶ ದೊರಕಿಸಿಕೊಟ್ಟಿದ್ದು ಮರೆಯುವಂತಿಲ್ಲ. ಆನೆ ತಜ್ಞರಾದ ಅಜಯ್ ದೇಸಾಯಿ, ಮೈಸೂರಿನ ಹಿರಿಯ ವನ್ಯಜೀವಿ ತಜ್ಞರಾದ ಕೃಪಾಕರ್–ಸೇನಾನಿ, ಯುವ ವಿಜ್ಞಾನಿ ಸಂಜಯ್ ಗುಬ್ಬಿ, ಡಿ.ವಿ. ಗಿರೀಶ್, ಪ್ರವೀಣ್ ಭಾರ್ಗವ, ಕೆ.ಎಂ.ಚಿಣ್ಣಪ್ಪ, ಹುಣಸೂರಿನ ಮುತ್ತಣ್ಣ, ಗುಂಡ್ಲುಪೇಟೆಯ ರಘುರಾಮ್, ಚಿಕ್ಕಮಗಳೂರಿನ ಆಕರ್ಷ್, ಶಿವಾನಂದ ಕಳವೆ, ಮತ್ತಿತರರ ಸಹಕಾರದಿಂದಾಗಿ ಅನೇಕ ಹೊಸ ವಿಚಾರಗಳ ಮೇಲೆ ಬೆಳಕು ಚೆಲ್ಲುವಂತಹ ಲೇಖನಗಳನ್ನು ಬರೆಯಲು ಸಾಧ್ಯವಾಯಿತು.

ಮೈಸೂರಿನ ಮಮತಾ ಸತ್ಯನಾರಾಯಣ ಹಾಗೂ ಅಮೆರಿಕದ ಹೈಡಿ ರಿಡಲ್ ಜೊತೆಗೂಡಿ ಆನೆಗಳು ಹಾಗೂ ಮಾವುತರ ಒಳಿತಿಗೆ ಕೆಲಸ ಶುರುಮಾಡಿದೆ.

ಬಿದಿರು ತಜ್ಞರೆಂದೇ ಖ್ಯಾತರಾಗಿರುವ ಎ.ಸಿ. ಲಕ್ಷ್ಮಣ, ಎ.ಕೆ. ವರ್ಮ, ಬಿ.ಕೆ. ಸಿಂಗ್, ವಿನಯ್ ಲೂತ್ರಾ, ಪುನಾಟಿ ಶ್ರೀಧರ್, ಜಯರಾಮ್ ಹಾಗೂ ಸೂಕ್ಷ್ಮ ಮನಸ್ಸಿನ ಯುವ ಅಧಿಕಾರಿಗಳಾದ ಮನೋಜಕುಮಾರ್, ಕುಮಾರ್ ಪುಷ್ಕರ್, ವಿಜಯ್ ಮೋಹನ್ ರಾಜ್, ಗೋಕುಲ್, ಕಾಂತರಾಜು, ಕೆಎಂಬಿ ಪ್ರಸಾದ್ ಮುಂತಾದ ಹಿರಿಯ ಅರಣ್ಯಾಧಿಕಾರಿಗಳ ಸಹಕಾರ ನನ್ನ ಪತ್ರಿಕಾ ವೃತ್ತಿಗೆ ಹೊಸ ಹೊಳಪನ್ನು ನೀಡುವಲ್ಲಿ ಕಾರಣವಾಗಿದೆ.

ಇವರೆಲ್ಲರ ಜತೆಗೆ ನನ್ನ ಪತ್ರಕರ್ತ ಮಿತ್ರರಾದ ಕುಂದೂರು ಉಮೇಶಭಟ್ಟ, ರಾಧಾಕೃಷ್ಣ ಭಡ್ತಿ, ವೀರಭದ್ರಪ್ಪ ಬಿಸ್ಲಳ್ಳಿ, ಎಂ.ಸಿ.ಶೋಭಾ, ಜ್ಯುಪಿಟರ್ ಶಶಿಕುಮಾರ್, ಲೋಕೇಶ ಕಾಯರ್ಗ, ಜೋಸೆಫ್ ಹೂವರ್, ಎನ್.ಎಸ್. ಸುಭಾಷ್‌ಚಂದ್ರ, ವಸಂತ ನಾಡಿಗೇರ್, ವಿನಯ ಮಾಧವ, ಪಿ. ತ್ಯಾಗರಾಜ್ ಇವರೆಲ್ಲರ ಸಹಕಾರಕ್ಕೆ ಆಭಾರಿ.

ಲೇಖನ ಬರೆಯುವ ಹುಚ್ಚು ಮತ್ತು ಕಿಚ್ಚು ಹತ್ತಲು ಪರೋಕ್ಷವಾಗಿ ಕಾರಣರಾದ ನಾಡಿನ ಹೆಸರಾಂತ ವಿಜ್ಞಾನ ಲೇಖಕರೂ ಹಾಗೂ ಹಿರಿಯ ಪತ್ರಕರ್ತರೂ ಆದ ಶ್ರೀ ನಾಗೇಶ ಹೆಗಡೆ ನನ್ನ ಪುಸ್ತಕಕ್ಕೆ ಅವರು ಅದ್ಭುತವಾದ ಮುನ್ನುಡಿ ಬರೆದುಕೊಟ್ಟಿದ್ದಾರೆ. ಯಾರ ಲೇಖನಗಳಿಂದ ಪ್ರಭಾವಿತರಾಗಿದ್ದೇವೋ ಅದೇ ಗುರುಗಳು ಶಿಷ್ಯನ ಪುಸ್ತಕ ಓದಿ ಮೆಚ್ಚಿಕೊಂಡಾಗ ನಮಗಿನ್ನೇನು ಬೇಕು.

ನನ್ನೆಲ್ಲ ಕಾಡಿನ ಪಯಣಕ್ಕೆ ಆಕ್ಷೇಪಿಸುತ್ತಲೇ ಸಹಕಾರ ನೀಡಿದ ಪತ್ನಿ ಸ್ಮಿತಾ, ನನ್ನ ಮುದ್ದಿನ ಮಕ್ಕಳಾದ ಜನ್ಯಾ ಹಾಗೂ ಮೌರ್ಯಗೆ ಕೃತಜ್ಞತೆ ಸಲ್ಲಬೇಕು.

ಹಿರಿಯ ಪತ್ರಕರ್ತರೂ ಹಾಗೂ 'ಬಹುರೂಪಿ'ಯ ಪ್ರಕಾಶಕರೂ ಆದ ಜಿ.ಎನ್.ಮೋಹನ್, ಕಾಡಿನ ಅನುಭವ, ಕತೆಗಳನ್ನೆಲ್ಲ ಕೇಳಿ ಬರೆದಿದ್ದ ಸರಕನ್ನು ಪ್ರಕಟಿಸಲೇಬೇಕೆಂದು ಹಠ ತೊಟ್ಟ ಯೋಗಿಯಂತೆ ಬಹಳ ಬೆನ್ನುಬಿದ್ದರು. ಪುಸ್ತಕದ ಪ್ರಗತಿಯ ಬಗ್ಗೆ ನಿತ್ಯವೂ ಕೇಳುತ್ತಾ, ಅಗತ್ಯ ಮಾರ್ಗದರ್ಶನ, ಸಲಹೆ ನೀಡಿದರು. 'ಜಂಗಲ್ ಡೈರಿ' ಪ್ರಕಟವಾಗಿ ಓದುಗರ ಕೈಸೇರುವಲ್ಲಿ ಮೋಹನ್ ಅವರ ಪಾತ್ರ ಅಪಾರ. ಅವರ ಗದರುವಿಕೆ, ನವಿರಾದ ಪ್ರೀತಿಗೆ ಸದಾ ಋಣಿ. 'ಬಹುರೂಪಿ'ಯ ಶ್ರೀಜಾ ವಿ.ಎನ್. ಅವರಿಗೂ ಕೃತಜ್ಞತೆಗಳು.

– ವಿನೋದಕುಮಾರ್ ಬಿ. ನಾಯ್ಕ್

ಕಾಡಿನ ಮೌನಕ್ಕೆ ಧ್ವನಿವರ್ಧಕ

ಕನ್ನಡದ ಸೊಗಸು ಹೇಗಿದೆ ನೋಡಿ: 'ಕಾಡು' ಎಂದರೆ ಅರಣ್ಯವೂ ಹೌದು; ಅದು ನಮ್ಮನ್ನು ಕಾಡುವುದೂ ಹೌದು. ಸುಂದರ, ಸುಪುಷ್ಟ ಅರಣ್ಯವನ್ನು ನೋಡಿದಾಗ ಮನಸ್ಸು ಅರಳುತ್ತದೆ. ಧ್ವಂಸಗೊಂಡ ಕಾಡನ್ನು ನೋಡಿದಾಗ ಮನಸ್ಸು ಮುದುಡುತ್ತದೆ. ನಮ್ಮೆಲ್ಲರ ಮಿದುಳಿನ ಆಳದಲ್ಲಿ ಕಾಡು ತನ್ನ ಛಾಪನ್ನು ಆಳವಾಗಿ ಒತ್ತಿದೆ. ಏಕೆಂದರೆ ಮನುಷ್ಯ ತನ್ನ ವಿಕಾಸ ಚರಿತ್ರೆಯ ಶೇಕಡಾ 95 ಭಾಗವನ್ನು ಕಾಡುಮೇಡುಗಳಲ್ಲೇ ಕಳೆದಿದ್ದಾನೆ. ಕಾಡಿನ ಒಂದೊಂದು ಜೀವಿಯೂ ನಮ್ಮ ಪೂರ್ವಜರನ್ನು ಕಾಡಿದೆ. ಅವರನ್ನು ಸೆಳೆದಿದೆ, ಅಟ್ಟಾಡಿಸಿದೆ, ಬೆಳೆಸಿದೆ, ಹಿಂಸಿಸಿದೆ, ಅವನ ವ್ಯಕ್ತಿತ್ವವನ್ನು ರೂಪಿಸಿದೆ. ಕಾಡಿನ ಜೀವಿಗಳೆಲ್ಲ ಸೇರಿ ಮನುಷ್ಯನನ್ನು ಅತ್ಯಂತ ಬಲಾಢ್ಯ ಜೀವಿಯನ್ನಾಗಿ ಮಾಡಿವೆ. ಅವನಿಗೆ ಓಡಲು, ಏರಲು, ಜಿಗಿಯಲು, ಈಜಲು ಕಲಿಸಿದ್ದೇ ಈ ಜೀವಿಗಳು. ರೋಗನಿರೋಧಕ ಶಕ್ತಿಯನ್ನು ನಮ್ಮ ದೇಹಕ್ಕೆ ಕೊಟ್ಟಿದ್ದೇ ಈ ಜೀವಿಗಳು. ಹಾಗಾಗಿ ನಮ್ಮ ಪ್ರತಿಯೊಂದು ಜೀವಕೋಶದಲ್ಲೂ ಕಾಡಿನ ಮೆಮೊರಿ ಇದೆ. ಅದನ್ನು ಕೆದಕಿದಾಗಲೆಲ್ಲ ಕಾಡು ಕಾಡುತ್ತದೆ. ನಮ್ಮ ಕನ್ನಡವನ್ನು ಬಿಟ್ಟರೆ ನನಗೆ ತಿಳಿದಿರುವ ಬೇರೆ ಯಾವ ಭಾಷೆಯಲ್ಲೂ ಅರಣ್ಯ ಮತ್ತು ಮನಸ್ಸಿನ ನಡುವಣ ಸಂಬಂಧವನ್ನು ಇಷ್ಟು ಗಾಢವಾಗಿ ತೋರಿಸುವ ಇಂಥದ್ದೊಂದು ಪದ ಇಲ್ಲ.

ವಿನೋದ್ ನಾಯಕರ ಈ 'ಜಂಗಲ್ ಡೈರಿ' ಒಂದರ್ಥದಲ್ಲಿ ನಮ್ಮದೇ ಡೈರಿಯ ಹಾಳೆಗಳನ್ನು ಮಗುಚಿ ಮಗುಚಿ ತೋರಿಸುತ್ತಿದೆ. ಪುಟಪುಟದಲ್ಲಿ ಅದು ನಮ್ಮ ಗತಕಾಲದ ಮೆಮೊರಿಯನ್ನು ಕೆದಕುವ, ಕೆಣಕುವ, ಮುದುಡಿಸುವ, ಮುದ ನೀಡುವ ಕೆಲಸವನ್ನು ಮಾಡುತ್ತಿದೆ. ತಬ್ಬಲಿಯಾದ ಹುಲಿಮರಿಯೊಂದು ತನ್ನ ಅಮ್ಮನಿಗಾಗಿ ಮೌನವಾಗಿ ರೋದಿಸುತ್ತ, ಆಸರೆಗಾಗಿ ಅತ್ತಿತ್ತ ತೆವಳುವ ಚಿತ್ರಣವನ್ನು ನಾಯಕರು

ಕಟ್ಟಿಕೊಡುವಾಗ ನಮ್ಮ ಮನಸ್ಸು ಮರುಗುತ್ತದೆ. ಅದನ್ನು ಎತ್ತಿ ಎದೆಗೊತ್ತಿ ಸಂರಕ್ಷಿಸಲು ಹಾತೊರೆಯುವಂತೆ ಮಾಡುತ್ತದೆ. ಬಂದೂಕು, ಪಾಷಾಣ, ಸ್ಫೋಟಕ, ವಿದ್ಯುತ್ ಶಾಕ್ ಕೊಟ್ಟು ಕಾಡಿನ ಅಳಿದುಳಿದ ಜೀವಿಗಳನ್ನು ಕೊಲ್ಲುವವರ ಕ್ರೌರ್ಯದ ಕತೆಗಳನ್ನು ಓದುವಾಗ ನಾವು ಕೆರಳುತ್ತೇವೆ. ಆದರೆ ವನ್ಯಸಂರಕ್ಷಣೆಗೆ ಟೊಂಕ ಕಟ್ಟಿದ ಆರತಿ ಘುಲೆಯಂಥವರು, ಬ್ಲ್ಯಾಕ್ ಮೊಂಬಾ ತಂಡದವರ ಸಾಹಸ ಕತೆಗಳನ್ನು ಓದುವಾಗ ತುಸು ನೆಮ್ಮದಿ ಅನ್ನಿಸುತ್ತದೆ. ಗಡಿಯಂಚಿನ ಕಾಡುಗಳನ್ನು ಅಕ್ಕಪಕ್ಕದ ರಾಜ್ಯದವರು ದಿನದಿನವೂ ಧ್ವಂಸ ಮಾಡುತ್ತ 'ರಣಕೇಕೆ' ಹಾಕುತ್ತಿದ್ದಾಗ ಕಣ್ಣುಮುಚ್ಚಿ ಕೂರುವ ನಮ್ಮ ಅಧಿಕಾರಿಗಳನ್ನು ಕಂಡರೆ ಕೋಪ ಬರುತ್ತದೆ. ಕಾಡಂಚಿನ ಗಿರಿಜನರ ಮಕ್ಕಳಿಗೆ ಇಂಗ್ಲೀಷ್ ಕಲಿಸುವ ಉತ್ಸಾಹದಲ್ಲಿ ಅವರ ಪರಂಪರಾಗತ ಜ್ಞಾನವನ್ನು ಹೊಸಕಿ ಹಾಕುವ ಸರಕಾರಿ ಧೋರಣೆಯ ಬಗ್ಗೆ ಜಿಗುಪ್ಸೆ ಬರುತ್ತದೆ. ಅದೇ ವೇಳೆಗೆ ನಗರದ ಹೊಸಪೀಳಿಗೆಯಲ್ಲಿ ನಿಸರ್ಗಪ್ರೇಮವನ್ನು ಚಿಗುರಿಸಲು ಹೆಣಗುವ ಮೃಗಾಲಯದ ಅಧಿಕಾರಿಗಳ ಬಗ್ಗೆ, ಹಕ್ಕಿಹಬ್ಬವನ್ನು ಹಮ್ಮಿಕೊಳ್ಳುವ ವನ್ಯಪ್ರೇಮಿಗಳ ಬಗ್ಗೆ ಆದರ ಮೂಡುತ್ತದೆ. ಒಣ ಬಯಲಿನಂತೆ ಕಾಣುವ ಉತ್ತರ ಕರ್ನಾಟಕದ ಮೈದಾನ ಪ್ರದೇಶಗಳಲ್ಲೂ ಅಪರೂಪದ ಜೀವಸ್ತೋಮವಿದೆ, ಅಳಿವಿನಂಚಿಗೆ ಬಂದ ಜೀವಸಂಕುಲವಿದೆ ಎಂಬುದನ್ನು ಯೋಜನಾತಜ್ಞರ ಗಮನಕ್ಕೆ ತರಲು ಹೆಣಗುವವರನ್ನು ಕಂಡಾಗ ಗೌರವ ಮೂಡುತ್ತದೆ.

ಕಾಡಿನ ರಹಸ್ಯ ಕಾಡಲ್ಲೇ ಉಳಿಯಬೇಕು ಎಂದು ವಿನೋದ್ ಎಲ್ಲೋ ಒಂದು ಕಡೆ ಹೇಳುತ್ತಾರೆ. ಆದರೆ ಕಾಡಿನ ಗರ್ಭದೊಳಗೆ ಮನುಷ್ಯ ನಡೆಸುವ ಹಾವಳಿ ಮಿತಿಮೀರಿದಾಗ ನಿಸರ್ಗ ಹೊಮ್ಮಿಸುವ ಆಕ್ರಂದವನ್ನು ಎಲ್ಲೆಡೆ, ಎಲ್ಲರಿಗೆ ಕೇಳಿಸಬೇಕೆಂಬ ತುಡಿತವೂ ಅವರಿಗಿದೆ. ಈ 'ಡೈರಿ'ಯ ಮೂಲಕ ಅವರು ಮೂಕ ಜೀವಲೋಕವನ್ನು ಮಾತಾಡಿಸಿದ್ದಾರೆ. ಕನ್ನಡ ನಾಡು ಎಂದರೆ ಬರೀ ಮನುಷ್ಯರದ್ದೇ ಕತೆ ಎಂಬಂತೆ, ಗಡಿ ಎಂದರೆ ಬರೀ ಭಾಷೆ ಎಂಬಂತೆ ಅದರ ಸಂರಕ್ಷಣೆಗೆ ಸನ್ನದ್ಧರಾಗುತ್ತೇವೆ. ಕನ್ನಡತನವನ್ನು ಸಂಭ್ರಮಿಸಿ ಧ್ವನಿವರ್ಧಕಗಳ ಮೂಲಕ ತಿಂಗಳಿಡೀ ಕುಣಿದಾಡುತ್ತೇವೆ. ನಮ್ಮವರದೇ ತುಳಿತಕ್ಕೆ ಸಿಕ್ಕು, ನಮ್ಮವರದೇ ಅನಾದರಕ್ಕೆ ತುತ್ತಾಗಿ ದಿನದಿನಕ್ಕೆ ಅವಸಾನದಂಚಿಗೆ ಬರುತ್ತಿರುವ ವನ್ಯಜೀವಿಗಳ ಕ್ಷೀಣ ಆಕ್ರಂದನಕ್ಕೆ ಈ ಕೃತಿ ಒಂದು ಧ್ವನಿವರ್ಧಕವಾಗಿದೆ. ಅದು ನಮ್ಮದೇ ಧ್ವನಿ ಎಂದು ನಮಗೆ ಮನದಟ್ಟಾಗಬೇಕಷ್ಟೆ.

– ನಾಗೇಶ ಹೆಗಡೆ

ಕಾಡಿನೊಳಗೆ

1

ಆ ಮಹಾತಾಯಿ ಹುಲಿಯನ್ನು ದೇವರು ಅಂದಳು!

ಆಕಾಶವಾಣಿಯಲ್ಲಿ ಕೇಂದ್ರ ಅರಣ್ಯ ಮತ್ತು ಪರಿಸರ ಸಚಿವ ಪ್ರಕಾಶ್ ಜಾವಡೇಕರ್ ವರದಿಯೊಂದನ್ನು ಬಿಡುಗಡೆ ಮಾಡಿದ ವರದಿ ಪ್ರಸಾರವಾಗುತ್ತಿತ್ತು. ದೇಶದ ಕಾಡುಗಳಲ್ಲಿ ಹುಲಿಗಳ ಸಂಖ್ಯೆ ಹೆಚ್ಚಾಗಿದೆ ಎನ್ನುವ ಬ್ರೇಕಿಂಗ್ ನ್ಯೂಸ್ ಕೊಡುತ್ತಿದ್ದರು. ಹುಲಿ ಸಂಖ್ಯೆ ಜಾಸ್ತಿ ಆದ ಸುದ್ದಿ ಜನ ಸಾಮಾನ್ಯರಿಗೆ ಹೌದಾ ಎನ್ನುವ ಸುದ್ದಿ ಆದ್ರೆ, ಪರಿಸರ ಪ್ರೇಮಿಗಳು, ವನ್ಯಜೀವಿ ಹೋರಾಟಗಾರರಿಗೆ ಸಖತ್ ಸುದ್ದಿಯಾಗಿತ್ತು. ಬಹುತೇಕ ಜನ ಹುಲಿ ಸಂಖ್ಯೆ ಹೆಚ್ಚಾಗಿರುವ ಬಗ್ಗೆ ತಮ್ಮ ಖುಷಿ ಹಂಚಿಕೊಳ್ಳುತ್ತಿದ್ದರು.

ದೂರದ ದೆಹಲಿಯಿಂದ ಸಿಹಿ ಸುದ್ದಿ ಕಿವಿಗೆ ಬೀಳುತ್ತಿದ್ದರೆ, ಅದೇ ದೆಹಲಿಯಿಂದ ಸಾವಿರಾರು ಕಿಲೋ ಮೀಟರ್ ದೂರದಲ್ಲಿ...ಕಾಡಿನ ಅಂಚಿನ ಊರಿನ ತನ್ನ ಮನೆಯಲ್ಲಿ ಕುಳಿತಿದ್ದ ಲಕ್ಷ್ಮಮ್ಮ ಎನ್ನುವ ವೃದ್ಧೆಯ ಕಣ್ಣಂಚು ಒದ್ದೆಯಾಗಿತ್ತು. ಈ ತಾಯಿಯ ಪ್ರತಿಕ್ರಿಯೆ ಕೇಳೋದಕ್ಕೆ ಅಂತ ನಾನು ಫೋನ್

ಮಾಡಿದ್ದೆ. ಅಮ್ಮಾ ಹುಲಿ ಸಂಖ್ಯೆ ಜಾಸ್ತಿ ಆಗಿದೆಯಂತೆ ನಿಮಗೆ ವಿಷಯ ಗೊತ್ತಾಯ್ತಾ ಅಂತ ಕೇಳಿದೆ. ಆ ತಾಯಿ ಅಳತೊಡಗಿದರು. ಆಕೆಯ ದುಃಖದ ಕಟ್ಟೆಯೊಡೆದಿತ್ತು. ನಾನು ಸಮಾಧಾನ ಮಾಡಲು ಪ್ರಯತ್ನಿಸಿದೆ. ಅಮ್ಮಾ ಸಮಾಧಾನ ಮಾಡಿಕೊಳ್ಳಿ. ಎಲ್ಲವೂ ವಿಧಿಬರಹ ಅಂತ ಹೇಳಿದೆ. ಇವರೆಲ್ಲ ನಮ್ಮ ಹಳ್ಳಿ ಹೆಣ್ಣುಮಕ್ಕಳಲ್ಲವೇ...ಸ್ವಲ್ಪ ಹೆಚ್ಚೇ ಧೈರ್ಯಶಾಲಿಗಳು..ಸಮಾಧಾನ ಮಾಡಿಕೊಂಡ ಆ ಹಿರಿ ಜೀವ ಒಳ್ಳೆಯದಪ್ಪಾ ಅಂತ ಹೇಳಿತು.

'ಹುಲಿ ಸಂಖ್ಯೆ ಹೆಚ್ಚಾಗಲಿ ಬಿಡಪ್ಪ. ಒಳ್ಳೆಯದಲ್ಲವಾ? ಮಾದೇಶ್ವರನ ವಾಹನ ಅಲ್ವಾ..ದೇವರು ಕಣಪ್ಪಾ' ಅಂತ ಬಿಕ್ಕಳಿಸಿಳು. ಬಂಡೀಪುರ ಹುಲಿ ಸಂರಕ್ಷಿತ ಪ್ರದೇಶದ ಪಕ್ಕದ ಊರಾದ ಚಿಕ್ಕಬರಗಿ ಗ್ರಾಮದ ನಿವಾಸಿ ಲಕ್ಷ್ಮಮ್ಮ. ಈ ತಾಯಿಯ ಮಗನನ್ನ ವರ್ಷಗಳ ಹಿಂದೆ ಹುಲಿ ಕೊಂದು ಹಾಕಿತ್ತು. ಕಾಡಿಗೆ ಹೋಗಿದ್ದವನ ಮೇಲೆ ಹುಲಿ ದಾಳಿ ಮಾಡಿ ಸಿಗಿದು ಹಾಕಿತ್ತು. ಮುಳ್ಳು ಹಂದಿಯ ಮುಳ್ಳು ಚುಚ್ಚಿಕೊಂಡಿದ್ದರಿಂದ ಆ ಹುಲಿಗೆ ಬೇಟೆಯಾಡೋಕೆ ಆಗುತ್ತಿರಲಿಲ್ಲ. ಕಾಡಿನಲ್ಲಿ ಬೇಟೆ ಸಿಗದೇ ನಿತ್ರಾಣಗೊಂಡು ಕಾಡು ಸಮೀಪದ ಊರಿನಲ್ಲಿ ಸಿಗುವ ದನಕರುಗಳನ್ನ ತಿನ್ನೋಕೆ ಅಂತಾ ಕಾಡಂಚಿಗೆ ಬಂದಿತ್ತು. ಆಗ ಕಾಡಿಗೆ ಹೋಗಿದ್ದ ಹುಡುಗನ ಮೇಲೆ ಹುಲಿ ದಾಳಿ ಮಾಡಿತ್ತು. ಆತ ಇಡೀ ಕುಟುಂಬದ ಏಕೈಕ ಆಸರೆಯಾಗಿದ್ದ. ಕಾಡಿನ ಪಕ್ಕದ ಹಳ್ಳಿಯಿಂದ ನಿತ್ಯ ದೂರದ ಪಟ್ಟಣಕ್ಕೆ ಹೋಗಿ ಕಷ್ಟಪಟ್ಟು ಓದುತ್ತಿದ್ದ. ಚೆನ್ನಾಗಿ ಮಾರ್ಕ್ಸ್ ಸಹ ತೆಗೆದಿದ್ದ. ಆದ್ದರಿಂದಲೇ ಆ ಪುಟ್ಟ ಪಟ್ಟಣದಲ್ಲೇ ಆತನಿಗೆ ಕೆಲಸವೂ ಸಿಕ್ಕಿತ್ತು. ನಿತ್ಯವೂ ಊರಿನಿಂದಲೇ ಕೆಲಸಕ್ಕೆ ಹೋಗಿ ಬರೋದು ಮಾಡುತ್ತಿದ್ದ. ಊರಿಗೆ ಬಂದಾಗ ಸೌದೆ ತರೋದಕ್ಕೆ ಅಂತ ಈಕೆಯ ಮಗ ಕಾಡಿಗೆ ಹೋಗಿದ್ದ. ಆಗ ಆತನನ್ನ ಹುಲಿ ಕೊಂದಿತ್ತು. ನಾನು ಫೋನ್ ಮಾಡಿದಾಗ ಆಕೆ ಹುಲಿಗೆ ಹಿಡಿಶಾಪ ಹಾಕುತ್ತಾಳೆ ಅಂತ ಅಂದುಕೊಂಡಿದ್ದೆ. ಆದರೆ, ಆ ಮಹಾ ತಾಯಿ ಹುಲಿಯನ್ನ ದೇವರು ಎಂದಳು. ಹುಲಿ ಚೆನ್ನಾಗಿರಲಿ.. ಕಾಡು ಚೆನ್ನಾಗಿರಲಿ. ನಮ್ಮ ಜೋಪಾನದಲ್ಲಿ ನಾವಿರೋಣ ಅಂತ ಹೇಳಿದಳು. ಮಗನನ್ನು ಹುಲಿ ಬಲಿ ತೆಗೆದುಕೊಂಡಿದ್ದರೂ, ಆ ತಾಯಿ ಹುಲಿಯ ಮೇಲೆ ಹಗೆತನ ಸಾಧಿಸುತ್ತಿರಲಿಲ್ಲ.

ಇದನ್ನೇ ಅಲ್ಲವೆ, ತಾಯ್ತನ ಅನ್ನುವುದು. ಇದನ್ನೇ ಅಲ್ಲವೆ, ತಾಯಿ ಅಂದ್ರೆ ತಾಳ್ಮೆ ಅನ್ನೋದು. ಇದನ್ನೇ ಅಲ್ಲವೆ ಸಹಬಾಳ್ವೆ ಅನ್ನೋದು. ನಮ್ಮ ರಾಜ್ಯದಲ್ಲಿ ಹುಲಿಗಳ ಸಂಖ್ಯೆ ಇಷ್ಟೊಂದು ಪ್ರಮಾಣದಲ್ಲಿ ಹೆಚ್ಚೋದಕ್ಕೆ ಕಾಡಂಚಿನ ಗ್ರಾಮಗಳ ಜನರ ಇಂತಹ ಸಹಿಷ್ಣು ಮನೋಭಾವವೇ ಕಾರಣ. ದೂರದ

ಎಲ್ಲೋ ನಗರಗಳಲ್ಲಿ ಕುಳಿತು ಹುಲಿ ಬಗ್ಗೆ ಮಾತನಾಡುವ, ಬರೆಯುವ ನಮ್ಮಂತಹ ಜನರಿಗೆ ಕಾಡಿನ ಪಕ್ಕ ಮನೆ ಮಾಡಿ ನಿತ್ಯ ಹುಲಿ, ಆನೆಗಳ ಕಾಟ ಅನುಭವಿಸುವವರ ಕಷ್ಟ ಗೊತ್ತಾಗುವುದೇ ಇಲ್ಲ. ಈ ಸಹಬಾಳ್ವೆಯ ಗುಣ ಭಾರತೀಯರಲ್ಲಿ ಅತಿ ಹೆಚ್ಚು. ಆದ್ದರಿಂದಲೇ ನಮ್ಮ ಕಾಡುಗಳು, ಕಾಡು ಪ್ರಾಣಿಗಳು ಉಳಿದುಕೊಂಡಿವೆ. ನಮ್ಮ ನದಿ ತೊರೆಗಳು ಚೆನ್ನಾಗಿವೆ. ಹುಲಿ ಸಂಖ್ಯೆ ಹೆಚ್ಚಾಗಿರುವ ಸುದ್ದಿಗಿಂತಲೂ ಚಿಕ್ಕಬರಗಿ ಗ್ರಾಮದ ಈ ತಾಯಿ ಹುಲಿಯನ್ನ ಹರಸಿದ್ದು ಎಷ್ಟು ಸಿಹಿಯಲ್ಲವೇ?

ಮಗನನ್ನು ಕಳೆದುಕೊಂಡ ದುಃಖ ಇದ್ದರೂ ಸಮಾಜಕ್ಕಾಗಿ ಹುಲಿ ಚೆನ್ನಾಗಿರಲಿ ಅಂತ ಹರಸಿದ ಅನೇಕ ತಾಯಂದಿರು ನಮ್ಮಲ್ಲಿದ್ದಾರೆ. ನಿತ್ಯ ಆತಂಕದಲ್ಲೇ ಜೀವನ ಮಾಡುತ್ತಿದ್ದರೂ ಯಾರಿಗೂ ಕೇಡು ಬಯಸದ ಜೀವಗಳು ಇವು. ಮಾನವ–ಪ್ರಾಣಿಗಳ ಸಂಘರ್ಷ ಹೆಚ್ಚುತ್ತಿದ್ದರೂ.. ಅಲ್ಲಲ್ಲಿ ಕೆಲ ಕಹಿ ಘಟನೆಗಳು ನಡೆಯುತ್ತಿದ್ದರೂ ನಮ್ಮ ಜನ ಸಹಿಸಿಕೊಂಡೇ ಜೀವನ ನಡೆಸುತ್ತಿದ್ದಾರೆ. ಆದ್ದರಿಂದಲೇ ಕಾಡು ಬೆಳೆಯುತ್ತಿದೆ. ಕಾಡು ಪ್ರಾಣಿಗಳ ಸಂತತಿ ವೃದ್ಧಿಸುತ್ತಿದೆ.

****

ಅಧ್ಯಕ್ಷರಿಗೆ ಹುಲಿ ಉಡುಗೊರೆ

ಅಮೆರಿಕದ ಅಧ್ಯಕ್ಷ, ಜಗತ್ತಿನ ಅತಿ ಶಕ್ತಿಶಾಲಿ ಅಧ್ಯಕ್ಷ ಬರಾಕ್ ಒಬಾಮ ಭಾರತಕ್ಕೆ ಬಂದಿದ್ದರು. ಗಣರಾಜ್ಯೋತ್ಸವದ ಅತಿಥಿಯಾಗಿ ದೇಶದ ಜನರ ಮನ ಗೆದ್ದಿದ್ದರು. ಒಬಾಮ ಸಾಕಷ್ಟು ನಿರೀಕ್ಷೆಗಳಿಗೆ ಕಾರಣರಾಗಿದ್ದರು. ಅಣುಬಂಧ, ರಕ್ಷಣಾ ಸಹಕಾರ ಮತ್ತು ದ್ವಿಪಕ್ಷೀಯ ಸಂಬಂಧ ಎಲ್ಲರ ನಿರೀಕ್ಷೆ ಮೀರಿ ಬೆಳೆಯಲಿದೆ ಎನ್ನುವ ಆಶಾಭಾವನೆ ಎಲ್ಲರಲ್ಲೂ ಇದೆ. ಇವೆಲ್ಲದರ ಜತೆಗೆ ಒಬಾಮ ದೇಶದ ಹುಲಿ, ಪರಿಸರಕ್ಕೂ ಕೊಡುಗೆ ನೀಡುತ್ತಾರೆಯೇ ಎನ್ನುವ ನಿರೀಕ್ಷೆ ವ್ಯಕ್ತವಾಗುತ್ತಿತ್ತು. ಹುಲಿಗೂ, ಪರಿಸರಕ್ಕೂ ಒಬಾಮಗೂ ಎಲ್ಲಿಂದೆಲ್ಲಿಯ ಸಂಬಂಧ ಅಂತ ಆಶ್ಚರ್ಯಪಡುವ ಅಗತ್ಯವಿಲ್ಲ. ಆಶ್ಚರ್ಯಪಡಲೂಬಾರದು. ಹವಾಮಾನ ವೈಪರೀತ್ಯದಿಂದಾಗಿ ಇಡೀ ಭೂಮಿಯಲ್ಲಿ ಅಲ್ಲೋಲ ಕಲ್ಲೋಲ ಸೃಷ್ಟಿಯಾಗುತ್ತಿದೆ. ಚಳಿ ಹೆಚ್ಚುತ್ತಿದೆ, ಮಳೆ ಏರುಪೇರಾಗುತ್ತಿದೆ. ತಣ್ಣಗಿರಬೇಕಾದ ಭೂಮಿ ಬಿಸಿಯಾಗಿ ಹಿಮನದಿಗಳು ಕರಗುತ್ತಿವೆ. ಅಭಿವೃದ್ಧಿಗೋಸ್ಕರ ಅರಣ್ಯ ಮತ್ತು ಪರಿಸರ ನಾಶ ಮಾಡುತ್ತಿದ್ದೇವೆ. ಅದರಲ್ಲೂ ಕೇಂದ್ರದಲ್ಲಿರುವ ಬಿಜೆಪಿ ಸರ್ಕಾರ ಅತಿ ವೇಗದ

ಅಭಿವೃದ್ಧಿಯನ್ನು ಸಾಕಾರಗೊಳಿಸುವುದಕ್ಕಾಗಿ ಪರಿಸರದ ಕಾನೂನುಗಳಿಗೂ ತಿದ್ದುಪಡಿ ತರುತ್ತಿದೆ. ಇಂತಹ ಕ್ಲಿಷ್ಟ ಪರಿಸ್ಥಿತಿಯಲ್ಲಿ ಭಾರತದ ಅಭಿವೃದ್ಧಿಗೆ ಪರಿಸರ ಪೂರಕ ಹಾಗೂ ಶುದ್ಧ ತಂತ್ರಜ್ಞಾನದ ಅವಶ್ಯಕತೆ ಇದೆ.

ನಮ್ಮ ಅನೇಕ ಕಾರ್ಖಾನೆಗಳ ಮಾಲಿನ್ಯದಿಂದಾಗಿ ಪರಿಸರ ಹಾಳಾಗುತ್ತಿದೆ. ಅಭಿವೃದ್ಧಿಗೋಸ್ಕರ ಈ ವಿಚಾರದಲ್ಲಿ ರಾಜಿ ಮಾಡಿಕೊಳ್ಳಲು ನಮ್ಮ ರಾಜಕಾರಣಿಗಳು ತಯಾರಿಲ್ಲ. ಆದರೆ, ಪರಿಸರವೂ ರಾಜಿ ಮಾಡಿಕೊಳ್ಳಲು ತಯಾರಿರಬೇಕಲ್ಲವೇ? ಹಾಗಾದರೆ, ಸುಸ್ಥಿರ ಅಭಿವೃದ್ಧಿಯಿಂದ ಮಾತ್ರ ಅದು ಸಾಧ್ಯ. ಪರಿಸರವೂ ಉಳಿಯಬೇಕು, ಅಭಿವೃದ್ಧಿಯೂ ಆಗಬೇಕು ಎನ್ನುವುದಾದರೆ, ಸುಧಾರಿತ ತಂತ್ರಜ್ಞಾನದಿಂದ ಮಾತ್ರ ಅದು ಸಾಧ್ಯ. ಆ ತಂತ್ರಜ್ಞಾನ ಅಮೆರಿಕದ ಬಳಿ ಇದೆ. ಜಾಗತಿಕ ಹವಾಮಾನ ಬದಲಾವಣೆಯ ರಾಜಕೀಯದಲ್ಲಿ ಶ್ರೀಮಂತ ರಾಷ್ಟ್ರಗಳು, ಬಡ ದೇಶಗಳ ಮೇಲೆ ಸವಾರಿ ಮಾಡಲು ಹೊರಟಿವೆ. ಮಾಲಿನ್ಯ ಕಡಿತಕ್ಕೆ ಮೊದಲು ಭಾರತ ಮುಂದಾಗಬೇಕು ಎನ್ನುತ್ತಿವೆ. ಆದರೆ, ಅದಕ್ಕೆ ಪರ್ಯಾಯವಾಗಿ ಶುದ್ಧ ತಂತ್ರಜ್ಞಾನ ವರ್ಗಾವಣೆಗೆ ಮಾತ್ರ ಇವರ್‍ಯಾರೂ ತಯಾರಿಲ್ಲ. ಬರಾಕ್ ಒಬಾಮ ಭಾರತ ಭೇಟಿಯ ಸಂದರ್ಭದಲ್ಲಿ ಹವಾಮಾನ ವೈಪರೀತ್ಯಕ್ಕೆ ಸಂಬಂಧಿಸಿದಂತೆ ಮಹತ್ವದ ವಿಚಾರಗಳು ಚರ್ಚೆಯಾದವು. ದೇಶದ ಹುಲಿ, ಆ ಹುಲಿಯ ಕಾಡು, ನಮ್ಮ ನದಿ ತೊರೆಗಳ ಮೇಲೆ ಅಭಿವೃದ್ಧಿಯ ಕರಿನೆರಳು ಬೀಳಬಾರದು ಎನ್ನುವುದಾದಲ್ಲಿ ಅಮೆರಿಕದಂತಹ ಮುಂದುವರಿದ ದೇಶ ನಮಗೆ ಸುಧಾರಿತ ತಂತ್ರಜ್ಞಾನಗಳನ್ನು ವರ್ಗಾವಣೆ ಮಾಡಬೇಕು.

ಪ್ರಧಾನಿ ಮೋದಿಯವರೇ, ನಿಮ್ಮ ಸರ್ಕಾರದ ಸಚಿವರೊಬ್ಬರು ನಾವು ವಿದೇಶಗಳಿಗೂ ಹುಲಿ ಮರಿಯನ್ನು ಕಾಣಿಕೆಯಾಗಿ ಕೊಡಲು ಸಿದ್ಧರಿದ್ದೇವೆ ಅಂತ ಹೇಳಿದ್ದರು. ಅದನ್ನು ಅಮೆರಿಕದ ಅಧ್ಯಕ್ಷರಿಂದಲೇ ಆರಂಭಿಸಿ. ಜಗತ್ತಿನ ಅತಿ ಸುಂದರ ಪ್ರಾಣಿಯಾದ ಹುಲಿಯನ್ನು ಕಾಣಿಕೆಯಾಗಿ ಕೊಡಿ. ಇಂತಹ ಸುಂದರ ಹುಲಿ ಉಳಿಯಬೇಕಾದರೆ ನಮ್ಮ ಪರಿಸರ ಉಳಿಯಬೇಕು. ಜತೆ ಜತೆಗೆ ನಮ್ಮ ಅಭಿವೃದ್ಧಿಯೂ ಆಗಬೇಕು. ಆದ್ದರಿಂದ ನಿಮ್ಮಲ್ಲಿರುವ ತಂತ್ರಜ್ಞಾನ ಪುಕ್ಕಟೆಯಾಗಿ ವರ್ಗಾವಣೆ ಮಾಡಿ ಅಂತ ಹೇಳಬಹುದಲ್ಲವೇ?

ದೇಶಭಕ್ತರಿಗೆ ಸ್ಫೂರ್ತಿಯ ಚಿಲುಮೆ, ಈ ಭಾರತ ರತ್ನ!

2

ಮನುಷ್ಯನಿಂದ ದೂರವಿರದ ಕಾಡುಪ್ರಾಣಿಗೆ ಉಳಿಗಾಲವೆಲ್ಲಿ?

ಅಮ್ಮನಿಲ್ಲದೇ ಕಂಗಾಲಾಗಿದ್ದ, ಊಟವಿಲ್ಲದೇ ಸೊರಗಿದ್ದ, ಸುತ್ತಮುತ್ತ ಬಂಧುಬಾಂಧವರಿಲ್ಲದೇ ಆ ಹುಲಿ ಮರಿ ಬೆಚ್ಚಿಬಿದ್ದಿತ್ತು. ಅಮ್ಮನ ನೆನೆದು ಮರಿ ಅಳುತ್ತಿತ್ತು. ಸೋದರರ ಹುಡುಕುತ್ತಾ ಗೋಡೆಯನ್ನು ಕೆರೆಯುತ್ತಿತ್ತು. ಸರಳುಗಳ ನಡುವೆಯಿಂದ ಮೂಸಿ ಮೂಸಿ ಎಲ್ಲಾದರೂ ತಮ್ಮವರು ಕಂಡಾರೆಯೇ ಅಂತಾ ಕಣ್ಣೀರಿಡುತ್ತಿತ್ತು. ಕಾಡಿನಲ್ಲಿದ್ದ ತಾನು ಅದೆಲ್ಲಿಗೆ ಬಂದುಬಿಟ್ಟೆ. ಹುಟ್ಟಿಸಿದ ಅಮ್ಮ.. ಹಾಲೂಡಿಸಿದ ಅಮ್ಮ.. ಎಲ್ಲಿ ಹೋದಳು? ಸೋದರರರೊಂದಿಗೆ ಆಟ ಆಡೋಣ ಅಂದರೆ ಯಾಕೆ ಅವರೆಲ್ಲೂ ಕಾಣಿಸುತ್ತಿಲ್ಲ? ಎಂದು ಹುಲಿ ಮರಿ ಹಲುಬುತ್ತಿತ್ತು.

ನಾಗರಹೊಳೆ ರಾಷ್ಟ್ರೀಯ ಉದ್ಯಾನದಲ್ಲಿ ಆಹಾರವಿಲ್ಲದೇ ಎರಡು ಹುಲಿ ಮರಿಗಳು ಪ್ರಾಣ ಬಿಟ್ಟವು. 8 ತಿಂಗಳ ಈ ಮರಿ ಹುಲಿಗಳು ಬೇಟೆಯಾಡುವುದನ್ನೂ ಕಲಿತಿರಲಿಲ್ಲ. ಅಮ್ಮನ ಮೊಲೆ ಹಾಲು ಕುಡಿಯುತ್ತಾ, ಕಾಡಿನಲ್ಲಿ ಸ್ವಚ್ಛಂದವಾಗಿ ಆಟವಾಡುತ್ತಾ, ಅಮ್ಮ ಬೇಟೆಯಾಡಿ ತಂದ ಜಿಂಕೆಯ ಮೃದು ಮಾಂಸ ತಿನ್ನುತ್ತ ಬೆಳೆಯುತ್ತಿದ್ದವು. ಆದರೆ, ವಿಧಿ ಬೇರೆಯೇನೋ ಬರೆದಿತ್ತು. ಅಮ್ಮನಿಂದ ದೂರವಾದ ಹುಲಿ ಮರಿಗಳು ಹಸಿವಿನಿಂದ ನರಳಿ ನರಳಿ ಪ್ರಾಣಬಿಟ್ಟವು. ಮತ್ತೊಂದು ಮರಿ ಸಹ ತೀರಾ ನಿತ್ರಾಣಗೊಂಡು ಅಮ್ಮ, ಸೋದರರನ್ನು ಹುಡುಕುತ್ತಾ ಕಾಡಿನಲ್ಲಿ ಓಡಾಡುತ್ತಾ ಆಗಲೋ ಈಗಲೋ ಸಾಯುವ ಸ್ಥಿತಿಯಲ್ಲಿತ್ತು. ಮೃತ ಹುಲಿ ಮರಿಗಳು ಸಿಕ್ಕ ದಿನವೇ ಸಂಜೆ ಹೊತ್ತಿಗೆ ಅರಣ್ಯ ಸಿಬ್ಬಂದಿಗೆ ಸಾಯುವ ಸ್ಥಿತಿಯಲ್ಲಿದ್ದ ಮತ್ತೊಂದು ಹುಲಿ ಮರಿ ಸಿಕ್ಕಿತು. ಅದನ್ನು ತಕ್ಷಣ ಮೈಸೂರು ಮೃಗಾಲಯಕ್ಕೆ ಕಳಿಸಿ ಚಿಕಿತ್ಸೆ ಕೊಡಿಸಲಾಯಿತು. ಮರಿ ನಿಧಾನವಾಗಿ ಚೇತರಿಸಿಕೊಂಡು, ತನ್ನ ಅಮ್ಮ, ಸೋದರರನ್ನ ನೆನೆದು ಕಣ್ಣೀರಿಡುತ್ತಿತ್ತು. ನಿತ್ಯ ನೋಡುತ್ತಿದ್ದ ಮರ ಗಿಡಗಳು, ಜಿಂಕೆ, ಆನೆಗಳ ಬದಲಿಗೆ ಸುತ್ತ ಗೋಡೆ, ಕಬ್ಬಿಣದ ಸರಳುಗಳನ್ನು ನೋಡಿ ಮರಿ ಕಂಗಾಲಾಗಿತ್ತು. ಸಣ್ಣ ಪುಟ್ಟ ಹೊಸ ಸದ್ದಿಗೂ ಭಯಪಡುತ್ತಿತ್ತು.

ಕಾಡಿನಲ್ಲಿ ಪ್ರಾಣಿಗಳಿಗೆ ಬದುಕುವ ಕಲೆ ಗೊತ್ತಿಲ್ಲದಿದ್ದರೆ ಏನಾಗುತ್ತದೆ ಅನ್ನೋದಕ್ಕೆ ಈ ಮರಿಗಳೇ ಸಾಕ್ಷಿ. ಹಸಿವಿನಿಂದ ಹುಲಿ ಮರಿಗಳು ಸತ್ತ ವಿಚಾರ ಗೊತ್ತಾಗುತ್ತಿದ್ದಂತೆಯೇ ಚಿಕ್ಕಮಗಳೂರಿನ ಪಂಡರಹಳ್ಳಿಯ ಹುಲಿಯನ್ನು ಗುಂಡಿಕ್ಕಿ ಕೊಂದ ಘಟನೆಯೂ ನೆನಪಿಗೆ ಬಂತು. ಚಿಕ್ಕಮಗಳೂರಿನ ಆ ಹುಲಿಗೆ ಎರಡೂವರೆ ವರ್ಷ ವಯಸ್ಸು. ಅಮ್ಮನ ಜತೆಗೆ ಬೇಟೆ ಕಲಿಯುವ ವಯಸ್ಸದು. ಅಮ್ಮ ಹುಲಿ ತನ್ನ ಮರಿಗೆ ಹೇಗೆ ಬೇಟೆಯಾಡಬೇಕು, ಹೇಗೆ ಹೊಂಚು ಹಾಕಬೇಕು ಎನ್ನುವುದನ್ನೆಲ್ಲ ಹೇಳಿಕೊಡುವುದರ ಜತೆಗೆ "ಮನುಷ್ಯರನ್ನ ಕಂಡರೆ ಭಯಪಡಬೇಕಪ್ಪಾ.. ಮನುಷ್ಯರ ಹತ್ತಿರ ಹೋಗಬೇಡ, ದೂರ ಹೋಗಿಬಿಡು" ಎನ್ನುವುದನ್ನೂ ಹೇಳಿಕೊಟ್ಟಿತ್ತು. ಆದರೆ, ಎಲ್ಲ ಕಲಿತಿದ್ದ ಆ ಹುಲಿ, ಮನುಷ್ಯರನ್ನು ಕಂಡರೆ ಹೆದರುವುದನ್ನು ಮಾತ್ರ ಕಲಿತಿರಲಿಲ್ಲ. ಇವತ್ತಿನ ಪರಿಸ್ಥಿತಿಯಲ್ಲಿ ಕಾಡು ಪ್ರಾಣಿಗಳು ಬದುಕಬೇಕೆಂದರೆ ಆದಷ್ಟು ಮನುಷ್ಯನಿಂದ ದೂರ ಇರುವುದನ್ನು ಅವು ಕಲಿಯಬೇಕಿದೆ. ಪದೇ ಪದೆ ಗ್ರಾಮಗಳಿಗೆ ಹೋಗಿ ದನ ಕೊಲ್ಲುವುದು ಮಾಡುತ್ತಿದ್ದರೆ, ಆ ಹುಲಿಗೆ ಉಳಿಗಾಲವಿಲ್ಲ. ಅದೇ ರೀತಿ ನಾಗರಹೊಳೆಯ ಈ ಎರಡು ಹುಲಿ ಮರಿಗಳೂ ಸಹ. ಅನಾರೋಗ್ಯದಿಂದಲೋ, ಬೇರೆ

ಹುಲಿಯ ದಾಳಿಯಿಂದಲೋ ಅಥವಾ ಕಾಡಿನಲ್ಲಿ ಏನೋ ಹೆಚ್ಚು ಕಡಿಮೆ ಆಗಿ ಮರಿಗಳಿಂದ ತಾಯಿ ಹುಲಿ ಬೇರೆಯಾಗಿಬಿಟ್ಟಿದೆ. ಬೇಟೆಯಾಡುವುದನ್ನೂ ಕಲಿಯದಷ್ಟು ಸಣ್ಣ ಮರಿಗಳಾಗಿದ್ದರಿಂದ ಹುಲಿಗಳು ಮೃತಪಟ್ಟವು. ಹಾಗಾಗಿ ಕಾಡಿನಲ್ಲಿ ಅನಾಥ ಮರಿಗಳಿಗೆ ಮತ್ಯಾರೂ ಆಶ್ರಯ ಕೊಡೋದಿಲ್ಲ. ಬದುಕಲು ಅವು ಕಷ್ಟಪಡಲೇಬೇಕು. ಇಲ್ಲ ಸಾವು ಗ್ಯಾರಂಟಿ. ಇದು ಪ್ರಕೃತಿ ನಿಯಮ.

ಯಾರು ಶಕ್ತಿಶಾಲಿಯೋ ಆತ ಮಾತ್ರ ಬದುಕುತ್ತಾನೆ.

*

ಸ್ವರ್ಗದಲ್ಲಿರುವ ಸಾಹಸ ಸಿಂಹ ವಿಷ್ಣುವರ್ಧನ್ ಮೊನ್ನೆ ನನ್ನ ಕನಸಿನಲ್ಲಿ ಗರ್ಜಿಸಿದರು. 'ಏನಪ್ಪಾ ಇದು? ರಾಮ ರಾಮಾ.. ಇವರೆಲ್ಲ ಸೇರಿ ನನ್ನ ಹೆಸರಿಗೆ ಮಸಿ ಬಳಿಯುತ್ತಿದ್ದಾರಲ್ಲ! ಛೆ.. ಛೆ' ಅಂತಾ ವಿಷ್ಣುವರ್ಧನ್ ಕೋಪ ಮಾಡ್ಕೊಂಡ್ರು. ಒಂದು ಕ್ಷಣ ನಾನು ಬೆಚ್ಚಿಬಿದ್ದೆ.

ನಾನು ಇದ್ದಷ್ಟು ದಿನ ಈ ನಾಡಿನ ನೆಲ, ಜಲದ ಬಗ್ಗೆ ವಿಪರೀತ ಅಭಿಮಾನ ಇಟ್ಟುಕೊಂಡಿದ್ದೆ. ಕನ್ನಡದ ಕಾಡು ಉಳಿಸಬೇಕೆಂದು ಅನೇಕ ಸಿನಿಮಾಗಳಲ್ಲಿ ಹೇಳಿದ್ದೆ. ಆದರೆ, ಇದೇನಾ ನೀವು ನನಗೆ ಕೊಡುವ ಗೌರವ ಅಂತಾ ದಾದಾ ಕೇಳಿದ್ರು. ನಾನು ಒಂದು ಕ್ಷಣ ಬೆಚ್ಚಿಬಿದ್ದೆ. 'ವಿಷ್ಣು ದಾದಾ ಏನ್ ಆಯ್ತು? ಯಾಕೆ ನಿಮ್ ಕೋಪ, ಏನಾದ್ರೂ ಅಚಾತುರ್ಯ ಆಯಿತಾ? ತಪ್ಪಾಗಿದ್ರೆ ಕ್ಷಮಿಸಿಬಿಡಿ' ಅಂದೆ.

'ಅಚಾತುರ್ಯ ಮಾತ್ರ ಅಲ್ಲ. ನೀವೆಲ್ಲ ಸೇರಿ ಭಾರಿ ತಪ್ಪು ಮಾಡ್ತಾ ಇದ್ದೀರ. ಸಮಾಧಿ ಕಟ್ಟಬೇಕು ಅಂತಾ ಈ ಸರ್ಕಾರಿ ಅಧಿಕಾರಿಗಳು ಸತ್ಯವನ್ನೆಲ್ಲ ಮುಚ್ಚಿಟ್ಟಿದ್ದಾರೆ. ಮಂತ್ರಿ ಮಹೋದಯರೆಲ್ಲ ಸೇರಿ ನನ್ನ ಹೆಸರಿನಲ್ಲಿ ಕಾಡು ಕಡಿದುಬಿಟ್ಟಿದ್ದಾರೆ. ಕಾಡು ಉಳಿಸಿ ಅಂತಾ ಹೇಳಿದ, ಈ ನಾಡಿನ ಕಾಡನ್ನು, ಪ್ರಾಣಿಗಳನ್ನು ಅಪಾರವಾಗಿ ಪ್ರೀತಿಸಿದ ನನ್ನ ಹೆಸರಲ್ಲಿ ಕಾಡು ಕತ್ತರಿಸಿ ಹಾಕಿದ್ದಾರೆ. ನನಗೆ ತುಂಬಾ ಬೇಸರ ಆಯ್ತು. ಬೇರೆ ಕಡೆ.. ಗಿಡ ಮರ ಕಡಿಯದಂತೆ, ಹಕ್ಕಿ ಪಕ್ಷಿಗಳಿಗೆ ತೊಂದರೆ ಆಗದಂತೆ ಮೈಸೂರಲ್ಲೋ ಬೇರೆ ಎಲ್ಲೋ ವ್ಯವಸ್ಥೆ ಮಾಡಬಹುದಿತ್ತಲ್ಲವಾ?' ಅಂತಾ ಕೇಳಿದ್ರು. 'ಅರೆ, ಹೌದಲ್ಲಾ? ಈ ವಿಚಾರ ಯಾಕೆ ನಮ್ಮ ಅಧಿಕಾರಿಗಳಿಗೆ, ಸಚಿವರಿಗೆ ಹೊಳೆಯಲಿಲ್ಲ? ಒಬ್ಬ ಮಹಾನ್ ಚೇತನಕ್ಕೆ ಗೌರವ ಸಮರ್ಪಿಸುವಾಗ ನಾವು ಅನೇಕ ಸೂಕ್ಷ್ಮ ವಿಚಾರಗಳನ್ನು ಮರೆತುಬಿಡುತ್ತೇವಲ್ಲಾ ಅಂತ ಅನ್ನಿಸಿತು.

3 ಹಲೋ, ಸರ್. ಕರೆಂಟ್ ಶಾಕ್ ಹೊಡೆದು ಆನೆ ಸತ್ತಿದೆಯಂತೆ, ಹೌದಾ?

ಅರಣ್ಯಾಧಿಕಾರಿ: ಛೆ.. ಛೇ..ಇಲ್ಲಾರಿ ಯಾರ್ ಹೇಳಿದ್ದು ನಿಮಗೆ? ಯಾರ್ಯಾರೋ ಹೇಳಿದ್ದನ್ನೆಲ್ಲಾ ಕೇಳ್ತೀರಲ್ಲಪ್ಪಾ? ಇಲ್ಲ ಆನೆಗೀನೆ ಸತ್ತಿಲ್ಲ.

ಘಟನೆ–2

ಸರ್, ಮೊನ್ನೆ ಹುಲಿ ಕಳೇಬರ ಸಿಕ್ಕ ಜಾಗದಲ್ಲಿ ಇಲಿ ಪಾಷಾಣದ ಪ್ಯಾಕೆಟ್ ಸಿಕ್ಕಿದೆಯಂತೆ, ಆ ಹುಲಿ ಸಾವಿಗೆ ವಿಷ ಕಾರಣ ಇರಬಹುದು ಅಂತ ತನಿಖೆ ಮಾಡ್ತಾ ಇದ್ದೀರಂತೆ ಹೌದಾ?

ಅರಣ್ಯಾಧಿಕಾರಿ: ಅದೆಲ್ಲಾ ಕಟ್ಟು ಕತೆ ಇವರೆ. ನೀವು ಯಾರೋ ಹಬ್ಬಿಸೋ ವದಂತಿಗೆಲ್ಲ ನಮಗೆ ಫೋನ್ ಮಾಡ್ತೀರಲ್ಲ. ಪಾಷಾಣ, ಗೀಷಾಣ ಏನೂ ಸಿಕ್ಕಿಲ್ಲ.

ಘಟನೆ–3

ನಿಮ್ಮ ಕಾಡಿಗೆ ಬೆಂಕಿ ಬಿದ್ದಿದೆಯಂತೆ. 100 ಎಕರೆ ಕಾಡು ಸುಟ್ಟು ಭಸ್ಮ ಆಗಿದೆಯಂತೆ. ನಿಜಾನಾ?

ಅರಣ್ಯಾಧಿಕಾರಿ: ಇಲ್ಲ ಇಲ್ಲ. ಕಾಡಿಗೆ ಬೆಂಕಿ ಬಿದ್ದಿಲ್ಲ. ಅಲ್ಲೆಲ್ಲೋ ಹೊಗೆ ಕಾಣಿಸ್ತಂತೆ. ನಮ್ಮವರು ಹೋಗಿ ನೋಡಿದಾಗ ಅದು ಊರಿನಲ್ಲಿ ಯಾರೋ ಅಡುಗೆ ಮಾಡೋಕೆ ಹಚ್ಚಿದ ಬೆಂಕಿ ಅಂತ ಗೊತ್ತಾಗಿ ವಾಪಸ್ ಬಂದರು.

*

ಇಷ್ಟೆಲ್ಲಾ ಕತೆ ಹೇಳೋಕೆ ಕಾರಣ ಏನಪ್ಪಾ ಅಂದ್ರೆ, ನಮ್ಮ ಅರಣ್ಯಾಧಿಕಾರಿಗಳ ಧೋರಣೆ ಹೇಗಿದೆ ಅಂತ ವಿವರಿಸೋಕೆ. ಅದ್ಯಾಕೋ ಏನೋ ಅರಣ್ಯಾಧಿಕಾರಿಗಳು ಯಾವತ್ತೂ ಒಂದು ಪ್ರಶ್ನೆಗೆ ಒಂದೇ ಸಲಕ್ಕೆ ನಿಜವಾದ, ಸರಿಯಾದ ಉತ್ತರ ಕೊಟ್ಟ ಉದಾಹರಣೆಗಳೇ ಕಡಿಮೆ. ಯಾವುದೇ ಘಟನೆ ಇರಲಿ, ಯಾವುದೇ ವಿಚಾರ ಇರಲಿ. ಯಾವುದೇ ಸಮಸ್ಯೆಗೆ ಸಂಬಂಧಿಸಿದಂತೆ ಪತ್ರಕರ್ತರು ಅಧಿಕಾರಿಗಳಿಂದ ಮಾಹಿತಿ ಬಯಸಿ ಫೋನ್ ಮಾಡಿದ್ರೆ, ಅವರಿಂದ ಬರೋ ರೆಡಿ ಉತ್ತರ –'ಇಲ್ಲ. ಅಂತಹ ಘಟನೆ ನಡೆದಿಲ್ಲ.'

ಬ್ರಿಟಿಷ್ ಆಡಳಿತದಲ್ಲೇ ಅರಣ್ಯ ಇಲಾಖೆ ಸ್ಥಾಪನೆ ಆಗಿದ್ದು. ಆದ್ದರಿಂದಲೋ ಏನೋ ಇವತ್ತಿಗೂ ಬ್ರಿಟಿಷರು ಹೇಗೆ ಜನಸಾಮಾನ್ಯರಿಗೆ ಆ ದಿನಗಳಲ್ಲಿ ಮಾಹಿತಿ ಬಿಟ್ಟುಕೊಡುತ್ತಿರಲಿಲ್ಲವೋ ಅದೇ ರೀತಿ ಅರಣ್ಯಾಧಿಕಾರಿಗಳು ಈಗಲೂ ಯಾವುದೇ ಮಾಹಿತಿಗೂ ನಕಾರಾತ್ಮಕ ಉತ್ತರವನ್ನೇ ಕೊಡುತ್ತಾರೆ. ಇಂದಿಗೂ ಅರಣ್ಯ ಇಲಾಖೆಯಿಂದ ಮಾಹಿತಿ ತೆಗೆಯೋದು ಅಂದರೆ ಅದು ಕಾಡಿನ ರಹಸ್ಯ ಭೇದಿಸಿದಂತೆ. ಆದರೆ, ಪತ್ರಕರ್ತರೂ ಸುಮ್ಮನೇ ಕೂರುವ ಜಾಯಮಾನದವರಲ್ಲವಲ್ಲ. ಯಾವ್ಯಾವುದೋ ಮೂಲಗಳಿಂದ ಮಾಹಿತಿ ಹೆಕ್ಕಿ ತೆಗೆದು ಅಧಿಕಾರಿಗಳನ್ನೇ ಬೇಸ್ತು ಬೀಳಿಸಿದ ಅನೇಕ ಪ್ರಸಂಗಗಳಿವೆ.

ಅನೇಕ ವರ್ಷಗಳ ಹಿಂದೆ ಮೈಸೂರಿನ ವಿಶ್ವವಿಖ್ಯಾತ ಶ್ರೀಚಾಮರಾಜೇಂದ್ರ ಮೃಗಾಲಯದಲ್ಲಿ ಪ್ರಾಣಿಗಳ ಸರಣಿ ಸಾವು ಸಂಭವಿಸಿತ್ತು. ಪ್ರಾಣಿ ಪಾಲಕರು

ಮತ್ತು ಆಡಳಿತ ಮಂಡಳಿ ನಡುವಿನ ಗುದ್ದಾಟದಿಂದಾಗಿ ಅನೇಕ ಪ್ರಾಣಿಗಳು ಸಾವನ್ನಪ್ಪಿದವು. ನಿತ್ಯ ಪತ್ರಿಕೆಗಳಲ್ಲಿ ಮೃಗಾಲಯದಲ್ಲಿ ಪ್ರಾಣಿ ಸತ್ತದ್ದೇ ಸುದ್ದಿ ಬರುತ್ತಿತ್ತು. ಸಮಸ್ಯೆ ಪರಿಹರಿಸಿಕೊಳ್ಳಲು ಆದ್ಯತೆ ನೀಡದ ಹಿರಿಯ ಅಧಿಕಾರಿಗಳು ಮಾಧ್ಯಮದವರ ಮೇಲೆ ಗೂಬೆ ಕೂರಿಸುವ ಪ್ರಯತ್ನ ಮಾಡಿದರು. ಮಾಧ್ಯಮಗಳು ಮೃಗಾಲಯಕ್ಕೆ ಕಳಂಕ ತರುವಂತೆ ಸುದ್ದಿ ಪ್ರಕಟಿಸುತ್ತಿದ್ದಾರೆ ಎನ್ನತೊಡಗಿದರು. ಕಡೆಗೆ ಯಾವುದೇ ಸುದ್ದಿ ಮಾಧ್ಯಮಗಳಿಗೆ ಸಿಗದಂತೆ ನಿರ್ಬಂಧ ವಿಧಿಸಿಬಿಟ್ಟರು. ಇದು ಅದೆಷ್ಟು ಅತಿರೇಕಕ್ಕೆ ಹೋಯಿತೆಂದರೆ, ಮೃಗಾಲಯದಲ್ಲಿ ಕಡವೆಯೊಂದು ಮೃತಪಟ್ಟಿತ್ತು. ಆ ವಿಚಾರವನ್ನ ಅಧಿಕಾರಿಗಳು ರಹಸ್ಯವಾಗಿಟ್ಟಿದ್ದರು. ಅದನ್ನ ಮರಣೋತ್ತರ ಪರೀಕ್ಷೆಯನ್ನೂ ಮಾಡದೇ ಹೂತು ಹಾಕಿದ್ದರು. ಮೃಗಾಲಯದ ಸಿಬ್ಬಂದಿ ನೆರವಿನಿಂದ ಒಬ್ಬ ಫೋಟೋಗ್ರಾಫರ್ ಹೂತಿದ್ದ ಕಡವೆ ಮೇಲಿನ ಮಣ್ಣು ಸರಿಸಿ ಫೋಟೋ ತೆಗೆದು ಪ್ರಕಟಿಸಿಬಿಟ್ಟರು. ಅನೇಕ ಅಧಿಕಾರಿಗಳ ಮೇಲೆ ಕ್ರಮ ಜರುಗಿಸಲಾಯಿತು.

ಬಂಡೀಪುರಕ್ಕೆ ಹೊಂದಿಕೊಂಡಂತಿರುವ ಗ್ರಾಮಗಳಲ್ಲಿ ಲಕ್ಷಾಂತರ ಸಂಖ್ಯೆಯಲ್ಲಿ ಜಾನುವಾರುಗಳಿವೆ. ಆ ಪೈಕಿ ದನಗಳ ಸಂಖ್ಯೆಯೇ ಹೆಚ್ಚು. ಇಲ್ಲಿ ಜಾನುವಾರುಗಳನ್ನ ಕೇರಳಕ್ಕೆ ಕಾಡಿನ ಮೂಲಕ ಅಕ್ರಮವಾಗಿ ಕಸಾಯಿಖಾನೆಗೆ ಸಾಗಿಸಲಾಗುತ್ತದೆ. ಇದಕ್ಕಾಗಿ ಅರಣ್ಯ ಇಲಾಖೆ ಚೆಕ್‌ಪೋಸ್ಟ್‌ಗಳಲ್ಲಿನ ಸಿಬ್ಬಂದಿ ಸಿಕ್ಕಾಪಟ್ಟೆ ಲಂಚ ಪಡೆಯುತ್ತಾರೆ. ಇದರ ಮೇಲೆ ತನಿಖೆ ನಡೆಸಿದ ಪತ್ರಕರ್ತರೊಬ್ಬರು ಜಾನುವಾರು ಸಾಗಾಟ ಮಾಡುತ್ತಿರುವುದು, ಚೆಕ್‌ಪೋಸ್ಟ್ ಸಿಬ್ಬಂದಿ ಲಂಚ ಪಡೆಯುತ್ತಿರುವುದು ಇತ್ಯಾದಿ ದಾಖಲೆಗಳನ್ನ ಕ್ಯಾಮೆರಾದಲ್ಲಿ ಸೆರೆ ಹಿಡಿದಿದ್ದರು. ಬಂಡೀಪುರದ ಮುಖ್ಯ ಅರಣ್ಯಾಧಿಕಾರಿಗೆ ಫೋನ್ ಮಾಡಿ ಜಾನುವಾರು ಸಾಗಾಟ, ಸಿಬ್ಬಂದಿ ಶಾಮೀಲಾಗಿರುವುದು, ಲಂಚ ಪಡೆಯುವುದು ನಡೆಯುತ್ತಿದೆ ಹೌದಾ ಅಂತಾ ಕೇಳಿದರು. ಆ ಅಧಿಕಾರಿ ಸಾಧ್ಯವೇ ಇಲ್ಲ. ನನ್ನ ಅವಧಿಯಲ್ಲಿ ಇಂತಹ ಒಂದೇ ಒಂದು ಪ್ರಕರಣ ಸಹ ನಡೆದಿಲ್ಲ. ನಡೆಯಲು ಬಿಡುವುದೂ ಇಲ್ಲ ಅಂತೆಲ್ಲಾ ಜೋರು ಮಾಡಿದರು. ಕಡೆಗೆ ಆ ಸುದ್ದಿ ಫೋಟೋ, ವಿಡಿಯೋ ಸಮೇತ ಪ್ರಕಟವಾದಾಗ ಅದೇ ಅಧಿಕಾರಿ ತನಿಖೆಗೆ ಆದೇಶಿಸಿದರು. ಅದೇ ರೀತಿ, ಮೈಸೂರಿನ ಗಂಧದ ಕೋಠಿಯಲ್ಲಿ ಕೋಟಿಗಟ್ಟಲೇ ಮೌಲ್ಯದ ಶ್ರೀಗಂಧದ ತುಂಡುಗಳು ಮತ್ತು ದಂತ ದಾಸ್ತಾನು ಮಾಡಲಾಗಿದೆ. ಇವೆಲ್ಲವೂ ಕಳ್ಳಕಾಕರಿಂದ ಜಪ್ತಿ ಮಾಡಲಾಗಿರುವ ಗಂಧ ಮತ್ತು ದಂತ. ದುರಂತವೆಂದರೆ, ಈ ಶ್ರೀಗಂಧ

ಮತ್ತು ದಂತದ ಪ್ರಮಾಣ ಎಷ್ಟಿದೆ ಅನ್ನೋದು ಅರಣ್ಯಾಧಿಕಾರಿಗಳಿಗೆ ಗೊತ್ತೇ ಇಲ್ಲ. ಈ ಮಾಹಿತಿ ಕೋರಿ ಪತ್ರಕರ್ತರೊಬ್ಬರು ಕೇಳಿದ ಪ್ರಶ್ನೆಗೆ 2 ವರ್ಷ ಆದರೂ ಅಧಿಕಾರಿಗಳಿಂದ ಉತ್ತರ ಬರಲಿಲ್ಲ.

ಹುಲಿ ದಾಳಿ ಪ್ರಕರಣ ಇರಲಿ, ಆನೆ ಜಮೀನಿಗೆ ನುಗ್ಗಿ ಬೆಳೆ ನಾಶ ಮಾಡಿದ ಘಟನೆ ಇರಲಿ, ಅರಣ್ಯ ಭೂಮಿ ಒತ್ತುವರಿ ವಿಚಾರವೇ ಇರಲಿ, ಎಂತಹ ಕ್ಲಿಷ್ಟಕರ ಪರಿಸ್ಥಿತಿಯೇ ಬಂದರೂ ಅರಣ್ಯಾಧಿಕಾರಿಗಳು ಮಾತ್ರ ಸತ್ಯ ಬಾಯಿ ಬಿಡೋದೇ ಇಲ್ಲ. ಕಾಡಿನೊಳಗಿನ ರಹಸ್ಯಗಳು ಕಾಡಿನಲ್ಲೇ ಇರಲಿ ಎನ್ನುವ ಮನೋಭಾವನೆ ಅರಣ್ಯಾಧಿಕಾರಿಗಳಿಗೆ ಬಂದುಬಿಟ್ಟಿದೆ. ತೀರಾ ಒತ್ತಾಯ ಮಾಡಿ ಕೇಳಿದಾಗ ಆ ವಿಷಯದ ದಿಕ್ಕನ್ನೇ ತಪ್ಪಿಸಿ ಬೇರೆ ಏನೋ ವಿಚಾರ ಹೇಳಿಬಿಡುತ್ತಾರೆ.

ಚಾಮರಾಜನಗರದಲ್ಲಿ ಕೆಲ ತಿಂಗಳ ಹಿಂದೆ ಕಾಡಂಚಿನ ಜಮೀನೊಂದರಲ್ಲಿ ಒಂದೇ ದಿನ ಎರಡು ಆನೆಗಳು ಕರೆಂಟ್ ಶಾಕ್‌ಗೆ ಬಲಿಯಾಗಿದ್ದವು. ಆ ಜಮೀನಿನಲ್ಲಿ ಬಲಿಯಾದ 4ನೇ ಆನೆ ಅದು. ಘಟನೆ ನಡೆದ 25 ದಿನಗಳ ನಂತರ ಮತ್ತೆ ಅದೇ ಜಮೀನಿನಲ್ಲಿ ವಿದ್ಯುತ್ ತಂತಿ ತೀರಾ ಕೆಳಭಾಗದಲ್ಲಿ ನೇತಾಡುತ್ತಿತ್ತು. ಆನೆ ಏನಾದರೂ ಅಲ್ಲಿಗೆ ಅಪ್ಪಿತಪ್ಪಿ ಬಂದರೆ ಮತ್ತೆ ಕರೆಂಟ್ ಹೊಡೆದು ಸಾಯೋದು ಗ್ಯಾರಂಟಿ. ಸರಿ, ಅದರ ಫೋಟೋಗಳನ್ನ ಮಾಹಿತಿದಾರ ನನಗೆ ಕಳಿಸಿದ್ದ. ಜಾಗವನ್ನೂ ತಿಳಿಸಿದ್ದ. ನಾನೂ ಸಹ ನನ್ನ ಮತ್ತೊಬ್ಬ ಗೆಳೆಯನ ಮೂಲಕ ಆ ಜಾಗದಲ್ಲಿ ವಿದ್ಯುತ್ ತಂತಿ ಕೆಳಗೆ ಬಂದಿರೋ ವಿಚಾರವನ್ನ ಖಚಿತಪಡಿಸಿಕೊಂಡೆ. ಈ ವಿಚಾರವನ್ನ ಬಿಳಿಗಿರಿ ರಂಗಸ್ವಾಮಿ ದೇವಾಲಯದ ಹುಲಿ ಸಂರಕ್ಷಿತ ಪ್ರದೇಶದ ನಿರ್ದೇಶಕರಿಗೆ ಹೇಳಿದಾಗ ಎಂದಿನಂತೆ ನಕಾರಾತ್ಮಕ ಉತ್ತರ. ಇಲ್ಲ. ನಮ್ಮ ಹಾಗೂ ಚೆಸ್ಕಾಂ ಸಿಬ್ಬಂದಿ ಎಲ್ಲ ಕಡೆ ಪರಿಶೀಲಿಸಿದ್ದಾರೆ ಎಲ್ಲೂ ತಂತಿ ಇಳಿ ಬಿದ್ದಿಲ್ಲ ಎಂದುಬಿಟ್ಟರು. ಅಧಿಕಾರಿಯ ಅದೇ ಪ್ರತಿಕ್ರಿಯೆ ಜತೆಗೆ ತಂತಿ ಇಳಿ ಬಿದ್ದಿರುವ ಫೋಟೋ ಸಮೇತ ವರದಿ ಮರುದಿನ ಪತ್ರಿಕೆಯಲ್ಲಿ ಪ್ರಕಟವಾಯ್ತು. ಬೆಳಗ್ಗೆ 10 ಗಂಟೆಗೆ ಇಳಿ ಬಿದ್ದಿದ್ದ ತಂತಿಯನ್ನ ಸರಿಮಾಡಲಾಗಿತ್ತು.

ಮಾಹಿತಿಯನ್ನ ಮುಚ್ಚಿಡುವುದರಿಂದ ಅರಣ್ಯಾಧಿಕಾರಿಗಳು ಸಾಧಿಸುವುದಾದರೂ ಏನು? ನಿಖರ ಮಾಹಿತಿ ನೀಡದೇ ಅರೆಬೆಂದ, ಅರ್ಧಂಬರ್ಧ ಅಥವಾ ಘಟನೆ ನಡೆದೇ ಇಲ್ಲ ಎನ್ನುವ ಮೂಲಕ ಘಟನೆ ಬಗ್ಗೆ ಇನ್ನಷ್ಟು ಕುತೂಹಲ ಮೂಡುವಂತೆ ಪ್ರಚೋದಿಸುವಂತಾಗುವುದಿಲ್ಲವೇ? ಕಾಡಿನಲ್ಲಿ ನಡೆಯುವ ಎಲ್ಲ ಘಟನೆಗಳಿಗೂ ಅಧಿಕಾರಿಗಳೇ ಹೊಣೆ

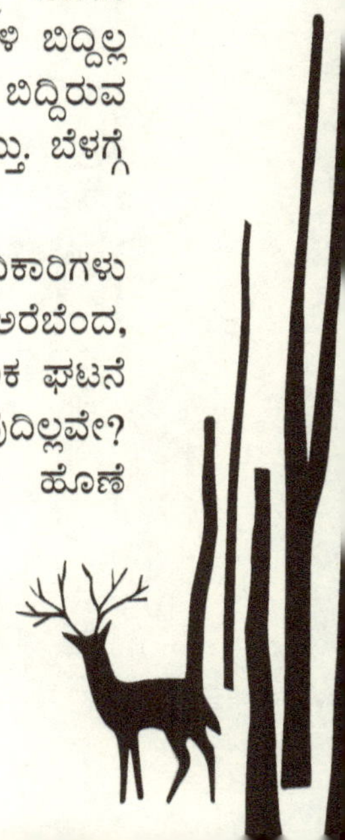

ಅಲ್ಲ ಅಲ್ಲವೇ? ಕೆಲ ಘಟನೆಗಳು ಎಲ್ಲವನ್ನೂ ಮೀರಿ ನಡೆಯುತ್ತವೆ. ಕಾಡಿನಲ್ಲಿರುವ ಪ್ರತಿ ಮರಕ್ಕೂ ಒಬ್ಬೊಬ್ಬ ಗನ್‌ಮ್ಯಾನ್ ನೇಮಕ ಮಾಡಿ ರಕ್ಷಣೆ ಮಾಡೋಕಾಗಲ್ಲ. ಈ ವಾಸ್ತವ ಅಧಿಕಾರಿಗಳಿಗೆ ಗೊತ್ತಿದ್ದರೂ ಚಾಳಿ ಬಿಡುತ್ತಿಲ್ಲ. ರಾಜ್ಯದ ವನ್ಯಜೀವಿ ವಿಭಾಗದ ಪಿಸಿಸಿಎಫ್ ಈ ಹಿಂದೆ ನಡೆದ ಮಾಧ್ಯಮ ಕಾರ್ಯಾಗಾರವೊಂದರಲ್ಲಿ ಇನ್ಮುಂದೆ ಯಾವುದೇ ಘಟನೆಯನ್ನೂ ಮುಚ್ಚಿಡುವ ಪ್ರಯತ್ನವನ್ನ ಅಧಿಕಾರಿಗಳು ಮಾಡಲ್ಲ. ಎಲ್ಲರಿಗೂ ಎಲ್ಲ ಮಾಹಿತಿಯೂ ಸಿಗಲಿದೆ ಎಂದಿದ್ದರು. ಆದರೆ, ಅನೇಕ ಘಟನೆಗಳಲ್ಲಿ ಮಾಹಿತಿ ನೀಡುವಲ್ಲಿ ಅವರೂ ಸೋತಿದ್ದಾರೆ.

ಅತಿ ಸೂಕ್ಷ್ಮವಾದ ಪೊಲೀಸ್ ಇಲಾಖೆಯೇ ಅತಿ ಹೆಚ್ಚು ಪಾರದರ್ಶಕವಾಗಿ ಕೆಲಸ ಮಾಡುತ್ತಿದೆ. ಸರ್ಕಾರದ ಅನೇಕ ಇಲಾಖೆಗಳೂ ಯಾವುದೇ ಮಾಹಿತಿ ಮುಚ್ಚಿಡುವುದಿಲ್ಲ. ಹೀಗಿರುವಾಗ ಅರಣ್ಯ ಇಲಾಖೆಯಲ್ಲಿ ಯಾಕೆ ಈ ವಿಚಿತ್ರ ಧೋರಣೆ. ಹುಲಿ ಸತ್ತಿದೆ ಅಂದರೆ ಸತ್ತಿದೆ. ಸುದ್ದಿ ಮುಚ್ಚಿಟ್ಟಾಕ್ಷಣ ಸತ್ತ ಹುಲಿ ಎದ್ದು ಬರುವುದಿಲ್ಲ ಅಲ್ಲವೇ? ಕಾಡಿಗೆ ಬೆಂಕಿ ಬಿದ್ದಿದೆ ಅನ್ನೋದು ನಮ್ಮ ಹೃದಯದ ಬಡಿತದಷ್ಟೇ ಸತ್ಯ ಅಲ್ಲವೇ? ಪತ್ರಕರ್ತರೇ ಇರಲಿ, ಕಾಡಿನ ಪಕ್ಕದ ಗ್ರಾಮಸ್ಥರೇ ಇರಲಿ, ಅಗತ್ಯ ಮಾಹಿತಿ ಹಂಚಿಕೊಳ್ಳಿ. ಎಲ್ಲರ ವಿಶ್ವಾಸ ಗಳಿಸಿಕೊಳ್ಳಿ. ಅರಣ್ಯ ಇಲಾಖೆ ಬೇರೆ ಇಲಾಖೆ ರೀತಿ ಕೆಲಸ ಮಾಡೋಕೆ ಸಾಧ್ಯವೇ ಇಲ್ಲ. ನಿಮ್ಮ ಸುಪರ್ದಿಯಲ್ಲಿರುವ ಪ್ರಾಣಿಗಳು ನಿಮ್ಮದೂ ಸೇರಿದಂತೆ ಯಾರ ಮಾತನ್ನೂ ಕೇಳುವುದಿಲ್ಲ. ನೀವು ಜನ, ಸಮುದಾಯಗಳೊಂದಿಗೆ ಬೆರೆತು ಕೆಲಸ ಮಾಡಿದಲ್ಲಿ ಮಾತ್ರ ಸಂರಕ್ಷಣೆ ಸಾಧ್ಯ.

ಕಾಡಿನಲ್ಲಿ ನಡೆಯುವ ಘಟನೆಗಳು ಇಡೀ ಕಾಡಿಗೇ ಮಾರಕವಾಗುವಂತಹ ಅಥವಾ ಅಧಿಕಾರಿಗಳು ನೀಡುವ ಮಾಹಿತಿ ತನಿಖೆಗೆ ಅಡ್ಡಿಯಾಗುತ್ತದೆ ಎನ್ನುವಂತ ಸೂಕ್ಷ್ಮ ಪರಿಸ್ಥಿತಿ ಇದ್ದಲ್ಲಿ ಅದನ್ನು ಎಲ್ಲರೂ ಅರ್ಥ ಮಾಡಿಕೊಳ್ಳುತ್ತಾರೆ. ಆದರೆ, ಸಣ್ಣ ಪುಟ್ಟ ವಿಚಾರಗಳನ್ನೂ ಮುಚ್ಚಿಟ್ಟು, ಪತ್ರಕರ್ತರು ಎಂದಾಕ್ಷಣ ಹಾವು ಮೆಟ್ಟಿದವರಂತೆ ವರ್ತಿಸುವುದನ್ನು ಬಿಡಬೇಕಿದೆ. ಸರಿಯಾದ ಮಾಹಿತಿ ಮಾತ್ರ ಸರಿಯಾದ ಸುದ್ದಿಯಾಗಿ ಪರಿವರ್ತನೆ ಆಗುತ್ತದೆ. ಸುಳ್ಳು ಮಾಹಿತಿ ಎಲ್ಲರಿಗೂ ಸಂಕಷ್ಟ ತಂದೊಡ್ಡುತ್ತದೆ. ಇಂತಹ ಅನೇಕ ಪ್ರಕರಣಗಳು ಕಣ್ಣೆದುರೇ ಇವೆ. ಅರಣ್ಯಾಧಿಕಾರಿಗಳೇ ಅರಣ್ಯದ ಗರ್ಭದೊಳಗಿಂದ ಬಂದು ಪಾರದರ್ಶಕ ಜಗತ್ತನ್ನು ನೋಡಿ. ಅರಣ್ಯ ಸಂರಕ್ಷಣೆಯಲ್ಲಿ ಸಮುದಾಯಗಳನ್ನ ಸೇರಿಸಿಕೊಳ್ಳಿ.

4

ಆನೆಯ ಆರಾಧಿಸುವ ಮಾವುತನ ಮಮತೆಯಿಂದ ನೋಡೋಣ

'ಮೈ ಹುಷಾರಿಲ್ಲ ಅಂತಾ ಹೆಂಡತಿ ಫೋನ್ ಮಾಡಿದ್ಲು ಸಾರ್.... ಊರಿಗೆ ಹೋಗಿದ್ದೆ. ಎರಡು ದಿನ ಇದ್ದು ಡಾಕ್ಟರ್‌ಗೆ ತೋರಿಸಿ ಬೇಗ ವಾಪಸ್ ಬಂದು ಬಿಡೋಣ ಅಂದುಕೊಂಡಿದ್ದೆ, ಆದ್ರೆ, ಒಂದು ವಾರ ಆಗಿ ಬಿಡ್ತು. ದಿನಾ ರಾತ್ರಿ ಮಲಗುವಾಗ ಆನೆಯದ್ದೇ ಕನಸು ಬೀಳ್ತಾ ಇತ್ತು. ಊರಿಗೆ ಹೋದ ಒಂದೆರಡು ದಿನ ಏನೂ ಅನ್ನಿಸಲಿಲ್ಲ. ಮೂರನೇ ದಿನದಿಂದ ತುಂಬಾ ಬೇಸರ ಆಗೋಕೆ ಶುರು ಆಯ್ತು..ನನ್ನ ಆನೆಗೆ ಸ್ನಾನ ಮಾಡ್ಸಿದ್ರಾ..? ಸರಿಯಾಗಿ ಹೊಟ್ಟೆ ತುಂಬಾ ಊಟ ಕೊಟ್ರಾ..? ಕಾಡಿಗೆ ಹೋದ ಆನೆ ವಾಪಸ್ ಬಂತಾ...? ಹೀಗೆ ತಲೆ ತುಂಬಾ ಆನೆಯದ್ದೇ ಚಿಂತೆ ಶುರು ಆಗಿ ಬಿಡ್ತು...?'

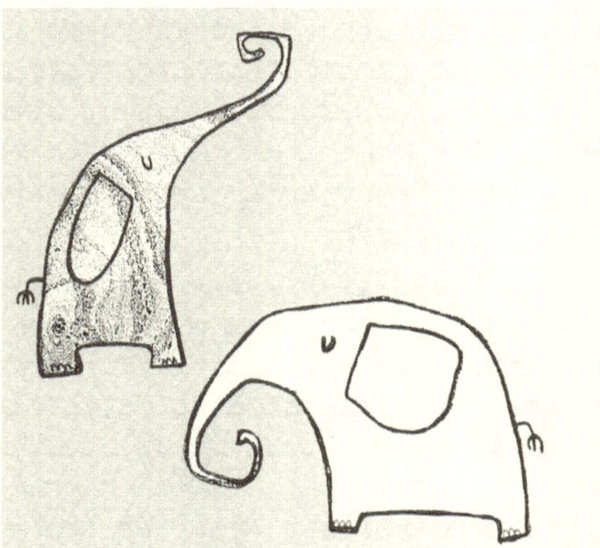

ಅದಕ್ಕೆ ಹೆಂಡತಿಗೆ ಸಮಾಧಾನ ಮಾಡಿ, ಕ್ಯಾಂಪಿಗೆ ಬೇಗ ವಾಪಸ್ ಬಂದ್ ಬಿಟ್ಟೆ...

ಭಾರವಾದ ಹೃದಯದಿಂದ ತನ್ನ ಕತೆ ಹೇಳತೊಡಗಿದ ಆನೆ ಮಾವುತ ಕಾಳ. ಕರ್ನಾಟಕ – ಕೇರಳಕ್ಕೆ ಹೊಂದಿಕೊಂಡಂತಿರುವ ದಟ್ಟ ಅರಣ್ಯದ ಗೂಡೊಳಗೆ ಪ್ರಶಾಂತ ವಾತಾವರಣದಲ್ಲಿರುವ ರಾಮಾಪುರ ಆನೆ ಕ್ಯಾಂಪಿನ ಮಾವುತ ಈತ. ಕಳೆದ 10 ವರ್ಷಗಳಿಂದ ಆನೆಗೆ ಮಾವುತನಾಗಿ ಕೆಲಸ ಮಾಡ್ತಾ ಇದ್ದಾನೆ. ಆನೆ ಜತೆಗೆ ಅದೆಷ್ಟು ಭಾವನಾತ್ಮಕವಾಗಿ ಒಡನಾಟ ಇಟ್ಟುಕೊಂಡಿದ್ದಾನೆ ಅಂದರೆ, ಜ್ವರದಿಂದ ಯಾತನೆಪಡುತ್ತಿದ್ದ ತನ್ನ ಪತ್ನಿ ಜೊತೆಯಲ್ಲಿದ್ದಾಗಲೂ ಈತನಿಗೆ ದೂರದ ಕಾಡಿನಲ್ಲಿರುವ ತನ್ನ ಆನೆಯದ್ದೇ ಚಿಂತೆ ಕಾಡಿತ್ತು. ಈತನಿಗೆ ಆನೆಯೇ ಅಣ್ಣ, ಆನೆಯೇ ತಮ್ಮ..ಆನೆಯೇ ಅನ್ನ... ಎಲ್ಲಕ್ಕಿಂತ ಹೆಚ್ಚಾಗಿ ಆನೆಯೇ ದೇವರು..ಆನೆಯೇ ಉಸಿರು...

ಆನೆಗಳ ಜತೆಗಿನ ಒಡನಾಟ ಈತನನ್ನ ಅದ್ಯಾವ ಪರಿ ವಶೀಕರಣ ಮಾಡಿದೆಯೆಂದರೆ, ಆನೆಯಿಂದ ದೂರ ಮಾಡಿದರೆ ಬದುಕುವುದೇ ಕಷ್ಟ ಎನ್ನುವಷ್ಟು ಹಚ್ಚಿಕೊಂಡುಬಿಟ್ಟಿದ್ದಾನೆ. ಇದು, ಹೀಗೆ ಕಾಳನೊಬ್ಬನ ಕತೆಯಲ್ಲ. ಕಾಡಿನಲ್ಲಿ ಆನೆ ನೋಡಿಕೊಳ್ಳುವ ಬಹುತೇಕ ಎಲ್ಲ ಮಾವುತರೂ ತಂತಮ್ಮ ಆನೆಗಳ ಜತೆ ಇಂತಹದ್ದೇ ಅತ್ಯಂತ ಪ್ರಬಲ ಸಂಬಂಧವನ್ನ ಹೊಂದಿದ್ದಾರೆ. ರಾಮಾಪುರ ಕಾಡಿನ ಆನೆ ಕ್ಯಾಂಪೂ ಸೇರಿದಂತೆ ಅನೇಕ ಕಡೆ ಆನೆ ಜತೆ ಕೆಲಸ ಮಾಡಿ ನಿವೃತ್ತನಾಗಿರುವ ಮಾವುತ ಕರಿಯ ನಾವು ರಾಮಾಪುರ ಆನೆ ಕ್ಯಾಂಪ್‌ಗೆ ಹೋದಾಗ ಅಲ್ಲಿದ್ದ. ನಡೆಯಲೂ ಸಹ ಆಗದೇ ಊರುಗೋಲಿನ ಆಧಾರದ ಮೇಲೆ ಓಡಾಡುತ್ತಿದ್ದ ಆ ವೃದ್ಧ ಮಾವುತನಿಗೆ ಇಲ್ಲೇನು ಕೆಲಸ ಅಂತಾ ನನಗೆ ಕುತೂಹಲ ಆಯ್ತು. 'ಏನ್ ತಾತಾ ಇಲ್ಲೇನ್ ಮಾಡ್ತಾ ಇದ್ದೀರಾ?' ಅಂತಾ ಕೇಳಿದೆ.

'ನನ್ನ ಆನೆ ನೋಡೋಕೆ ಬಂದೆ' ಅಂತಾ ಆ ವೃದ್ಧ ಮಾವುತ ಹೇಳಿದಾಗ ನನಗೆ ಆಶ್ಚರ್ಯ ಮತ್ತು ಆಘಾತ ಒಟ್ಟೊಟ್ಟಿಗೇ ಆಯ್ತು. ಈ ಮಾವುತರೇ ಹೀಗೆ ಸಿಕ್ಕಾಪಟ್ಟೆ ಭಾವುಕ ಜೀವಿಗಳು. ಮನುಷ್ಯರಿಗಿಂತ ಆನೆಗಳ ಜತೆ ಅತ್ಯಂತ ಭಾವನಾತ್ಮಕ ಸಂಬಂಧ ಇಟ್ಟುಕೊಂಡಿರುತ್ತಾರೆ. ಪತ್ನಿ, ಮಕ್ಕಳ ಆರೋಗ್ಯಕ್ಕಿಂತ ಆನೆ ಆರೋಗ್ಯವೇ ಅವರಿಗೆ ಮುಖ್ಯ. ತಾವು ಸ್ನಾನ ಮಾಡದಿದ್ದರೂ ಆನೆಗೆ ಮಾತ್ರ ನಿತ್ಯ ಸ್ನಾನ ಮಾಡಿಸ್ತಾರೆ. ವರ್ಷಕ್ಕೊಮ್ಮೆಯಾದರೂ ತಲೆಗೆ ಎಣ್ಣೆ ಹಚ್ಚಿಕೊಳ್ಳದ ಮಾವುತರು ತಾವು ಸಾಕಿದ ಆನೆಗೆ ಮಾತ್ರ ತಿಂಗಳಿಗೊಮ್ಮೆ ಹರಳೆಣ್ಣೆ ಚೆನ್ನಾಗಿ ಮೆತ್ತಿ ಮಸಾಜ್ ಮಾಡುತ್ತಾರೆ.

ಮಾವುತರೆಲ್ಲ ಬುಡಕಟ್ಟು ಜನಾಂಗಕ್ಕೆ ಸೇರಿದವರು. ಜೇನು ಕುರುಬ, ಬೆಟ್ಟ ಕುರುಬ, ಸೋಲಿಗ ಹೀಗೆ ಬೇರೆ ಬೇರೆ ಪಂಗಡದಿಂದ ಬಂದವರು ಮಾವುತರಾಗುತ್ತಾರೆ. ಅತ್ಯಂತ ನೈಸರ್ಗಿಕವಾಗಿ ಹೇಳೋದಾದರೆ ಇವರೆಲ್ಲ ಕಾಡಿನ ಮಕ್ಕಳು. ಸಹಜವಾಗಿ ಕಾಡಿನಲ್ಲಿ ಹೇಗಿರಬೇಕೋ ಹಾಗೇ ಇರುತ್ತಾರೆ. ಮಾವುತರು ತಮ್ಮ ಕೈ ಮತ್ತು ಕಾಲಿನ ಉಗುರು ಕತ್ತರಿಸದಿದ್ದರೂ ಆನೆಯ ಕಾಲಿನ ಉಗುರುಗಳನ್ನೆಲ್ಲಾ ನೀಟಾಗಿ ಕಟ್ ಮಾಡಿ, ಅದನ್ನ ಕಲ್ಲಿನಿಂದ ಉಜ್ಜಿ ಸಿಟಿಯ ಹೆಣ್ಣು ಮಕ್ಕಳು ಹೇಗೆ ಕೈ ಕಾಲಿನ ಬೆರಳು ಸುಂದರವಾಗಿ ಕಾಣಿಸುವಂತೆ ಮಾಡಿಕೊಳ್ಳುತ್ತಾರೋ ಹಾಗೆ ಆನೆಯ ಉಗುರನ್ನ ನೀಟ್ ಮಾಡ್ತಾರೆ.

ಮಾವುತರಾಗೋಕೆ ಈ ಬುಡಕಟ್ಟು ಸಮುದಾಯಗಳಲ್ಲಿ ಭಾರಿ ಪೈಪೋಟಿ ನಡೆಯುತ್ತದೆ. ಬಹುತೇಕ ಸಂದರ್ಭದಲ್ಲಿ ಮಾವುತರ ಮಕ್ಕಳು ಅಥವಾ ಸಂಬಂಧಿಗಳೇ ಮಾವುತರ ಕೆಲಸಕ್ಕೆ ಸಣ್ಣ ವಯಸ್ಸಿನಿಂದಲೇ ಬರೋಕೆ ಶುರು ಮಾಡುತ್ತಾರೆ. ನಿತ್ಯ ಆನೆ ಜತೆ ಒಡನಾಡುತ್ತಾ. ಹಿರಿಯ ಮಾವುತರ ಸಲಹೆ, ಮಾರ್ಗದರ್ಶನದಲ್ಲಿ ಆನೆಯ ಪಟ್ಟುಗಳನ್ನ ಕಲಿಯುತ್ತಾರೆ. ಹಾಗಾಗಿ ಆನೆ ಮತ್ತು ಮಾವುತರ ಸಂಬಂಧ ಕರುಳಬಳ್ಳಿಯ ಸಂಬಂಧಕ್ಕಿಂತ ಹೆಚ್ಚು. ನಾಗರಹೊಳೆ ರಾಷ್ಟ್ರೀಯ ಉದ್ಯಾನದಲ್ಲಿ ಮೂರ್ಕಲ್ ಬಳಿ ಆನೆ ಕ್ಯಾಂಪ್ ಇತ್ತು. ಈಗ ಅದನ್ನ ತಿತಿಮತಿಗೆ ಸ್ಥಳಾಂತರಿಸಲಾಗಿದೆ. ಈ ಮೂರ್ಕಲ್‌ಗೆ ಹೋಗಿದ್ದಾಗ ಅಲ್ಲಿ ಮಾವುತರೊಂದಿಗೆ ಉಭಯ ಕುಶಲೋಪರಿ ಮಾಡುತ್ತಿದ್ದೆ. ಅಲ್ಲಿ ಅಭಿಮನ್ಯು ಎನ್ನುವ ಆನೆಯಿದೆ. ಅದರ ಮಾವುತನ ಹೆಸರು ಸಣ್ಣ. ಈತನ ಮಗ ವಸಂತ. ಈ ವಸಂತನ ಮಗ ಆಕಾಶ. ನಾನು ಆತನನ್ನ ನೋಡಿಗಾದ ಆತನ ವಯಸ್ಸು ಸುಮಾರು 4 ವರ್ಷ. ಈ ಬಾಲಕನಿಗೆ ಅಭಿಮನ್ಯು ಆನೆಯೆಂದರೆ ಅಪ್ಪ-ಅಮ್ಮನಿಗಿಂತಲೂ ಹೆಚ್ಚು. ಅಭಿಮನ್ಯುಗೆ ಮದ ಬಂದಾಗಲೂ ಯಾವುದೇ ಅಂಜಿಕೆ ಇಲ್ಲದೆ ಹತ್ತಿರ ಹೋಗುತ್ತಿದ್ದ. ಅಷ್ಟೇ ಅಲ್ಲ, ಈ ಬಾಲಕ ಉಳಿದ ಮಕ್ಕಳಂತೆ ಮಕ್ಕಳಾಟ ಆಡುತ್ತಿರಲಿಲ್ಲ. ಆನೆ ಮಾಡುವ ಎಲ್ಲ ಕೆಲಸಗಳನ್ನ ನಿತ್ಯ ನೋಡಿದ್ದರಿಂದ ಆನೆಯ ಚಟುವಟಿಕೆಗಳನ್ನೇ ತನ್ನ ಆಟವಾಗಿಸಿಕೊಂಡಿದ್ದ. ಮಾವುತರ ಮಕ್ಕಳಿಗೆ ಆನೆ ಜತೆಗೆ ಸಂಬಂಧ ರಕ್ತದಲ್ಲೇ ಬಂದುಬಿಡುತ್ತದೆ ಅನ್ನೋದಕ್ಕೆ ಪುಟ್ಟ ಬಾಲಕ ಆಕಾಶ ಉದಾಹರಣೆ.

ಇತ್ತೀಚೆಗೆ ಕ್ಯಾಂಪ್ ಆನೆಗಳಿಗೆ ಕೆಲಸವೇ ಇಲ್ಲ. ಹಿಂದೆಲ್ಲಾ ಮರ-ಮಟ್ಟುಗಳನ್ನ ಕಾಡಿನಿಂದ ತೆಗೆಯುವಾಗ ಆನೆಗಳನ್ನ ಬಳಸಲಾಗುತ್ತಿತ್ತು. ನಂತರ

ಅದಕ್ಕೆಲ್ಲಾ ನಿಷೇಧ ಹೇರಿದ ಮೇಲೆ ಆನೆಗಳಿಗೆ ಏನೂ ಕೆಲಸ ಕೊಡುತ್ತಿಲ್ಲ. ಕೆಲವೊಮ್ಮೆ ಪ್ರವಾಸಿಗರಿಗೆ ಜಾಲಿ ರೈಡ್ ಮಾಡಿಸೋಕೆ ಬಳಸುವುದನ್ನು ಬಿಟ್ಟರೆ, ಆನೆಗಳು ಕಾಡಿನಲ್ಲಿ ತಿಂದುಂಡು ಚೆನ್ನಾಗಿವೆ. ಪ್ರವಾಸಿಗರಿಗೆ ಆನೆ ಸವಾರಿಯನ್ನೂ ಇತ್ತೀಚೆಗೆ ಕಡಿಮೆ ಮಾಡಲಾಗಿದೆ. ನಮ್ಮಲ್ಲಿ ಕಾಡಾನೆ ಸಂಖ್ಯೆ ಹೆಚ್ಚಳವಾಗಿದೆ. ಅಲ್ಲದೇ, ಆನೆ ಹಳ್ಳಿಗಳು, ಜಮೀನುಗಳ ಮೇಲೆ ದಾಳಿ ಮಾಡುವ ಪ್ರಕರಣಗಳೂ ಜಾಸ್ತಿ ಆಗುತ್ತಿವೆ. ಹಾಸನದ ಆಲೂರು ಸುತ್ತಲಿನ ಊರುಗಳಂತೂ ಅಕ್ಷರಶಃ ರಣರಂಗವಾದಂತಾಗಿವೆ. ಸುಪ್ರೀಂಕೋರ್ಟ್ ಅನುಮತಿ ಪಡೆದು ಪುಂಡಾನೆಗಳನ್ನು ಹಿಡಿದು ಪಳಗಿಸಲಾಗುತ್ತಿದೆ. ನಮ್ಮಲ್ಲಿ ಕ್ಯಾಂಪ್ ಆನೆ ಸಂಖ್ಯೆ ಹೆಚ್ಚಿರುವುದರಿಂದ ಕೆಲ ಆನೆಗಳನ್ನ ಬೇರೆ ರಾಜ್ಯಗಳಿಗೂ ಕೊಡಲಾಗುತ್ತಿದೆ. ನಮ್ಮ ಮಾವುತರೇ ಆ ರಾಜ್ಯಗಳಿಗೂ ಹೋಗಿ ಅಲ್ಲಿನವರಿಗೆ ತರಬೇತಿ ಕೊಟ್ಟು ಬರುತ್ತಿದ್ದಾರೆ.

ಕಾಡಿನಲ್ಲಿ ಆನೆ ಯೋಗಕ್ಷೇಮ ನೋಡಿಕೊಂಡು ಅದರೊಂದಿಗೆ ಬಾಳಿ ಬದುಕುವ ಮಾವುತರ ಸಂಬಂಧ ಸರ್ವರೀತಿಯಲ್ಲಿ ಶ್ರೇಷ್ಠಮಟ್ಟದ್ದು. ಆದರೆ, ದೇವಾಲಯ ಮತ್ತು ಮಠಗಳಲ್ಲಿರುವ ಆನೆಗಳ ಗತಿ ಆ ಗಣೇಶನಿಗೇ ಪ್ರೀತಿ. ನಮ್ಮ ದೇವಾಲಯಗಳಲ್ಲಿರುವ ಆನೆಗಳನ್ನೊಮ್ಮೆ ಹೋಗಿ ನೋಡಿ ಬನ್ನಿ. ಅತಿ ಶ್ರೀಮಂತ ಮಠಗಳು ಮತ್ತು ದೇವಸ್ಥಾನಗಳಲ್ಲಿ ಆಶ್ರಯ ಪಡೆದಿರುವ ಅನೇಕ ಆನೆಗಳನ್ನ ಅವುಗಳ ಮಾವುತರು ಭಿಕ್ಷುಕರನ್ನಾಗಿ ಮಾಡಿಬಿಟ್ಟಿದ್ದಾರೆ. ದೇವಸ್ಥಾನಕ್ಕೆ ಬರುವ ಭಕ್ತರಿಗೆ ಆಶೀರ್ವಾದ ಮಾಡಿಸುತ್ತೇವೆ ಅಂತಾ ಹೇಳಿ ಆನೆಯಿಂದ ಭಿಕ್ಷೆ ಬೇಡಿಸುತ್ತಿದ್ದಾರೆ. ಮಾವುತನ ಏಟು ತಾಳಲಾರದೇ ಆನೆ ಜನರ ಮುಂದೆ ಸೊಂಡಿಲನ್ನು ಚಾಚಿ ಹಣ ಕೇಳುತ್ತದೆ. ಹಣವನ್ನ ಮಾವುತನ ಕೈಗೆ ಕೊಟ್ಟು ಜನರಿಗೆ ಆಶೀರ್ವಾದ ಮಾಡುತ್ತದೆ. ಮಾವುತನ ಅಂಕುಶದ ತಿವಿತದ ಹೆದರಿಕೆಯಿಂದ ಮಾಡುವ ಆಶೀರ್ವಾದದಿಂದ ನಮಗೆ ನಿಜವಾಗಿಯೂ ಒಳಿತಾಗುತ್ತದೆಯೇ? ಗಜರಾಜ, ಗಣೇಶನ ಪ್ರತಿರೂಪ ಅಂತೆಲ್ಲಾ ನಾವು ಆನೆಯನ್ನ ದೇವರಿಗೆ ಹೋಲಿಸುತ್ತೇವೆ. ಅದೇ ಆನೆಯನ್ನ ಸ್ವಾರ್ಥಕ್ಕೆ ಭಿಕ್ಷೆ ಬೇಡುವಂತೆ ಮಾಡುತ್ತೇವೆ. ನಮ್ಮ ಮಠ-ಮಾನ್ಯಗಳು ಇಂತಹ ಮಾವುತರ ಮೇಲೆ ನಿಗಾ ಇಡಬೇಕಲ್ಲವೇ? ಕಾಡಿನ ಮಾವುತನಿಗೆ ದೇವರು ಕಂಡರೆ, ನಾಡಿನ ಈ ಮಾವುತನಿಗೆ ಆನೆ ಹಣದ ಥೈಲಿಯಂತೆ ಕಾಣಿಸುವುದು ದುರಂತ.

ಕಾಡಿನ ರಕ್ಷಣೆಯಲ್ಲಿ ಮಾವುತರ ಪಾತ್ರ ತಲೆತಲಾಂತರದಿಂದಲೂ ಇದೆ. ಅನೇಕ ಕಾರ್ಯಾಚರಣೆಗಳಲ್ಲಿ ಮಾವುತರೇ ನಿರ್ಣಾಯಕರಾಗಿ ಕೆಲಸ

ಮಾಡಿದ್ದಾರೆ. ಇತ್ತೀಚೆಗೆ ಕೆಲವರು ಕುಡಿತದ ದಾಸರಾಗಿರುವುದು ನಿಜಕ್ಕೂ ವಿಷಾದಕರ. ಅತ್ಯಂತ ಜೋಪಾನವಾಗಿ ಆನೆಯನ್ನ ನೋಡಿಕೊಳ್ಳುವ ಮಾವುತರನ್ನ ಯಾರೂ ನೋಡಿಕೊಳ್ಳುತ್ತಿಲ್ಲ. ಮೈಸೂರಿನ ಡಾ.ಮಮತಾ ಸತ್ಯನಾರಾಯಣ ಕಳೆದ ಅನೇಕ ವರ್ಷಗಳಿಂದ ರಾಜ್ಯದಲ್ಲಿ ಮಾವುತರ ಕಲ್ಯಾಣಕ್ಕೆ ಶ್ರಮಿಸುತ್ತಿದ್ದಾರೆ. ಮಾವುತರಿಗಾಗಿ ತರಬೇತಿ ಕಾರ್ಯಕ್ರಮಗಳನ್ನು ಆಯೋಜಿಸುವುದು, ಮಾವುತರ ಉತ್ತೇಜನಾ ಶಿಬಿರಗಳನ್ನು ಮಾಡುವುದು, ಹಿರಿಯ ಅಧಿಕಾರಿಗಳಿಂದ ಅತ್ಯುತ್ತಮ ಮಾವುತರಿಗೆ ಪ್ರೋತ್ಸಾಹಕರ ಬಹುಮಾನಗಳನ್ನು ಕೊಡಿಸುವುದನ್ನು ಮಾಡುತ್ತಿದ್ದಾರೆ. ಅಮೆರಿಕದ ಹೈಡಿ ರಿಡಲ್ ಈ ಕೆಲಸದಲ್ಲಿ ಕೈ ಜೋಡಿಸಿದ್ದಾರೆ. ಇವರೆಲ್ಲರ ಕೈ ಬಲಪಡಿಸಬೇಕಿದೆ.

ಮಾವುತರನ್ನ ಒಮ್ಮೆ ಹೋಗಿ ಪ್ರೀತಿಯಿಂದ ಮಾತನಾಡಿಸಿ ನೋಡಿ ಆ ಜೀವ ಗಜರಾಜನ ಅದೆಷ್ಟು ರೋಚಕ ಸಂಗತಿಗಳನ್ನ ಹೇಳುತ್ತದೆ ಅನ್ನೋದು ಗೊತ್ತಾಗುತ್ತದೆ. ಅರಣ್ಯ ಇಲಾಖೆಯ ಹಿರಿಯ ಅಧಿಕಾರಿಗಳು ಮಾವುತರ ಮೇಲೆ ಮಮತೆ ತೋರಬೇಕಿದೆ.

5 ಪ್ರಾಣಿಗಳ ಬಗ್ಗೆ ಪ್ರೀತಿ ಮೂಡಿಸುವ ಮೈಸೂರು ಮೃಗಾಲಯ

'ಹಲೋ ನಾನು ಎಂಎಲ್‌ಎ ಮಾತನಾಡ್ತಾ ಇದ್ದೀನಿ. ನೀವೇನೋ ಮಕ್ಕಳಿಗೆ ಯಾವುದೋ ಕ್ಲಬ್ ಮಾಡಿದೀರಂತಲ್ಲ. ನಮ್ಮ ಹುಡುಗ ಒಬ್ಬ ಬರ್‍ತಾನೆ. ಅವನಿಗೊಂದ್ ಸೀಟು ಕೊಟ್ಟುಬಿಡಿ...'

ಬಹುಶಃ ಮೈಸೂರಿನ ಯಾರೋ ಶಾಸಕರು ಯಾವುದೋ ಶಾಲೆಯಲ್ಲಿ ಸೀಟು ಕೊಡಿಸೋಕೆ ಶಿಫಾರಸು ಮಾಡ್ತಾ ಇದ್ದಾರೆ ಅಂತ ಈ ಸಾಲನ್ನು ಓದಿದಾಗ ಯಾರಿಗಾದರೂ ಅನ್ನಿಸೋದು ಸಹಜ. ಇದು ಸತ್ಯವೂ ಹೌದು. ನಿಮ್ಮ ಊಹೆ ನಿಜವೂ ಹೌದು.

ಆದರೆ, ಶಾಸಕರು ಫೋನ್ ಮಾಡಿದ್ದು ಮಾತ್ರ ಮೈಸೂರು ಮೃಗಾಲಯಕ್ಕೆ. ಸೀಟು ಕೇಳಿದ್ದು ಮೃಗಾಲಯದ ಯೂತ್ ಕ್ಲಬ್‌ಗೆ. ಮೈಸೂರು ಮೃಗಾಲಯ ನಡೆಸುವ ಯೂತ್ ಕ್ಲಬ್‌ಗೆ ಸೇರಲು ಬರೀ ಮೈಸೂರು ಮಾತ್ರವಲ್ಲ, ರಾಜ್ಯದ ಬೇರೆ ಬೇರೆ ಜಿಲ್ಲೆಗಳಿಂದಲೂ ಮಕ್ಕಳು ಬರುತ್ತಾರೆ. ಅಷ್ಟೇ ಅಲ್ಲ, ಸೀಟು ಗಿಟ್ಟಿಸಲು ಭಾರಿ ಲಾಬಿ, ಪೈಪೋಟಿಯನ್ನೂ ನಡೆಸುತ್ತಾರೆ.

ಬರೋಬ್ಬರಿ 123 ವರ್ಷಗಳಷ್ಟು ಹಳೆಯದಾದ, ಮೈಸೂರು ಮಹಾರಾಜರಿಂದ ಸ್ಥಾಪಿತವಾದ ಶ್ರೀಚಾಮರಾಜೇಂದ್ರ ಮೃಗಾಲಯ ಅದೆಷ್ಟು ಫೇಮಸ್ ಅಂದ್ರೆ, ಎಲ್ಲರಿಗೂ ಮೈಸೂರು ಝೂ ಅಂತಾನೇ ಚಿರಪರಿಚಿತ. ಸುಮಾರು 150 ಎಕರೆ ವಿಸ್ತೀರ್ಣದಲ್ಲಿ ಹಬ್ಬಿಕೊಂಡಿರುವ ಈ ಮೃಗಾಲಯ ವಿಶ್ವದಲ್ಲೇ ಅತಿ ಹೆಚ್ಚು ಜಾತಿಯ ಜೀವಿಗಳನ್ನು ಪೋಷಿಸುತ್ತಿರುವ ಹಾಗೂ ಅತ್ಯುತ್ತಮ ಮೃಗಾಲಯ ಎನ್ನುವ ಹಿರಿಮೆ ಗಳಿಸಿದೆ. ಇಂತಹ ಮೃಗಾಲಯ ಈಗ ಇಡೀ ದೇಶದಲ್ಲೇ ಅತಿ ಹೆಚ್ಚು ಶೈಕ್ಷಣಿಕ ಚಟುವಟಿಕೆಗಳನ್ನು ನಡೆಸುವ ಮೂಲಕ ಮೃಗಾಲಯ ಸಹ ಹೇಗೆ ಜ್ಞಾನದ ಕೇಂದ್ರವಾಗಿ ಪರಿವರ್ತನೆಗೊಳ್ಳಬಹುದು ಎನ್ನುವುದನ್ನು ನಿರೂಪಿಸಿದೆ. ವಿದೇಶದ ಅನೇಕ ಮೃಗಾಲಯಗಳ ಮಟ್ಟಕ್ಕೆ ಬೆಳೆದಿದೆ. ಆದ್ದರಿಂದಲೇ ಈ ಯೂತ್ ಕ್ಲಬ್ ಸೇರೋಕೆ ಭಾರಿ ಪೈಪೋಟಿ ನಡೆಯುತ್ತದೆ.

ಅದು, 1993ರ ಕಾಲ. ಎಲ್ಲ ಪ್ರಾಣಿ ಸಂಗ್ರಹಾಲಯಗಳಂತೆ ಕೇವಲ ಜನರಿಗೆ ಮನರಂಜನೆ ಕೊಡಲು ಮೈಸೂರು ಮೃಗಾಲಯ ಸಹ ಕೆಲ ಪ್ರಾಣಿಗಳನ್ನು ಸಾಕಿಕೊಂಡಿತ್ತು. ಅವುಗಳ ಆರೈಕೆ ಸಹ ಅಷ್ಟೇನೂ ಉತ್ತಮವಾಗಿರಲಿಲ್ಲ. ಜನ ಬೇಸರ ಕಳೆಯಲು ಹೇಗೆ ಪಾರ್ಕಿಗೋ, ಸಿನಿಮಾಗೋ ಹೋಗುತ್ತಾರೋ ಅದೇ ರೀತಿ ಮೃಗಾಲಯಕ್ಕೆ ಕೇವಲ ಮೋಜಿಗಾಗಿ ಮಾತ್ರ ಹೋಗುತ್ತಿದ್ದರು.

ಆಗ ಅಕ್ಬರ್ ಷಾ ಎನ್ನುವ ಭಾರತೀಯ ಅರಣ್ಯ ಸೇವೆಯ ಅಧಿಕಾರಿಯೊಬ್ಬರು ಮೃಗಾಲಯಕ್ಕೆ ನಿರ್ದೇಶಕರಾಗಿ ಬಂದರು. ಮೃಗಾಲಯದ ಆಳ, ಅಗಲವನ್ನ ಅರಿಯಲು ಕೆಳ ವರ್ಗದ ಸಿಬ್ಬಂದಿ ಜತೆ ಚೆನ್ನಾಗಿ ಬೆರೆತರು. ಅವರ ಕಷ್ಟ-ಸುಖ ಕೇಳಿದರು.

ಸಿಬ್ಬಂದಿಗೆ ಪ್ರಾಣಿಗಳ ಬಗ್ಗೆ ಇರುವ ಪ್ರೀತಿ ಹಾಗೂ ಜನರಿಗೆ ಮೃಗಾಲಯದ ಬಗ್ಗೆ ಇರುವ ಅಸಡ್ಡೆ ಅರಿತುಗೊಂಡ ಅಕ್ಬರ್ ಷಾ, ಇಡೀ ಮೈಸೂರು ಮೃಗಾಲಯಕ್ಕೆ ಹೊಸ ರೂಪ ಕೊಡುವ ಪಣ ತೊಟ್ಟರು. ಅಲ್ಲಿಂದ ಮೃಗಾಲಯದ ಹೊಸ ಪಯಣ ಶುರುವಾಯ್ತು. ಎಲ್ಲಿಯವರೆಗೆ

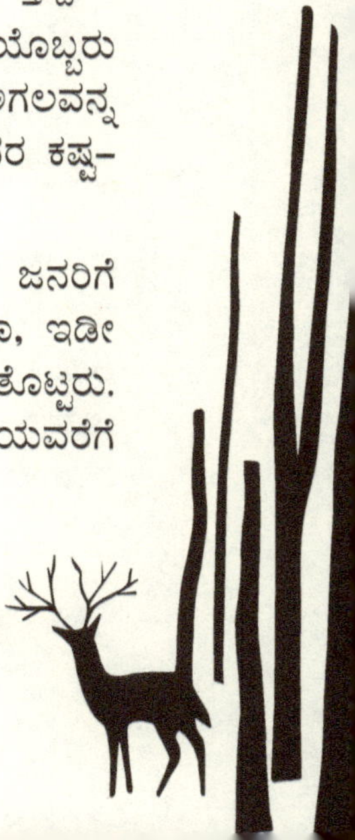

ಮೈಸೂರಿನ ಜನ ಮೃಗಾಲಯದ ಚಟುವಟಿಕೆಗಳಲ್ಲಿ ಪಾಲ್ಗೊಳ್ಳುವುದಿಲ್ಲವೋ ಅಲ್ಲಿಯವರೆಗೆ ಏನೂ ಬದಲಾಗಲ್ಲ ಅನ್ನೋದು ಗೊತ್ತಾಯ್ತು. ಅದಕ್ಕಾಗಿ ಅಕ್ಬರ್ ಷಾ ಆಯ್ಕೆ ಮಾಡಿಕೊಂಡಿದ್ದು, ಮೈಸೂರಿನ ಯುವಕರನ್ನ ಸೆಳೆಯೋ ತಂತ್ರ.

ಮೈಸೂರು ಮೃಗಾಲಯಕ್ಕೆ ವಿದ್ಯಾರ್ಥಿಗಳನ್ನ ಸೆಳೆಯೋಕೆ ಅನೇಕ ಶೈಕ್ಷಣಿಕ ಚಟುವಟಿಕೆ ಶುರು ಮಾಡಿದ್ರು. ಮೊದಲ ವರ್ಷದ ಮೊದಲ ಕಾರ್ಯಕ್ರಮಕ್ಕೆ ಭರ್ಜರಿ ಪ್ರತಿಕ್ರಿಯೆ ಸಿಕ್ತು. ಇದರಿಂದ ಇನ್ನಷ್ಟು ಉತ್ತೇಜನಗೊಂಡ ಅಧಿಕಾರಿ, ಮಾರನೇ ವರ್ಷಕ್ಕೆ ಹೈಸ್ಕೂಲು ವಿದ್ಯಾರ್ಥಿಗಳಿಗಾಗಿ ಯೂತ್ ಕ್ಲಬ್ ಶುರು ಮಾಡಿಬಿಟ್ಟರು.

ಈ ಯೂತ್ ಕ್ಲಬ್ ಇಡೀ ಮೃಗಾಲಯದ ವ್ಯಾಖ್ಯಾನವನ್ನೇ ಬದಲಾಯಿಸಿಬಿಟ್ಟಿತು. ಮೃಗಾಲಯದಲ್ಲಿ ವಿದ್ಯಾರ್ಥಿಗಳಿಗೆ ಪ್ರತಿ ಪ್ರಾಣಿಯ ಬಗ್ಗೆಯೂ ತಜ್ಞರಿಂದ ಪಾಠ ಮಾಡಿಸಲಾಗುತ್ತಿತ್ತು. ಆನೆ ಮುಂತಾದ ಪ್ರಾಣಿಗಳಿಗೆ ಸ್ನಾನ ಮಾಡಿಸುವುದು, ಆಹಾರ ಕೊಡುವುದು ಮುಂತಾದ ಅತಿ ವಿಶಿಷ್ಟ ಚಟುವಟಿಕೆಗಳನ್ನ ಇಲ್ಲಿ ಕಲಿಸಲಾರಂಭಿಸಿದರು. ಭಾನುವಾರ ಮಾತ್ರ ತರಗತಿ ನಡೆಯುತ್ತಿದ್ದ ಕಾರಣ ಪೋಷಕರೂ ಸಹ ಮಕ್ಕಳನ್ನು ಕಳಿಸಲು ಹಿಂದೇಟು ಹಾಕಲಿಲ್ಲ. ಇದು ಮಕ್ಕಳಿಗೆ ಅದ್ಯಾವ ಪರಿ ಪ್ರಭಾವ ಬೀರಿತೆಂದರೆ, ತಂತಮ್ಮ ಶಾಲೆಗಳಲ್ಲಿ, ಮನೆಯ ಅಕ್ಕಪಕ್ಕ, ನೆಂಟರಿಷ್ಟರ ಬಳಿ ತಮ್ಮ ಎಲ್ಲಾ ಹೊಸ ಅನುಭವಗಳನ್ನ ಹೇಳಿಕೊಳ್ಳಲಾರಂಭಿಸಿದರು. ದೂರದೃಷ್ಟಿಯ ಅಧಿಕಾರಿ ಅಕ್ಬರ್ ಷಾಗೆ ಸಹ ಇದೇ ಬೇಕಿತ್ತು. ಮೃಗಾಲಯಕ್ಕೆ ಬಂದ ಮಕ್ಕಳು ರಾಯಭಾರಿಗಳಂತೆ ಕೆಲಸ ಮಾಡಲಾರಂಭಿಸಿದ್ದರು. ಮೈಸೂರು ಮೃಗಾಲಯದ ಬಗ್ಗೆ ಜನರಿಗೆ ಇದ್ದ ಭಾವನೆ ಮಕ್ಕಳ ಮೂಲಕ ಬದಲಾಗತೊಡಗಿತು.

ಈಗ, ಮೈಸೂರು ಮೃಗಾಲಯ ದೇಶದ ಅತಿ ಉತ್ತಮ ಮೃಗಾಲಯ ಎನಿಸಿಕೊಂಡಿದೆ. ಇಲ್ಲಿ ನಡೆಯುವ ಶೈಕ್ಷಣಿಕ ಚಟುವಟಿಕೆಗಳು ವಿಶ್ವದರ್ಜೆಗೆ ಸೇರಿವೆ. ಬೇಸಿಗೆ ಶಿಬಿರ, ಯೂತ್ ಕ್ಲಬ್ ಜತೆಗೆ ಶಿಕ್ಷಕರಿಗೆ ತರಬೇತಿ, ಪ್ರಾಣಿ ಪಾಲಕರಿಗೆ ತರಬೇತಿ ಸಹ ನಡೆಸಲಾಗುತ್ತಿದೆ. ಪ್ರತಿ ವರ್ಷ ಮೃಗಾಲಯ ನಡೆಸುವ ವನ್ಯಜೀವಿ ಛಾಯಾಚಿತ್ರ ಸ್ಪರ್ಧೆ ಈಗ ರಾಷ್ಟ್ರ ಮಟ್ಟದ ಸ್ಪರ್ಧಿಗಳನ್ನ ಆಕರ್ಷಿಸಲಾರಂಭಿಸಿದೆ. ಮೈಸೂರು ಮೃಗಾಲಯದ ಚಟುವಟಿಕೆಗಳು ಅದೆಷ್ಟು ಜನಪ್ರಿಯವಾಗಿವೆ ಎಂದರೆ, ವಿಶ್ವವಿಖ್ಯಾತರೆಲ್ಲ ಮಕ್ಕಳಿಗೆ ಪಾಠ ಮಾಡಲು ಬರಲಾಂಭಿಸಿದ್ದಾರೆ. ಯೂತ್ ಕ್ಲಬ್ ಉದ್ಘಾಟನೆಗೆ ಅನಿಲ್

ಕುಂಬ್ಳೆ, ರಾಹುಲ್ ದ್ರಾವಿಡ್ ಮಾತ್ರವಲ್ಲ ಅನೇಕ ಹಿರಿಯ ಸ್ವಾಮೀಜಿಗಳು, ಖ್ಯಾತ ನ್ಯಾಯಾಧೀಶರೆಲ್ಲ ಬಂದಿದ್ದಾರೆ. ಚಿತ್ರ ನಟ ದರ್ಶನ್ ಸೇರಿದಂತೆ ಅನೇಕ ನಟ–ನಟಿಯರು ಮೈಸೂರು ಮೃಗಾಲಯಕ್ಕೆ ಆಗಿಂದಾಗ್ಗೆ ಬಂದು ಹೋಗುತ್ತಲೇ ಇರುತ್ತಾರೆ. ವನ್ಯಜೀವಿ ವಿಜ್ಞಾನಿ ಉಲ್ಲಾಸ ಕಾರಂತ, ಹೆಸರಾಂತ ವನ್ಯಜೀವಿ ಸಿನಿಮಾ ನಿರ್ಮಾಪಕರಾದ ಕೃಪಾಕರ–ಸೇನಾನಿ, ಪಕ್ಷಿ ತಜ್ಞ ಮನು, ಸಪ್ತ ಗಿರೀಶ, ಮಮತಾ ಸತ್ಯನಾರಾಯಣ, ಅಮೋಘ ವರ್ಷ, ತನುಜಾ, ಇರುವೆ ತಜ್ಞ ಸುನೀಲಕುಮಾರ್, ಉರಗ ತಜ್ಞ ಸ್ನೇಕ್ ಶ್ಯಾಮ್ ಹೀಗೆ ಮೃಗಾಲಯಕ್ಕೆ ಬಂದು ಜ್ಞಾನದ ಬೆಳಕನ್ನು ಚೆಲ್ಲಿ ಹೋದ ಗಣ್ಯರ ಪಟ್ಟಿ ಸಾಕಷ್ಟು ದೊಡ್ಡದಿದೆ.

ಅಕ್ಬರ್ ಷಾ ಆರಂಭಿಸಿದ ಈ ಅಧ್ಯಾಯಕ್ಕೆ ಆನಂತರ ಬಂದ ಅನೇಕ ಅಧಿಕಾರಿಗಳೂ ಹೆಗಲು ಕೊಟ್ಟಿದ್ದಾರೆ. ಆರ್. ರಾಜು, ಕುಮಾರ್ ಪುಷ್ಕರ್, ಮನೋಜಕುಮಾರ್, ವಿಜಯರಂಜನ್ ಸಿಂಗ್, ಬಿ.ಪಿ.ರವಿ ಹೀಗೆ ಅನೇಕ ಅಧಿಕಾರಿಗಳು ಜ್ಞಾನಾರ್ಜನೆಯ ಚಟುವಟಿಕೆಗಳನ್ನ ಬಿಡದೇ ಮುಂದುವರೆಸಿಕೊಂಡು ಹೋಗಿದ್ದಾರೆ.

ಬಿ.ಪಿ.ರವಿ, ಮೃಗಾಲಯದಲ್ಲಿ ಅತಿ ಹೆಚ್ಚು ಸುಧಾರಣಾ ಕೆಲಸಗಳನ್ನ ಕೈಗೊಂಡರು. ಅವರದ್ದೇ ಕಲ್ಪನೆಯ ಕೂಸಾದ ಚಾಮುಂಡಿ ವನ್ಯಜೀವಿ ಸಂರಕ್ಷಣೆ, ರಕ್ಷಣೆ ಮತ್ತು ಪುನರ್ವಸತಿ ಕೇಂದ್ರ ಸಹ ಮೈಸೂರು ಹೊರವಲಯದಲ್ಲಿ ತಲೆ ಎತ್ತಿದೆ.

ಈ ಎಲ್ಲ ಅಧಿಕಾರಿಗಳು ಮೃಗಾಲಯದಲ್ಲಿ ಶೈಕ್ಷಣಿಕ ಚಟುವಟಿಕೆಗಳನ್ನ ಮುಂದುವರಿಸಿಕೊಂಡು ಹೋಗೋಕೆ ಬೆನ್ನೆಲುಬಾಗಿ ನಿಂತ ಇಬ್ಬರನ್ನ ಇಲ್ಲಿ ನೆನೆಯಲೇಬೇಕು. ಮೃಗಾಲಯದಲ್ಲಿ ಕಳೆದ 25ಕ್ಕೂ ಹೆಚ್ಚು ವರ್ಷಗಳಿಂದ ಆಡಳಿತಾಧಿಕಾರಿಯಾಗಿ ಕೆಲಸ ಮಾಡಿ ನಿವೃತ್ತರಾದ ಶಿವಣ್ಣ ಹಾಗೂ 15 ವರ್ಷಕ್ಕೂ ಹೆಚ್ಚು ಕಾಲ ಶಿಕ್ಷಣಾಧಿಕಾರಿಯಾಗಿ ಕೆಲಸ ಮಾಡಿದ ಎಲ್ಲರ ಪ್ರೀತಿಯ 'ಸೋಮು' ಸೋಮಶೇಖರ್ ಪಾತ್ರ ಎಲ್ಲರಿಗಿಂತಲೂ ಮಿಗಿಲು. ಮೃಗಾಲಯಕ್ಕೆ ಯಾವುದೇ ಅಧಿಕಾರಿ ಬರಲಿ, ಮೃಗಾಲಯದಲ್ಲಿ ಯಾವುದೇ ಏರುಪೇರುಗಳಾಗಲಿ, ಅದರಿಂದ ಶೈಕ್ಷಣಿಕ ಚಟುವಟಿಕೆಗಳಿಗೆ ಧಕ್ಕೆ ಬರದಂತೆ ಮುಂದುವರಿಸಿಕೊಂಡು ಹೋಗಿದ್ದು ಶಿವಣ್ಣ ಮತ್ತು ಸೋಮಶೇಖರ್.

ಇವೆಲ್ಲದರ ಜತೆಗೆ ಮೃಗಾಲಯ ಆರಂಭಿಸಿದ ಪ್ರಾಣಿ ದತ್ತು ಸ್ವೀಕಾರ ಯೋಜನೆ ಅದೆಷ್ಟು ಜನಪ್ರಿಯವಾಗಿದೆ ಅಂದ್ರೆ, ರಾಜ್ಯದ ಮತ್ತು ದೇಶದ

ಅನೇಕ ಗಣ್ಯರು ಲಕ್ಷಾಂತರ ರುಪಾಯಿ ಹಣ ಕೊಟ್ಟು ಹುಲಿ, ಚಿರತೆ, ಆನೆ, ಜಿರಾಫೆಗಳನ್ನ ದತ್ತು ಪಡೆದಿದ್ದಾರೆ. ವಿಶ್ವವಿಖ್ಯಾತ ಯೋಗಗುರು ಬಿ.ಕೆ.ಎಸ್ ಅಯ್ಯಂಗಾರ್ 30 ಲಕ್ಷ ಹಣ ನೀಡಿ ದತ್ತಿ ಸ್ಥಾಪಿಸಿಬಿಟ್ಟಿದ್ದಾರೆ. ಇದೀಗ ಮೃಗಾಲಯಕ್ಕೆ ದತ್ತು ಸ್ವೀಕಾರ ಯೋಜನೆಯಡಿ ಲಕ್ಷಗಟ್ಟಲೇ ಹಣವೂ ಬರಲಾರಂಭಿಸಿದೆ.

ಒಬ್ಬ ಅಧಿಕಾರಿ ಕಟ್ಟಿದ ಕನಸು, ಹಾಕಿದ ಭದ್ರ ಬುನಾದಿ... ಉಳಿದ ಅಧಿಕಾರಿಗಳು ಶ್ರದ್ಧೆಯಿಂದ ಮಾಡಿದ ಕೆಲಸ ಹಾಗೂ ಕೆಲವರ ಆಸಕ್ತಿಯಿಂದಲೇ ಇವತ್ತು ಮೈಸೂರು ಮೃಗಾಲಯ ತನ್ನ ವ್ಯಾಖ್ಯಾನವನ್ನೇ ಬದಲಾಯಿಸಿಕೊಂಡಿದೆ. ಯುವಕರು ಪರಿಸರ ಮತ್ತು ವನ್ಯಜೀವಿಗಳ ಬಗ್ಗೆ ಕಾಳಜಿ ಹೊಂದಲು ತನ್ನದೇ ಆದ ಕಾಣಿಕೆ ನೀಡಿದೆ. ಬದ್ಧತೆಯಿಂದ ಕೆಲಸ ಮಾಡಿದಲ್ಲಿ ಸರ್ಕಾರಿ ಸಂಸ್ಥೆಯೊಂದು ಹೇಗೆ ಸಾಮಾಜಿಕ ಮತ್ತು ಪರಿಸರ ಬದಲಾವಣೆಗಳಿಗೆ ಕಾರಣವಾಗಬಹುದು ಎನ್ನೋದಕ್ಕೆ ಮೈಸೂರು ಮೃಗಾಲಯವೇ ಸಾಕ್ಷಿ.

6

ಕಾಡಿನಲ್ಲಿ ಹುಲಕೋಟಿಯ ಹುಲಿ, ಮಂಡ್ಯದ ಗಂಡು, ರಾಯರ ಪ್ರವಾಸ

ಅದು 70ರ ದಶಕ. ಇಡೀ ದೇಶ ಬಡತನದ ಬೇಗೆಯಲ್ಲಿ ಬೇಯುತ್ತಿತ್ತು. ದೆಹಲಿಯಲ್ಲಿ ಇಂದಿರಾ ಗಾಂಧಿ ಪ್ರಧಾನಮಂತ್ರಿ ಹುದ್ದೆಯ ಚುಕ್ಕಾಣಿ ಹಿಡಿದಿದ್ದರು. ದೇಶದೊಳಗೆ ರಾಜಕೀಯ, ಸಾಮಾಜಿಕ ಅಸ್ಥಿರತೆಗಳು ಪುಟಿದೇಳುತ್ತಿದ್ದ ಕಾಲ ಅದು.

ಕರ್ನಾಟಕದಲ್ಲಿ ಆಗ ದೇವರಾಜ ಅರಸು ಮುಖ್ಯಮಂತ್ರಿಯಾಗಿದ್ದರು. ಹುಲಕೋಟಿ ಹುಲಿ ಅಂತಾನೇ ಜನಪ್ರಿಯರಾಗಿದ್ದ ಕೆ.ಎಚ್.ಪಾಟೀಲರು ಅರಣ್ಯ ಸಚಿವರಾಗಿದ್ದರು.

ಒಮ್ಮೆ ಕೆ.ಎಚ್.ಪಾಟೀಲರು ಮೈಸೂರು ಜಿಲ್ಲೆಯ ಎಚ್.ಡಿ.ಕೋಟೆ ತಾಲೂಕಿನ ಅಂತರಸಂತೆಗೆ ಬಂದಿದ್ದರು. ಕಾಡಿನಲ್ಲಿದ್ದ ಅತಿಥಿಗೃಹಕ್ಕೆ ಹೋಗುತ್ತಿದ್ದಾಗ ದಾರಿಯುದ್ದಕ್ಕೂ ಲೋಡುಗಟ್ಟಲೇ ಸೌದೆ ತುಂಬಿಕೊಂಡಿದ್ದ ಎತ್ತಿನ ಗಾಡಿಗಳನ್ನ ನೋಡಿ ಗಾಬರಿಯಾಗಿಬಿಟ್ಟರು. ಜತೆಯಲ್ಲಿದ್ದ ಅರಣ್ಯಾಧಿಕಾರಿಗಳಿಗೆ ಕೇಳಿದಾಗ ಜನ ತಮ್ಮ ಅಗತ್ಯಕ್ಕೆ ಬೇಕಾಗುವಷ್ಟು ಸೌದೆ ಕಾಡಿನಿಂದ ತರುತ್ತಿದ್ದಾರೆ. ನಾವೂ ಸಹ ಅದಕ್ಕೆ ಆಕ್ಷೇಪಣೆ ಮಾಡ್ತಾ ಇಲ್ಲ ಎಂದರು.

ರಾಜ್ಯದಲ್ಲಿ ಆ ದಿನಗಳಲ್ಲಿ ಆರ್ಥಿಕ ಪರಿಸ್ಥಿತಿಯೇನೂ ಚೆನ್ನಾಗಿರಲಿಲ್ಲ. ಬಡತನ ಸಾಕಷ್ಟಿತ್ತು. ಆ ದಿನಗಳಲ್ಲಿ ಜನ ಕಾಡನ್ನ ತಮ್ಮ ಸ್ವಂತ ಆಸ್ತಿಯಂತೆ ಕಬಳಿಸುತ್ತಿದ್ದರು. ಆ ದಿನಗಳಲ್ಲಿ ಬಿಗಿ ಕಾನೂನುಗಳು ಇದ್ದರೂ ಯಾವುದೂ ಪ್ರಯೋಜನ ಇರಲಿಲ್ಲ. ಕಾಡಿಗೆ ಹೋಗಿ ಮರ ಕಡಿಯೋದಕ್ಕೆ ಆಗ ಯಾರಪ್ಪನ ಅನುಮತಿಯೂ ಬೇಕಿರಲಿಲ್ಲ. ಎಲ್ಲಕ್ಕಿಂತ ಹೆಚ್ಚಾಗಿ ಜನರೂ ಸಹ ಯಾವುದನ್ನೂ ಯಾರಿಗೂ ಹೇಳಿ-ಕೇಳಿ ಮಾಡುತ್ತಿರಲೂ ಇಲ್ಲ. ಅಡುಗೆಗೆ, ಸ್ನಾನಕ್ಕೆ ಇನ್ಯಾವುದೋ ಕೆಲಸಕ್ಕೆ ಹೀಗೆ ಯಾವುದಕ್ಕೆ ಬೇಕೋ ಅದಕ್ಕೆಲ್ಲಾ ಜನ ಕಟ್ಟಿಗೆ ಕಡಿದು ತರಲು ಕಾಡಿಗೆ ನುಗ್ಗುತ್ತಿದ್ದರು. ಕಾಡಿಗೆ ಹೋಗಿ ಮರ ಕಡಿದು ತರೋದಕ್ಕೆ ಯಾವುದೇ ನಿಯಂತ್ರಣ ಇರಲಿಲ್ಲ. ಕೆಲವರು ತಲೆ ಮೇಲೆ ಹೊತ್ತು ತಂದರೆ, ಮತ್ತೆ ಕೆಲವರು ಎತ್ತಿನ ಗಾಡಿಗಳಲ್ಲಿ ಸೌದೆ ತುಂಬಿಕೊಂಡು ಬರುತ್ತಿದ್ದರು. ಆ ದಿನಗಳಲ್ಲಿ ಅರಣ್ಯ ಇಲಾಖೆಗೆ ಎರಡೂವರೆ ರುಪಾಯಿ ನೀಡಿ ಸೌದೆ ತರಬಹುದಾಗಿತ್ತು. ಅವರವರ ಮನೆ ಅಗತ್ಯಕ್ಕೆಂದು ಕೊಟ್ಟಿದ್ದ ಅನುಮತಿ ಕ್ರಮೇಣ ವಾಣಿಜ್ಯೀಕರಣಗೊಳ್ಳತೊಡಗಿತು. ಜನ ಕ್ರಮೇಣ ಕಾಡಿನಿಂದ ತಂದ ಸೌದೆಯನ್ನ ನಗರಗಳಿಗೆ ಮಾರಾಟ ಮಾಡತೊಡಗಿದರು. ಒಂದು ಊರಿನಿಂದ 5 ಅಥವಾ 10 ಗಾಡಿಗಳಲ್ಲಿ ತರಲಾಗುತ್ತಿದ್ದ ಸೌದೆ ಕ್ರಮೇಣ 100ಕ್ಕೆ ಏರಿತ್ತು. ಹಸಿ ಮರಗಳನ್ನೂ ಜನ ಕಡಿದು ಸಾಗಿಸಲಾರಂಭಿಸಿದರು. ಕಾಡಿನಲ್ಲಿದ್ದ ಮರಗಳ ಲೂಟಿ ವಿಪರೀತವಾಯ್ತು. ಇದು ಅರಣ್ಯ ಸಚಿವ ಕೆ.ಎಚ್.ಪಾಟೀಲರನ್ನ ಕಂಗೆಡಿಸಿತ್ತು.

ಅರಣ್ಯವೇ ಇಲ್ಲದ ಗದಗ ಜಿಲ್ಲೆಯಿಂದ ಬಂದಿದ್ದ ಪಾಟೀಲರು ಕಾಡಿನ ಸಂಪತ್ತನ್ನ ಜನ ಕೊಳ್ಳೆ ಹೊಡೆಯೋದಕ್ಕೆ ಶುರು ಮಾಡಿರುವುದನ್ನು ನೋಡಿ ಕಂಗಾಲಾಗಿಬಿಟ್ಟರು. ಸೀದಾ ಬೆಂಗಳೂರಿಗೆ ಹೋದವರೇ, ರಾಜ್ಯದ ಅರಣ್ಯಗಳಿಗೆ ಎತ್ತಿನ ಗಾಡಿ ಪ್ರವೇಶವನ್ನ ನಿಷೇಧಿಸಿಬಿಟ್ಟರು. ಅಷ್ಟೇ ಅಲ್ಲ, ಕಾಡಿನಿಂದ ಸೌದೆ ತರುವುದಕ್ಕೂ ನೀಡಿದ್ದ ಅನುಮತಿ ರದ್ದು ಮಾಡಿಬಿಟ್ಟರು.

ಸರ್ಕಾರದ ಈ ಆದೇಶ ಜನರ ಮೇಲೆ ಭಾರಿ ಪರಿಣಾಮ ಬೀರಿತು. ಎಲ್ಲಾ ಕಡೆ ವಿರೋಧ ವ್ಯಕ್ತವಾಯ್ತು. ವಿಧಾನಸಭೆ ಅಧಿವೇಶನದಲ್ಲಿ ಪ್ರತಿಪಕ್ಷಗಳ ಜತೆಗೆ ಕಾಂಗ್ರೆಸ್ ಪಕ್ಷದ ಸದಸ್ಯರೂ ಸಚಿವರ ಆದೇಶಕ್ಕೆ ವಿಪರೀತ ಆಕ್ರೋಶ ವ್ಯಕ್ತಪಡಿಸಿದರು. ಆದರೆ, ಹುಲಕೋಟಿ ಹುಲಿ ಯಾವುದಕ್ಕೂ ಜಗ್ಗಲಿಲ್ಲ. ಆದೇಶ ವಾಪಸ್ ಪಡೆಯಿರಿ ಅಂತಾ ಖುದ್ದು ಸಿಎಂ ದೇವರಾಜ ಅರಸು ಹೇಳಿದರೂ ಪಾಟೀಲರು ಪಟ್ಟು ಬಿಡಲಿಲ್ಲ.

ಒತ್ತಡ ಜಾಸ್ತಿಯಾದಾಗ ಕೆ.ಎಚ್. ಪಾಟೀಲರು ಒಂದು ದಿನ ಸುಮಾರು 40ಕ್ಕೂ ಹೆಚ್ಚು ಶಾಸಕರನ್ನ ಬೆಂಗಳೂರಿನ ವುಡ್‌ಲ್ಯಾಂಡ್ಸ್ ಹೋಟೆಲಿಗೆ ಚಹಾಕೂಟಕ್ಕೆ ಆಹ್ವಾನಿಸಿದರು. ಹಿರಿಯ ಅರಣ್ಯಾಧಿಕಾರಿ ಶ್ಯಾಮಸುಂದರ್ ಜತೆಯಲ್ಲಿದ್ದರು. ಎಲ್ಲ ಶಾಸಕರಿಗೂ ಮನಮುಟ್ಟುವಂತೆ ಕಾಡಿನ ಮಹತ್ವ ವಿವರಿಸಿದ ಸಚಿವರು, ಕಡೆಗೂ ಅವರ ಮನವೊಲಿಸುವಲ್ಲಿ ಯಶಸ್ವಿಯಾದರು. ಪಾಟೀಲರ ಹಠಕ್ಕೆ ಮಣಿದ ಮುಖ್ಯಮಂತ್ರಿ ಅರಸು ಸಹ ಸುಮ್ಮನಾದರು.

ಇಷ್ಟೇ ಅಲ್ಲ, ಪಾಟೀಲರು ಮಾಡಿದ ಒಂದು ಅದ್ಭುತ ಕೆಲಸ ಇಡೀ ದೇಶವೇ ಅವರಿಗೆ ಚಿರಋಣಿಯಾಗುವಂತೆ ಮಾಡಿತು. ದೇಶದ ಯಾವುದೇ ರಾಜಕಾರಣಿ, ಸಚಿವರೂ ಯೋಚನೆ ಮಾಡದಂತಹ ಕೆಲಸವನ್ನ ಪಾಟೀಲರು ಮಾಡಿಬಿಟ್ಟರು. ಆ ದಿನಗಳಲ್ಲಿ ಅರಣ್ಯ ಸಚಿವರಿಗೆ ಅತ್ಯಧಿಕ ವ್ಯಕ್ತಿಗತ ಅಧಿಕಾರ ಇತ್ತು. ಸಚಿವರು ಯಾವುದೇ ಬಗೆಯ ಆದೇಶವನ್ನೂ ನೀಡಬಹುದಾಗಿತ್ತು. ಯಾವುದೇ ಅರಣ್ಯ ಭೂಮಿಯನ್ನ ಯಾರಿಗೆ ಬೇಕಾದರೂ ಬರೆದುಕೊಡಬಹುದಾಗಿತ್ತು. ಅಂತಹ ದಿನಗಳಲ್ಲಿ ಪಾಟೀಲರು ಸಚಿವರಿಗೆ ಇದ್ದ ವ್ಯಕ್ತಿಗತ ಅಧಿಕಾರವನ್ನ ಶಾಸನಸಭೆಗೆ ಹಸ್ತಾಂತರಿಸಿಬಿಟ್ಟರು. ಅರಣ್ಯ ಭೂಮಿಯ ಮೇಲೆ ಶಾಸನ ಸಭೆಯ ನಿಯಂತ್ರಣ ತಂದರು. ಇಡೀ ದೇಶದಲ್ಲೇ ಈ ಕಾನೂನನ್ನು ಜಾರಿ ಮಾಡಿದ ಮೊದಲ ಸಚಿವ ಎನ್ನುವ ಹೆಗ್ಗಳಿಕೆಗೆ ಪಾತ್ರರಾದರು.

***

ಅರಣ್ಯ ಸಂರಕ್ಷಣೆಗೆ ಕೊಡುಗೆ ನೀಡಿದವರಲ್ಲಿ ಮಂಡ್ಯದ ಗಂಡು ಅಂತಾನೇ ಖ್ಯಾತರಾಗಿದ್ದ ಜಿ.ಮಾದೇಗೌಡರೂ ಒಬ್ಬರು. 1981ರಲ್ಲಿ ಅರಣ್ಯ ಸಚಿವರಾಗಿದ್ದಾಗ ಉತ್ತರಪ್ರದೇಶಕ್ಕೆ ಹೋಗಿದ್ದ ಮಾದೇಗೌಡರ ಮೇಲೆ ಅಲ್ಲಿನ ಸಾಮಾಜಿಕ ಅರಣ್ಯ ಚಟುವಟಿಕೆಗಳು ಭಾರಿ ಪ್ರಭಾವ ಬೀರಿದ್ದವು. ಅಲ್ಲೆಲ್ಲಾ ಬೇರೆ ಬೇರೆ ಪ್ರದೇಶಗಳಿಗೆ ಭೇಟಿ ನೀಡುತ್ತಿದ್ದಾಗ ರೈತನೊಬ್ಬನನ್ನು

ಮಾತನಾಡಿಸಿದರು. ನಾನು ಮಂಡ್ಯದ ರೈತ. ನೀನು ಇಲ್ಲಿನ ರೈತ. ನೀವು ಜಮೀನಿನಲ್ಲಿ ಬೆಳೆ ಜತೆಗೆ ಮರಗಳನ್ನೂ ಬೆಳೆಸಿದ್ದೀರಲ್ಲ. ಏನಾದ್ರೂ ಲಾಭ ಇದೆಯಾ ಅಂತಾ ಕೇಳಿದ್ರು. ರೈತ ವಿವರಿಸಿ ಹೇಳಿದಾಗ ಮಾದೇಗೌಡರಿಗೆ ಥ್ರಿಲ್ ಆಯ್ತು. ಜಮೀನಿನ ಜಾಗವನ್ನ ಬಳಸಿಕೊಂಡು ಗಿಡ ನೆಟ್ಟು ವಾಣಿಜ್ಯಕ್ಕೂ ಬಳಸಿಕೊಳ್ಳಬಹುದು, ಪರಿಸರವನ್ನೂ ಉಳಿಸಿಕೊಳ್ಳಬಹುದು ಅನ್ನೋದು ಮನದಟ್ಟಾಯ್ತು. ಉತ್ತರಪ್ರದೇಶ ಭೇಟಿಯಿಂದ ಸ್ಫೂರ್ತಿ ಪಡೆದ ಮಾದೇಗೌಡರು ರಾಜ್ಯದಲ್ಲಿ ಸಾಮಾಜಿಕ ಅರಣ್ಯ ಚಟುವಟಿಕೆಗಳಿಗೆ ಹೆಚ್ಚಿನ ಮಹತ್ವ ಕೊಟ್ಟರು.

ಅಷ್ಟೇ ಅಲ್ಲ, ಮೊಟ್ಟ ಮೊದಲ ಬಾರಿಗೆ ನಗರ ಹಸಿರೀಕರಣ ಯೋಜನೆಯನ್ನ ಮಾದೇಗೌಡರು ಆರಂಭ ಮಾಡಿಸಿದ್ರು. ಒಂದೇ ವರ್ಷದಲ್ಲಿ 5 ಲಕ್ಷ ಗಿಡಗಳನ್ನ ಬೆಂಗಳೂರಿನಲ್ಲಿ ನೆಡಲಾಯಿತು. ಈ ವಿಚಾರ ಇಡೀ ದೇಶಕ್ಕೆ ಹರಡಿ ಎಲ್ಲರೂ ಕೊಂಡಾಡಿದರು. ಈ ಅದ್ಭುತ ಸಾಧನೆ ನೋಡೋದಕ್ಕೆ ಅಂದಿನ ಪ್ರಧಾನಿ ರಾಜೀವ ಗಾಂಧಿ ದಿಲ್ಲಿಯಿಂದ ಹಿರಿಯ ಅಧಿಕಾರಿಯೊಬ್ಬರನ್ನ ಕಳಿಸಿದ್ದರು.

***

ಅದೇ ರೀತಿ, ದೇಶದಲ್ಲೇ ಪರಿಸರ ಪ್ರವಾಸೋದ್ಯಮಕ್ಕೆ ಮುನ್ನುಡಿ ಬರೆದವರು ನಮ್ಮ ಮುಖ್ಯಮಂತ್ರಿಯಾಗಿದ್ದ ಗುಂಡೂರಾವ್.

1978ರಲ್ಲಿ ಸಮ್ಮೇಳನವೊಂದರಲ್ಲಿ ಪಾಲ್ಗೊಳ್ಳಲು ನೇಪಾಳಕ್ಕೆ ಗುಂಡೂರಾವ್ ಭೇಟಿ ನೀಡಿದ್ದರು. ಅಲ್ಲಿ ಟೈಗರ್ ಟಾಪ್ಸ್ ಜಂಗಲ್ ಲಾಡ್ಜ್ ಎನ್ನುವ ರೆಸಾರ್ಟ್‌ನಲ್ಲಿ ಉಳಿದುಕೊಂಡಿದ್ದರು. ಆ ಜಾಗದ ರಮಣೀಯತೆ, ಅಲ್ಲಿಗೆ ಬರುತ್ತಿದ್ದ ದೇಶ ವಿದೇಶದ ಪ್ರವಾಸಿಗರನ್ನ ನೋಡಿದ ಗುಂಡೂರಾವ್ ಕರ್ನಾಟಕಕ್ಕೆ ವಾಪಸ್ ಬಂದು ಇಲ್ಲೂ ಜಂಗಲ್ ಲಾಡ್ಜಸ್ ಅಂಡ್ ರೆಸಾರ್ಟ್ಸ್ ಎನ್ನುವ ಸರ್ಕಾರಿ ಕಂಪನಿ ಶುರು ಮಾಡಿಸಿದ್ರು. ದೇಶದ ಮೊದಲ ಪರಿಸರ ಪ್ರವಾಸೋದ್ಯಮದ ಹೆಜ್ಜೆ ಇದಾಗಿತ್ತು. ಇವತ್ತು ಈ ಜಂಗಲ್ ಲಾಡ್ಜಸ್ ಸರ್ಕಾರಿ ಅಧೀನದಲ್ಲಿದ್ದರೂ ಅತಿ ಹೆಚ್ಚು ಲಾಭ ಗಳಿಸುತ್ತಿರುವ ರೆಸಾರ್ಟ್ ಎನ್ನುವ ಹಿರಿಮೆ ಗಳಿಸಿದೆ.

ಇದನ್ನೆಲ್ಲಾ ಏಕೆ ಹೇಳುತ್ತಿದ್ದೇನೆ ಎಂದರೆ, ನಮ್ಮ ರಾಜಕಾರಣಿಗಳು ಮನಸು ಮಾಡಿದರೆ ಏನೆಲ್ಲಾ ಅತ್ಯುತ್ತಮ ಕೆಲಸಗಳನ್ನ ಮಾಡಬಹುದು ಎನ್ನುವುದಕ್ಕೆ ಈ ಮಹನೀಯರೇ ಉದಾಹರಣೆ. ಇವತ್ತು ಈ ಮೂವರು

ಮಾಡಿದ ಮಹತ್ತರ ಕೆಲಸಗಳು ರಾಜ್ಯದ ಅರಣ್ಯ ಸಂರಕ್ಷಣೆಯಲ್ಲಿ ಅತಿ ವಿಶಿಷ್ಟ ಪರಿಣಾಮಗಳನ್ನ ಬೀರಿವೆ.

ಕೆ. ಎಚ್. ಪಾಟೀಲರು ಎತ್ತಿನ ಗಾಡಿ ಕಾಡಿಗೆ ಪ್ರವೇಶ ಮತ್ತು ಕಾಡಿನಿಂದ ಮರ ತರುವುದನ್ನು ನಿಷೇಧಿಸದೇ ಇದ್ದರೆ ಇವತ್ತು ಕಾಡೇ ಇರುತ್ತಿರಲಿಲ್ಲ. ಅರಣ್ಯ ಭೂಮಿ ಮೇಲಿದ್ದ ಸಚಿವರ ಅಧಿಕಾರವನ್ನ ತ್ಯಜಿಸಿ ಶಾಸಕಾಂಗ ಸಭೆಗೆ ಅಧಿಕಾರ ವರ್ಗಾವಣೆ ಮಾಡದೇ ಇದ್ದಿದ್ದರೆ ಇವತ್ತು ಯಾವುದೇ ಅರಣ್ಯ ಭೂಮಿ ಉಳಿಯುತ್ತಿರಲಿಲ್ಲ. ಅದೇ ರೀತಿ ನಮ್ಮ ಜಿ.ಮಾದೇಗೌಡರು ಸಾಮಾಜಿಕ ಅರಣ್ಯ ಮತ್ತು ನಗರ ಹಸಿರೀಕರಣಕ್ಕೆ ಒತ್ತು ನೀಡದೇ ಹೋಗಿದ್ದರೆ, ನಮ್ಮ ಕೃಷಿ ಭೂಮಿ ಮತ್ತು ನಗರ ಪ್ರದೇಶಗಳಲ್ಲಿ ಹಸಿರು ಕಾಣುವುದು ಕಷ್ಟವಾಗುತ್ತಿತ್ತು ಅಲ್ಲವೇ? ಗುಂಡೂರಾವ್ ನೇಪಾಳದ ಪ್ರವಾಸೋದ್ಯಮದ ಮಾದರಿಯನ್ನ ಕರ್ನಾಟಕದಲ್ಲಿ ಅಳವಡಿಸಿಕೊಳ್ಳೋದಕ್ಕೆ ಆಸ್ಥೆ ವಹಿಸದೇ ಹೋಗಿದ್ದರೆ ಇಂದು ಪರಿಸರ ಪ್ರವಾಸೋದ್ಯಮ ಎನ್ನುವ ಹೊಸ ಕ್ಷೇತ್ರವೇ ಹುಟ್ಟುತ್ತಿರಲಿಲ್ಲ.

ಕಾಡಿಗೂ ಪ್ರವಾಸ ಹೋಗಬಹುದು. ಆ ಪ್ರವಾಸದಿಂದಾಗಿ ಜನರಲ್ಲಿ ಕಾಡು, ಕಾಡು ಪ್ರಾಣಿಗಳ ಮಹತ್ವದ ಅರಿವು ಉಂಟಾಗುತ್ತದೆ. ಆ ಮೂಲಕ ಅರಣ್ಯ ಸಂರಕ್ಷಣೆಗೆ ಹೊಸ ಆಯಾಮ ಸಿಗುತ್ತದೆ ಎನ್ನುವುದು ಗುಂಡೂರಾಯರಿಗೆ ಅಂದೇ ಗೊತ್ತಿತ್ತು ಅಲ್ಲವೇ? ಆದರೆ, ಆ ಮಟ್ಟದ ಯೋಚನೆಯ ಸಚಿವರು ಈಗ ನಮ್ಮ ಸರ್ಕಾರಗಳಲ್ಲಿ ಬರುತ್ತಿಲ್ಲ. ಸಚಿವರಿಗೆ ಅಂತಹ ಉದಾತ್ತ ಯೋಚನೆಗಳಿದ್ದರೂ ಜಾರಿಗೆ ರಾಜಕಾರಣದ ಅಡ್ಡಿ ಆತಂಕಗಳು ಬರುತ್ತಿರಬಹುದು.

7 'ಹುಲಿ-ಹೆಜ್ಜೆ'ಯ ಜಾಡಿನಲ್ಲಿ, ತಂತ್ರಜ್ಞಾನ ಬಂತು ಕಾಡಿನಲ್ಲಿ

ಅಂದಿನ ಅರಣ್ಯ ಇಲಾಖೆ:

ಕಾಡಿನಲ್ಲಿ ಎದುರುಗಡೆ ಬೇಟೆಗಾರರು ನಿಂತಿದ್ದಾರೆ. ಅರಣ್ಯ ಸಿಬ್ಬಂದಿ ಬಂದೂಕು ಎತ್ತಿ ಟ್ರಿಗರ್ ಅದುಮಿದರೆ, ಗುಂಡು ಹಾರಲೇ ಇಲ್ಲ. ಗನ್ ಕೈಕೊಡ್ತು ಅಂತ ಗೊತ್ತಾದ ತಕ್ಷಣ ಅರಣ್ಯ ಸಿಬ್ಬಂದಿ ಮೇಲೇ ಗುಂಡು ಹಾರಿಸಿ ಬೇಟೆಗಾರರು ಪರಾರಿಯಾಗಿಬಿಟ್ಟರು. ತಕ್ಷಣ ಹೆಚ್ಚಿನ ಸಿಬ್ಬಂದಿ ಕಳಿಸಿ ಅಂತ ಹಿರಿಯ ಅಧಿಕಾರಿಗಳಿಗೆ ಸಂದೇಶ ಕಳಿಸಲು ವಾಕಿಟಾಕಿ ಆನ್ ಮಾಡಿದ್ರೆ, ಅದು ಕೆಲಸಾನೇ ಮಾಡ್ತಾ ಇಲ್ಲ. ಗೊರ ಗೊರ ಸದ್ದು ಮಾಡ್ತಾ ಸತ್ತು ಹೋಯ್ತು.

ಇಂದಿನ ಅರಣ್ಯ ಇಲಾಖೆ:

ಗಸ್ತು ತಿರುಗುವ ಅರಣ್ಯ ಸಿಬ್ಬಂದಿ ಕೈಯಲ್ಲಿ ಅತ್ಯಾಧುನಿಕ ವಿದೇಶಿ ನಿರ್ಮಿತ ಗನ್. ಮತ್ತೊಬ್ಬನ ಕೈಯಲ್ಲಿ ಜಿಪಿಎಸ್. ಇನ್ನೊಬ್ಬರ ಕೈಯಲ್ಲಿ ಅತಿ ದೂರದವರೆಗೂ ಸಿಗ್ನಲ್ ಗ್ರಹಿಸುವ ಶಕ್ತಿಶಾಲಿ ವಾಕಿಟಾಕಿ. ಎಲ್ಲಕ್ಕಿಂತ ಹೆಚ್ಚಾಗಿ ಕಾಡಿನಲ್ಲಿ ಎಲ್ಲೆಂದರಲ್ಲಿ ಹಾಕಲಾಗಿರುವ ಕ್ಯಾಮೆರಾಗಳು. ಇಷ್ಟೆಲ್ಲಾ ವ್ಯಾಖ್ಯಾನಕ್ಕೆ ಕಾರಣ ಈ ಕತೆ.

ಗೆಳೆಯ ಅಮೋಘವರ್ಷ ಕೈತುಂಬಾ ಸಂಬಳ ತರುತ್ತಿದ್ದ ಕೆಲಸ ಬಿಟ್ಟು ಕೈಗೆ ಕ್ಯಾಮೆರಾ ಹಾಕಿಕೊಂಡು ಪ್ರಾಣಿಗಳ ಫೋಟೋ ತೆಗೆಯುತ್ತಾ ಓಡಾಡಿಕೊಂಡಿದ್ದ. ಒಂದು ದಿನ ಫೋನ್ ಮಾಡಿ ಕಾಡಿಗೆ ಹೋಗೋಣ ಬನ್ನಿ ಅಂತ ನೇರವಾಗಿ ಚಾಮರಾಜನಗರ ಜಿಲ್ಲೆಯ ಬಿಳಿಗಿರಿ ರಂಗನಾಥಸ್ವಾಮಿ ಹುಲಿ ಸಂರಕ್ಷಿತ ಪ್ರದೇಶಕ್ಕೆ (ಬಿಆರ್‌ಟಿ) ಕರೆದುಕೊಂಡು ಹೋದ. ಅಮೋಘವರ್ಷ ಅಲ್ಲಿನ ಡಿಸಿಎಫ್ ವಿಜಯಮೋಹನ ರಾಜ್ ಜತೆ ಸೇರಿ ಅರಣ್ಯ ಇಲಾಖೆಗೆಂದು ಸಾಕ್ಷ್ಯಚಿತ್ರವೊಂದನ್ನು ನಿರ್ಮಿಸುತ್ತಿದ್ದ. ಅಲ್ಲಿ ನಾವು ನೇರವಾಗಿ ಹೋಗಿದ್ದು, ಜೋಡಿಗೆರೆ ಬೇಟೆ ನಿಗ್ರಹ ಶಿಬಿರಕ್ಕೆ.

ಗುಡ್ಡ ಹತ್ತುತ್ತಾ... ಬೆಟ್ಟ ಇಳಿಯುತ್ತಾ... ಅಲ್ಲಲ್ಲಿ ದಣಿವಾರಿಸಿಕೊಳ್ಳುತ್ತಾ ನಮ್ಮ ಟ್ರೆಕ್ಕಿಂಗ್ ಮತ್ತು ಶೂಟಿಂಗ್ ಮುಂದೆ ಸಾಗುತ್ತಿತ್ತು. ಸುಮಾರು 7 ಕಿಲೋ ಮೀಟರ್ ನಡೆದ ಮೇಲೆ ಕೆಲ ನಿರ್ದಿಷ್ಟ ಜಾಗಗಳಲ್ಲಿ ಚಿತ್ರೀಕರಣ ಮುಗಿಸಿ ವಾಪಸ್ ಹೊರಟೆವು.

ಬೇಟೆ ನಿಗ್ರಹ ಶಿಬಿರಕ್ಕೆ ಬರುವ ಹೊತ್ತಿಗೆ ಕತ್ತಲಾಗಿತ್ತು.

ನಮ್ಮ ಜತೆ ಬಂದಿದ್ದ ಸಿಬ್ಬಂದಿ ಪೈಕಿ ಸೋಲಿಗ ಸಮುದಾಯಕ್ಕೆ ಸೇರಿದ ಹಲಗೇಗೌಡ ದಾರಿ ಉದ್ದಕ್ಕೂ ಜಿಪಿಎಸ್ ತೆಗೆದು ಏನೇನೋ ಮಾಹಿತಿ ದಾಖಲಿಸುತ್ತಿದ್ದ. ವಾಪಸ್ ಶಿಬಿರಕ್ಕೆ ಬಂದ ಮೇಲೆ ನಾನು ಉಸ್ಸಪ್ಪಾ ಅಂತ ರೆಸ್ಟ್ ತೆಗೆದುಕೊಳ್ಳೋಕೆ ಕೂತೆ. ಹಲಗೇಗೌಡ ಚಕಾಚಕ್ ಅಂತ ಮೂಲೆಯಲ್ಲಿದ್ದ ಲ್ಯಾಪ್‌ಟ್ಯಾಪ್ ಆನ್ ಮಾಡಿ ಜಿಪಿಎಸ್ ಅದಕ್ಕೆ ಜೋಡಿಸಿದ. ಜಿಪಿಎಸ್‌ನಲ್ಲಿ ದಾಖಲಿಸಿದ್ದ ಮಾಹಿತಿಯನ್ನೆಲ್ಲಾ ಅಪ್‌ಲೋಡ್ ಮಾಡತೊಡಗಿದ. ಆತನ ಚಾಕಚಕ್ಯತೆ ನೋಡಿ ನನಗೆ ಆಶ್ಚರ್ಯ ಆಯ್ತು.

ಹಲಗೇಗೌಡ, ದಶಕಗಳಿಂದ ಅರಣ್ಯ ಇಲಾಖೆಯಲ್ಲಿ ಅರಣ್ಯ ವೀಕ್ಷಕನಾಗಿ ಕೆಲಸ ಮಾಡುತ್ತಿದ್ದಾನೆ. ಓದೋಕೆ, ಬರೆಯೋಕೆ ಬರೋದಿಲ್ಲ. ಒಂದೇ ಒಂದು ದಿನವೂ ಶಾಲೆಗೆ ಹೋಗಿಲ್ಲ.

ಚಾಮರಾಜನಗರದ ಬಿಳಿಗಿರಿ ರಂಗನಾಥಸ್ವಾಮಿ ದೇವಾಲಯ ಹುಲಿ ಸಂರಕ್ಷಿತ ಪ್ರದೇಶದ ಜೋಡಿಗೆರೆ ಬೇಟೆ ನಿಗ್ರಹ ಶಿಬಿರದಲ್ಲಿ ಅರಣ್ಯ ವೀಕ್ಷಕನಾಗಿ ಕೆಲಸ ಮಾಡ್ತಾ ಇದ್ದಾನೆ. ಶಾಲೆಗೆ ಹೋಗದಿದ್ದರೂ ದಿನವೂ ಲ್ಯಾಪ್‌ಟಾಪ್ ಬಳಸಿ ಕೆಲಸ ಮಾಡ್ತಾನೆ. ಜಿಪಿಎಸ್ ಬಳಸಿ ಮಾಹಿತಿ ಕಲೆ ಹಾಕ್ತಾನೆ. ಹಲಗೇಗೌಡ ಕಳಿಸುವ ಮಾಹಿತಿ ಅದೆಷ್ಟು ಕರಾರುವಾಕ್ ಆಗಿರುತ್ತದೆ ಅಂದರೆ, ಹಿರಿಯ ಅಧಿಕಾರಿಗಳು ಆತನಿಗೆ ಭೇಷ್ ಅನ್ನೋದನ್ನ ಯಾವತ್ತೂ ಮರೆಯೋದಿಲ್ಲ.

ಇದಕ್ಕೆಲ್ಲಾ ಕಾರಣ ಅಂದ್ರೆ, ಬಿಆರ್‌ಟಿ ಹುಲಿ ಸಂರಕ್ಷಿತ ಪ್ರದೇಶದಲ್ಲಿ ಬಳಸುತ್ತಿರುವ ಅತ್ಯಂತ ವಿಶಿಷ್ಟ 'ಹುಲಿ' ಎನ್ನುವ ಸಾಫ್ಟ್‌ವೇರ್. ಬಿಆರ್‌ಟಿಗೆ ಪ್ರವಾಸಕ್ಕೆಂದು ಬಂದಿದ್ದ ಸಾಫ್ಟ್‌ವೇರ್ ಎಂಜಿನಿಯರ್ ಅಭಿಮನ್ಯು ವೆಂಕಟೇಶ್ ಕಾಡಿನ ನಿಜವಾದ ಸಂರಕ್ಷಕರಾದ ವಾಚರ್, ಗಾರ್ಡ್, ಫಾರೆಸ್ಟರ್‌ಗಳ ಕೆಲಸ ನೋಡಿ ಅವರಿಗೆ ಅನುಕೂಲವಾಗುವಂತಹ ಯಾವುದಾದರೂ ಒಂದು ತಂತ್ರಜ್ಞಾನವನ್ನ ಏಕೆ ಅಭಿವೃದ್ಧಿಪಡಿಸಬಾರದು ಅಂತ ಯೋಚಿಸಿದರು. ಅದರ ರಿಸಲ್ಟ್ ಹುಲಿ ಎನ್ನುವ ಸಾಫ್ಟ್‌ವೇರ್ ರೆಡಿ ಆಯ್ತು.

'ಹುಲಿ' ಸಾಫ್ಟ್‌ವೇರ್ ಅದೆಷ್ಟು ಚೆನ್ನಾಗಿದೆ ಅಂದರೆ, ಬೇಟೆ ನಿಗ್ರಹ ಶಿಬಿರದ ಸಿಬ್ಬಂದಿ ಎಲ್ಲೆಲ್ಲಿ ಗಸ್ತು ತಿರುಗಿದ್ರು, ಯಾವ್ಯಾವ ಪ್ರದೇಶದಲ್ಲಿದ್ರು, ಕಾಡಿನಲ್ಲಿ ಗಸ್ತು ತಿರುಗುವಾಗ ಕಂಡ ಪ್ರಾಣಿಗಳು ಯಾವುದು ಮತ್ತಿತರ ವಿವರಗಳನ್ನ ಇದ್ರಲ್ಲಿ ದಾಖಲಿಬಹುದು. ಇದನ್ನ ಬಳಸೋಕೆ ಅಕ್ಷರಸ್ಥರೇ ಆಗಿರಬೇಕು ಎಂದೇನಿಲ್ಲ. ಓದು ಬರಹ ಗೊತ್ತಿಲ್ಲದವರೂ ಸಹ ಇದನ್ನ ಬಳಸುವಂತೆ ಅಭಿವೃದ್ಧಿಪಡಿಸಲಾಗಿದೆ. ನಡೆಯುವ ಪ್ರತಿ ಹೆಜ್ಜೆಗೂ ಲೆಕ್ಕ ಸಿಗುತ್ತಿದೆ, ನೋಡಿದ ಪ್ರತಿ ದೃಶ್ಯದ ಫೋಟೋ ಅಪ್‌ಲೋಡ್ ಆಗುತ್ತಿದೆ, ಎಲ್ಲಿಂದ ಎಲ್ಲಿಗೆ ಹೋಗಿದ್ದು, ದುರ್ಗಮ ಕಾಡಿನಲ್ಲಿ ಕೆಲಸ ಮಾಡಿದ್ದು ಎಲ್ಲ ವಿವರಗಳೂ ಕರಾರುವಾಕ್ ಆಗಿ ಸಂಗ್ರಹವಾಗುತ್ತಿದೆ... ಇದು ಕರ್ನಾಟಕ ಅರಣ್ಯ ಇಲಾಖೆ ಹೈ ಟೆಕ್ ಆಗಿರುವ ರೀತಿ.

ಬಿಆರ್‌ಟಿಯಲ್ಲಿ 'ಹುಲಿ' ಸಾಫ್ಟ್‌ವೇರ್ ಬಳಸಿದರೆ, ಬಂಡೀಪುರ ಹುಲಿ ಸಂರಕ್ಷಿತ ಪ್ರದೇಶದಲ್ಲಿ ಹೆಜ್ಜೆ ಎನ್ನುವ ಸಾಫ್ಟ್‌ವೇರ್ ಬಳಸಲಾಗುತ್ತಿದೆ. ಇದರ ಜತೆಗೆ ಇದೀಗ ಟ್ರೆಕ್ಕಿಂಗ್ ಮಾಡುವವರಿಗೆ ಅನುಕೂಲ ಆಗಲೆಂದು ವಿಶಿಷ್ಟ ಆ್ಯಪ್ ಸಿದ್ಧಪಡಿಸಲಾಗಿದೆ.

ಚಾರಣಕ್ಕೆ ಹೋಗುವ ದಾರಿ, ಅಲ್ಲಿ ಸಿಗುವ ಬೆಟ್ಟ ಗುಡ್ಡ, ನದಿ, ತೊರೆ, ಪ್ರಾಣಿ, ಪಕ್ಷಿಗಳ ಮಾಹಿತಿ ಆ್ಯಪ್‌ನಲ್ಲಿ ಮೊದಲೇ ಹಾಕಿರಲಾಗುತ್ತದೆ. ನೀವು

ದಾರಿಯಲ್ಲಿ ಅವುಗಳನ್ನ ನೋಡಿದಾಗ ಆಯಾ ಅಂಶಗಳಿರುವ ಬಟನ್ ಅದುಮಿದರೆ ಸಾಕು, ಮಾಹಿತಿ ಸಂಗ್ರಹವಾಗುತ್ತದೆ.

ಇದೀಗ ಇನ್ನೂ ಒಂದು ಹೆಜ್ಜೆ ಮುಂದಕ್ಕೆ ಹೋಗಿರುವ ಅರಣ್ಯಾಧಿಕಾರಿಗಳು, 'ಇಕೋ ಟ್ರೇಲ್ಸ್' ಹೆಸರಿನ ಚಾರಣ ಯೋಜನೆಯಡಿ ಬರುವ ಎಲ್ಲ ಪ್ರಕೃತಿ ಶಿಬಿರಗಳನ್ನ ಉಪಗ್ರಹ ಆಧರಿತ ವೈಫೈ ತಂತ್ರಜ್ಞಾನ ಜಾಲಕ್ಕೆ ಬೆಸೆಯುವ ಪ್ರಯತ್ನಕ್ಕೆ ಕೈ ಹಾಕಿದ್ದಾರೆ. ಬೇಟೆ ನಿಗ್ರಹ ಶಿಬಿರಗಳು ಮತ್ತು ಪ್ರಕೃತಿ ಶಿಬಿರಗಳಲ್ಲಿ ಸಿಗ್ನಲ್ ಬೂಸ್ಟರ್‌ಗಳನ್ನು ಹಾಕಿ ಎಲ್ಲಾ ಕಡೆ ಜಿಪಿಎಸ್ ಮತ್ತು ಲ್ಯಾಪ್ ಟ್ಯಾಪ್ ಮೂಲಕ ಪಡೆಯುವ ದತ್ತಾಂಶ ಕೇಂದ್ರ ಕಚೇರಿಗೆ ಬರುವಂತೆ ಮಾಡಿದ್ದಾರೆ.

ಗಣಿ ಹಗರಣಗಳಿಂದ ಬೇಸತ್ತ ಅರಣ್ಯ ಇಲಾಖೆ ಈಗ ಅದಿರು ಸಾಗಿಸುವ ವಾಹನಗಳಿಗೆ ಪಾಸ್ ನೀಡಲು ಆನ್‌ಲೈನ್ ವ್ಯವಸ್ಥೆ ಮಾಡಿದೆ. ರಾಜ್ಯದಲ್ಲಿರುವ ಮರ ಸಂಗ್ರಹಾಗಾರಗಳಲ್ಲಿ ನಡೆಯುವ ದಿಮ್ಮಿಗಳ ಹರಾಜಿಗೆ ಅನುಕೂಲವಾಗುವಂತೆ 'ಇ-ಟಿಂಬರ್' ಎನ್ನುವ ಸಾಫ್ಟ್‌ವೇರ್ ಬಳಸಲಾಗುತ್ತಿದೆ. ಅರಣ್ಯ ಇಲಾಖೆ ತಂತ್ರಜ್ಞಾನಕ್ಕೆ ಒತ್ತು ಕೊಡುವ ನಿಟ್ಟಿನಲ್ಲಿ 'ಇನ್ಫರ್ಮೇಷನ್ ಕಮ್ಯುನಿಕೇಷನ್ ಸೆಂಟರ್' ಎನ್ನುವ ಹೊಸ ವಿಭಾಗವನ್ನೇ ಪ್ರಾರಂಭಿಸಿದೆ.

ಎಲ್ಲಕ್ಕಿಂತ ಮುಖ್ಯ ಅಂದರೆ, ಹಂತ ಹಂತವಾಗಿ ಕಾಡುಗಳಲ್ಲಿ ಕ್ಯಾಮೆರಾಗಳನ್ನ ಅಳವಡಿಸಿದ್ದು. ಕ್ಯಾಮೆರಾ ಟ್ರ್ಯಾಪ್‌ಗಳ ಬಳಕೆ ಕಾಡಿನಲ್ಲಿ ಅದೆಷ್ಟು ಅನುಕೂಲ ಮಾಡಿಕೊಟ್ಟಿದೆ ಅಂದರೆ, ಇತ್ತೀಚೆಗೆ ಕಾಡುಗಳ್ಳರನ್ನ ಹಿಡಿಯೋದಕ್ಕೂ ಅದು ನೆರವು ನೀಡಿ ತನ್ನ ಸಾಮರ್ಥ್ಯ ಸಾಬೀತುಪಡಿಸಿಬಿಟ್ಟಿದೆ. ಕ್ಯಾಮೆರಾ ಟ್ರ್ಯಾಪ್‌ಗಳಿಂದಾಗಿ ಪ್ರಾಣಿಗಳ ಸಾಂದ್ರತೆ, ಯಾವ್ಯಾವ ಪ್ರಾಣಿಗಳು ಯಾವ್ಯಾವ ಪ್ರದೇಶದಲ್ಲಿ ಹೆಚ್ಚಾಗಿವೆ ಎನ್ನುವ ಮಾಹಿತಿ ಲಭ್ಯವಾಗುತ್ತಿದೆ. ಎಲ್ಲಕ್ಕಿಂತ ಹೆಚ್ಚಾಗಿ ಹುಲಿಗಳ ಅಧ್ಯಯನದಲ್ಲಿ ಕ್ಯಾಮೆರಾ ಟ್ರ್ಯಾಪಿಂಗ್ ಅತಿ ಹೆಚ್ಚು ಕೊಡುಗೆ ನೀಡುತ್ತಿದೆ.

ಕರ್ನಾಟಕಕ್ಕೆ ಕ್ಯಾಮೆರಾ ಟ್ರ್ಯಾಪಿಂಗ್ ತಂತ್ರಜ್ಞಾನ ಪರಿಚಯಿಸಿದ ಹೆಸರಾಂತ ಹುಲಿ ವಿಜ್ಞಾನಿ ಡಾ. ಉಲ್ಲಾಸ ಕಾರಂತರ ಕೊಡುಗೆ ಈ ವಿಚಾರದಲ್ಲಿ ಅಪರಿಮಿತ.

ಬಂಡೀಪುರ, ನಾಗರಹೊಳೆ, ಬಿಳಿಗಿರಿ ರಂಗನಾಥಸ್ವಾಮಿ, ಅಣಶಿ-ದಾಂಡೇಲಿ ಮತ್ತು ಭದ್ರಾ ಹುಲಿ ಸಂರಕ್ಷಿತ ಪ್ರದೇಶದ ಬಹುತೇಕ ಪ್ರದೇಶಗಳಲ್ಲಿ ಕ್ಯಾಮೆರಾಗಳು ಸಕ್ರಿಯವಾಗಿವೆ. ಈ ಕ್ಯಾಮೆರಾಗಳು ತೆಗೆಯುವ ಚಿತ್ರಗಳನ್ನ

ಸಂಗ್ರಹಿಸಿಡಲು ಈಗ 'ಕರ್ನಾಟಕ ಟೈಗರ್ ಇಮೇಜ್ ಡಾಟಾ ಬೇಸ್' ಎನ್ನುವ ಪ್ರತ್ಯೇಕ ದತ್ತಾಂಶ ಸಂಗ್ರಹಾಗಾರವನ್ನ ಅಭಿವೃದ್ಧಿಪಡಿಸಲಾಗಿದೆ. ಈ ತಂತ್ರಾಂಶದಲ್ಲಿ ಈಗಾಗಲೇ ಸಂಗ್ರಹವಾಗಿರುವ ಹುಲಿಗಳ ಫೋಟೋಗಳನ್ನ ಹಾಕಲಾಗಿದೆ. ಜತೆಗೆ ಪ್ರತಿ ಹುಲಿಗೂ ಪ್ರತ್ಯೇಕ ಸಂಖ್ಯೆ ನೀಡಿ ಅದರ ಸಮಗ್ರ ಮಾಹಿತಿ ಲಿಂಕ್ ಮಾಡಲಾಗಿದೆ. ಅದೇ ಹುಲಿಯ ಫೋಟೋವನ್ನ ಈ ತಂತ್ರಾಂಶಕ್ಕೆ ಹಾಕುತ್ತಿದ್ದಂತೆಯೇ ಅದರ ಸಂಪೂರ್ಣ ವಿವರ ಪರದೆ ಮೇಲೆ ಮೂಡಿಬಿಡುತ್ತದೆ.

ಇದನ್ನೆಲ್ಲಾ ಹೇಳೋಕೆ ಒಂದು ನಿರ್ದಿಷ್ಟ ಕಾರಣ ಇದೆ. ಕೇಂದ್ರ ಮತ್ತು ರಾಜ್ಯ ಸರ್ಕಾರಗಳಿಗೆ ಅರಣ್ಯ ಇಲಾಖೆ ಅಂದ್ರೆ ಅಷ್ಟಕ್ಕಷ್ಟೆ. ಹಿಂದಿನಿಂದಲೂ ಈ ಇಲಾಖೆಗೆ ಅನುದಾನ ಕಡಿಮೆ. ಈ ವರ್ಷ ಕೇಂದ್ರ ಬಜೆಟ್‌ನಲ್ಲಿ ಅರಣ್ಯ ಇಲಾಖೆಗೆ ಮತ್ತಷ್ಟು ಅನುದಾನ ಕಡಿತ ಮಾಡಲಾಗಿದೆ. ಇಡೀ ಇಲಾಖೆ ಸಂಘ ಸಂಸ್ಥೆಗಳು, ವನ್ಯಜೀವಿ ಸಂರಕ್ಷಣೆಯಲ್ಲಿ ಆಸಕ್ತಿ ಇರುವ ಐಟಿ ಯುವಕರು ಹೀಗೆ ನಾನಾ ಮೂಲಗಳ ಸಹಾಯದೊಂದಿಗೆ ತನ್ನದೇ ಆದ ರೀತಿಯಲ್ಲಿ ತಂತ್ರಜ್ಞಾನವನ್ನ ಸಂರಕ್ಷಣಾ ಕೆಲಸಗಳಲ್ಲಿ ಅಳವಡಿಸಿಕೊಂಡಿದೆ. ಇಲಾಖೆಯಲ್ಲಿ ತಂತ್ರಜ್ಞಾನ ಉನ್ನತೀಕರಣಕ್ಕೆ ಅಂತ ಅನುದಾನ ಇಲ್ಲವೇ ಇಲ್ಲ. ಹೀಗಿರೋವಾಗ ಈ ಬಜೆಟ್‌ನಲ್ಲಾದರೂ ಮುಖ್ಯಮಂತ್ರಿಗಳು ಇಲಾಖೆಗೆ ಸ್ವಲ್ಪ ಹೆಚ್ಚಿನ ಅನುದಾನ ಕೊಡಬೇಕು. ಇಲಾಖೆಯ ಆಧುನೀಕರಣಕ್ಕೆ ನೆರವಾಗಬೇಕು. ರಾಜ್ಯದ ಹುಲಿ ಸಂಖ್ಯೆ ಹೆಚ್ಚಾಗಿ ಸತತ ಎರಡನೇ ಬಾರಿಗೆ ಕರ್ನಾಟಕ ಅತಿ ಹೆಚ್ಚು ಹುಲಿಗಳನ್ನ ಪೋಷಿಸುತ್ತಿರುವ ರಾಜ್ಯ ಎನ್ನುವ ಹಿರಿಮೆಗೆ ಪಾತ್ರವಾಯ್ತು. ಆದರೆ, ನಮ್ಮ ಮುಖ್ಯಮಂತ್ರಿಗಳು ಅರಣ್ಯ ಸಿಬ್ಬಂದಿಗೆ ಶಹಬ್ಬಾಸ್‌ಗಿರಿ ಹೇಳಲೇ ಇಲ್ಲ.

ಅರಣ್ಯ ಸಂರಕ್ಷಣೆ ಆಗಲೇಬೇಕು, ವನ್ಯಜೀವಿಗಳು ಉಳಿಯಲೇಬೇಕು, ಜೀವವೈವಿಧ್ಯ ಇರಲೇಬೇಕು. ಬಿಗಿಯಾದ ರಕ್ಷಣೆ ಜತೆಗೆ ತಂತ್ರಜ್ಞಾನದ ಸಾಥ್ ಬೇಕೇ ಬೇಕು. ಅದಕ್ಕಾಗಿ ಮುಖ್ಯಮಂತ್ರಿಗಳೇ ಅರಣ್ಯ ಇಲಾಖೆಗೆ ಬೆನ್ನೆಲುಬಾಗಿ ನಿಲ್ಲಿ.

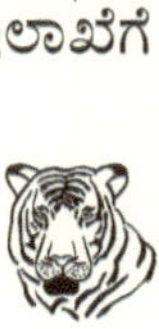

8 ಪಕ್ಕದಲ್ಲೇ ಕಾಡು, ಆದರೂ ನೋಡಿಲ್ಲ; ಕಾಡಿನ ಕತೆಗಳನ್ನು ಹೇಳೋರಿಲ್ಲ...

ಇತ್ತೀಚೆಗೆ ನಾಗರಹೊಳೆ ರಾಷ್ಟ್ರೀಯ ಉದ್ಯಾನದ ಕಬಿನಿ ಹಿನ್ನೀರು ಪ್ರದೇಶಕ್ಕೆ ಹೋಗಿದ್ದೆ. ಅಲ್ಲಿ ತಂಗಿದ್ದ ಎರಡೂ ದಿನ ಕಾಡು ಸುತ್ತೋದು, ಫೋಟೋ ತೆಗೆಯುವುದರಲ್ಲೇ ಕಾಲ ಕಳೆದಿದ್ದಾಯ್ತು. ಅಂತರಸಂತೆ ಸಮೀಪದ ಹೊಸಮಾಳ ಗ್ರಾಮವನ್ನು ಹಾದು ಹೋಗುವ ಪ್ರಸಂಗ ಬಂದಿದ್ದರಿಂದ ಊರಿನವರ ಜತೆ ಸ್ವಲ್ಪ ಮಾತನಾಡೋಣ ಅಂತ ವಾಹನ ನಿಲ್ಲಿಸಿದೆ. ಕಾರು ನೋಡುತ್ತಿದ್ದಂತೆಯೇ ಒಂದೈದು ಮಕ್ಕಳು ಓಡಿ ಬಂದರು. ಹೊಸಮಾಳ ಗ್ರಾಮ ಕಬಿನಿ ಹಿನ್ನೀರಿನಿಂದ

ಆವೃತ್ತವಾಗಿರೋ ಸುಂದರ ಊರು. ಹಿನ್ನೀರಿನ ಜತೆಗೆ ತಾಕಿಕೊಂಡಿರುವ ಕಾಡು ಈ ಊರನ್ನ, ಈ ಪ್ರದೇಶವನ್ನ ಅತ್ಯಂತ ವೈವಿಧ್ಯಮಯವಾಗಿಸಿದೆ.

ನಾನು, ಆ ಮಕ್ಕಳನ್ನ ಮಾತಿಗೆ ಎಳೆದೆ. ಆ ಮಕ್ಕಳ ಪೈಕಿ ಮಹಾದೇವ ಎನ್ನುವ ಹುಡುಗ ಬಹಳ ಚೂಟಿ ಇದ್ದ. ಏನೇ ಕೇಳಿದ್ರೂ ಥಟ್ಟಂತ ಉತ್ತರ ಕೊಡ್ತಾ ಇದ್ದ.

'ಮಹಾದೇವ, ನಿಮ್ಮೂರಿಗೆ ಆನೆ ಬರುತ್ತಾ?' ಅಂತ ಕೇಳಿದೆ.

'ಬರ್ತದೆ ಸಾರ್, ರಾತ್ರಿ ಬಂದು ಎಲ್ಲಾ ತಿಂದು ಹೋಯ್ತದೆ' ಎಂದ ಮಹಾದೇವ.

'ಇನ್ನೂ ಯಾವ್ಯಾವ ಪ್ರಾಣಿ ಬರುತ್ತೆ ನಿಮ್ಮೂರಿಗೆ' ಅಂತ ಕೇಳಿದೆ.

'ಆನೆ ಜಾಸ್ತಿ ಬರ್ತದೆ. ಆಗಾಗ ಚಿರತೆ, ಅಪರೂಪಕ್ಕೆ ಜಿಂಕೆ ಬರ್ತವೆ ಸಾರ್' ಅಂದ.

'ಸರಿ, ನೀನು ಕಾಡಿಗೆ ಹೋಗಿದ್ದೀಯಾ? ಕಾಡು ಸುತ್ತಿದ್ದೀಯಾ' ಅಂತ ಕೇಳಿದೆ. ಅಲ್ಲಿಯವರೆಗೂ ಚುರುಕಾಗಿ ಉತ್ತರ ಕೊಡ್ತಿದ್ದ ಮಹಾದೇವ ಯಾಕೋ ಸಡನ್ ಆಗಿ ಸಪ್ಪಗಾಗಿಬಿಟ್ಟ.

'ಕಾಡಿಗೆ ಹೋಗಿದ್ದೀಯಾ ಮಹಾದೇವ?' ಎಂದು ಮತ್ತೆ ಕೇಳಿದೆ.

'ಇಲ್ಲಾ ಸಾರ್' ಅಂದುಬಿಟ್ಟ.

'ಅಲ್ಲಪ್ಪ, ಕಾಡಿನ ಪಕ್ಕದಲ್ಲೇ ಇದ್ದೀಯಾ...ನಿಮ್ಮೂರ ಪಕ್ಕದಲ್ಲೇ ಇಷ್ಟು ದೊಡ್ಡ ಕಾಡಿದೆ. ಯಾಕೆ ಹೋಗಿಲ್ಲ' ಎಂದು ಪ್ರಶ್ನಿಸಿದೆ.

'ಯಾರೂ ಕರ್ಕೊಂಡ್ ಹೋಗಿಲ್ಲ ಸಾರ್' ಎಂದು ಬೇಸರ ಮಾಡಿಕೊಂಡ.

ಇದು, ಅತ್ಯಂತ ನೋವಿನ ಸಂಗತಿ. ವಿಚಿತ್ರ ಆದರೂ ಸತ್ಯ.

ಕಬಿನಿ ಹಿನ್ನೀರಿಗೆ ಮನಸೋಲದವರಿಲ್ಲ. ನಾಗರಹೊಳೆ ಕಾಡನ್ನ ನೋಡಿ ವಾಹ್ ಅನ್ನದವರಿಲ್ಲ. ಈ ಕಬಿನಿ ಅದೆಷ್ಟು ಪ್ರಖ್ಯಾತವಾಗಿದೆ ಅಂದರೆ, ವಿಶ್ವದ 5 ಪ್ರಮುಖ ಪರಿಸರ ಪ್ರವಾಸೋದ್ಯಮದ ಪಟ್ಟಿಯಲ್ಲಿ ಇದಕ್ಕೆ ಸ್ಥಾನ ಸಿಕ್ಕಿದೆ. ದೇಶ-ವಿದೇಶದಿಂದ ನೂರಾರು, ಸಾವಿರಾರು ಕಿಲೋ ಮೀಟರ್ ಪ್ರಯಾಣ ಮಾಡಿ ಪ್ರವಾಸಿಗರು ಲಕ್ಷಾಂತರ ರೂಪಾಯಿ ಕೊಟ್ಟು ಇಲ್ಲಿ ಉಳಿದು ಕಾಡು ನೋಡಿ, ಹುಲಿ ನೋಡಿ, ಆನೆ ನೋಡಿ ಖುಷಿಪಟ್ಟು ಹೋಗುತ್ತಾರೆ. ಆದರೆ, ಅದೇ ಕಾಡಿನ ಪಕ್ಕದಲ್ಲೇ ವಾಸ ಮಾಡುತ್ತಿರುವ, ಮುಂದೊಂದು ದಿನ ಅದೇ ಮಣ್ಣಲ್ಲೇ ಮಣ್ಣಾಗುವ ಸಾವಿರಾರು ಜನ ಇಂದಿಗೂ ಈ ಕಾಡುಗಳನ್ನ

ನೋಡೇ ಇಲ್ಲ ಅಂದರೆ, ಅದೆಂಥ ವಿಪರ್ಯಾಸ ಅಲ್ಲವೇ ಎಂದೆನಿಸಿತು.

ಇದು ಮಹಾದೇವನೊಬ್ಬನ ಕತೆಯಲ್ಲ. ಮಹಾದೇವ ರೀತಿ ನೂರಾರು, ಸಾವಿರಾರು ಮಕ್ಕಳು ಕಾಡಂಚಿನ ಗ್ರಾಮಗಳಲ್ಲಿ ವಾಸ ಮಾಡ್ತಾ ಇದ್ದಾರೆ. ಈ ಮಕ್ಕಳಿಗೆ ಕಾಡು ನೋಡುವ ಭಾಗ್ಯವಿಲ್ಲ. ಏಕೆಂದರೆ, ಇವರನ್ನ ಕರೆದುಕೊಂಡು ಹೋಗಿ ಕಾಡು ತೋರಿಸುವವರು ಯಾರೂ ಇಲ್ಲ.

20 ವರ್ಷಗಳ ಹಿಂದೆ ಅರಣ್ಯ ಇಲಾಖೆ ಹೀಗಿರಲಿಲ್ಲ. ನಾವೆಲ್ಲ ಸಣ್ಣವರಿದ್ದಾಗ ಅರಣ್ಯ ಇಲಾಖೆ ನಾನಾ ಸ್ಪರ್ಧೆಗಳನ್ನ ಏರ್ಪಡಿಸುತ್ತಿತ್ತು. ಗೆದ್ದವರಿಗೆ ಕಾಡಿನ ಪ್ರವಾಸ ಏರ್ಪಡಿಸುತ್ತಾ ಇತ್ತು. ಈ ಸ್ಪರ್ಧೆಗಳು ಕೇವಲ ನಗರ ಪ್ರದೇಶಗಳಿಗೆ ಸೀಮಿತವಾಗಿರಲಿಲ್ಲ. ಗುಂಡ್ಲುಪೇಟೆ, ಎಚ್.ಡಿ.ಕೋಟೆ, ಸಾಗರ, ಹುಣಸೂರು, ದಾಂಡೇಲಿಯಂತಹ ಸಣ್ಣ ಊರುಗಳಲ್ಲೂ ನಡೆಯುತ್ತಿದ್ದವು. ಶಿಕ್ಷಣ ಇಲಾಖೆ ಸಹಯೋಗದೊಂದಿಗೆ ನಾನಾ ಚಟುವಟಿಕೆಗಳು ನಡೆಯುತ್ತಿದ್ದವು. ಹಳ್ಳಿ ಹಳ್ಳಿಗೆ ಹೋಗಿ ವನ್ಯಜೀವಿಗಳ ಕುರಿತ ಸಿನಿಮಾ ಪ್ರದರ್ಶನ ಮಾಡಲಾಗುತ್ತಿತ್ತು. ಆ ಸಾಕ್ಷ್ಯಚಿತ್ರಗಳೆಲ್ಲ ಇಂಗ್ಲಿಷ್ ಭಾಷೆಯಲ್ಲಿದ್ದರೂ ಜನ ಅದನ್ನ ನೋಡಿ ಖುಷಿ ಪಡುತ್ತಿದ್ದರು. ಅನೇಕ ಸಂಘ ಸಂಸ್ಥೆಗಳು ವಿದ್ಯಾರ್ಥಿಗಳಿಗೆ ಅನೇಕ ಚಟುವಟಿಕೆಗಳನ್ನ ಏರ್ಪಡಿಸುತ್ತಿದ್ದವು.

ವಿಶೇಷವಾಗಿ ಕಾಡಂಚಿನ ಗ್ರಾಮಗಳ ಮಕ್ಕಳಿಗೆ ಅಂತಾನೇ ಸ್ಪರ್ಧೆಗಳನ್ನ ಏರ್ಪಡಿಸಿ ಆ ಮಕ್ಕಳಲ್ಲಿ ಪರಿಸರ, ಅರಣ್ಯ ಪ್ರೇಮ ಬೆಳೆಸುವ ಪ್ರಯತ್ನ ನಡೆಯುತ್ತಿತ್ತು.

ಈಗ ಅರಣ್ಯ ಇಲಾಖೆ ಆದ್ಯತೆ ಬದಲಾಗಿದೆ. ಜೀವಿ ಆಧಾರಿತ, ಪ್ರದೇಶ ಆಧಾರಿತ ಸಂರಕ್ಷಣೆಗೆ ಹಾಗೂ ಅಭಿವೃದ್ಧಿಗೆ ಒತ್ತು ಕೊಡುತ್ತಿರುವ ಇಲಾಖೆ ಪರಿಸರ ಶಿಕ್ಷಣವನ್ನ ಸಂಪೂರ್ಣವಾಗಿ ಮರೆತುಬಿಟ್ಟಿದೆ. ಅಕ್ಟೋಬರ್‌ನಲ್ಲಿ ನಡೆಯುವ ವನ್ಯಜೀವಿ ಸಪ್ತಾಹ ಹೊರತುಪಡಿಸಿ ವರ್ಷದ ಉಳಿದೆಲ್ಲ ದಿನ ಯಾವುದೇ ಚಟುವಟಿಕೆ ನಡೆಯುವುದಿಲ್ಲ. ದುರಂತವೆಂದರೆ, ಮಕ್ಕಳಿಗೆ ಪರಿಸರದ ಪಾಠ ಹೇಳಿಕೊಡುವ ಆಸಕ್ತಿ ಸಂಘಟನೆಗಳಲ್ಲೂ ಇಲ್ಲ. ವನ್ಯಜೀವಿ ಸಂರಕ್ಷಣೆಯ ಸುತ್ತಮುತ್ತ ಕೆಲಸ ಮಾಡುವ ಅಸಂಖ್ಯಾತ ಸಂಸ್ಥೆಗಳು ನಮ್ಮ ರಾಜ್ಯದಲ್ಲಿವೆ, ಆದರೆ, ಇವರ್‍ಯಾರೂ ಮಕ್ಕಳಿಗೆ ಪರಿಸರ ಪಾಠ ಮಾಡುವ ಕಡೆ ಗಮನಹರಿಸುತ್ತಿಲ್ಲ. ಯಾವುದೋ ಶಾಲೆಯ, ಯಾವುದೋ ಶಿಕ್ಷಕರಿಗೆ ಆಸಕ್ತಿ ಇದ್ದರೆ ಮಾತ್ರ ಆ ಶಾಲೆಯ ಮಕ್ಕಳಿಗೆ ಕಾಡು ನೋಡುವ ಭಾಗ್ಯ. ಇಲ್ಲದಿದ್ದಲ್ಲಿ ಏನೂ ಇಲ್ಲ.

ಅರಣ್ಯ ಇಲಾಖೆಯಲ್ಲಿ ಪರಿಸರ ಶಿಕ್ಷಣ ಹಮ್ಮಿಕೊಳ್ಳೋಕೆ ಅವಕಾಶವಿದೆ. ಅದಕ್ಕಾಗಿ ಹಣವನ್ನೂ ಪ್ರತಿ ವರ್ಷ ಬಿಡುಗಡೆ ಮಾಡಲಾಗುತ್ತದೆ. ಆದರೆ, ಕಾರ್ಯಕ್ರಮ ನಡೆಸಲು ಅರಣ್ಯಾಧಿಕಾರಿಗಳಿಗೂ ಪುರುಸೊತ್ತಿಲ್ಲ. ಎಲ್ಲ ಅರಣ್ಯಾಧಿಕಾರಿಗಳ ಆದ್ಯತೆ ಬೇರೆ ಬೇರೆ ಆಗಿಬಿಟ್ಟಿದೆ. ಬಂಡೀಪುರ, ನಾಗರಹೊಳೆ, ಅಣಶಿ-ದಾಂಡೇಲಿ, ಭದ್ರಾ ಮತ್ತು ಬಿಳಿಗಿರಿ ರಂಗನಾಥಸ್ವಾಮಿ ಹುಲಿ ಸಂರಕ್ಷಿತ ಪ್ರದೇಶಗಳಲ್ಲಿ ಸಫಾರಿ ಇದೆ. ಇಲ್ಲಿ 300 ರುಪಾಯಿ ಕೊಟ್ಟರೆ ಬಸ್ಸಿನಲ್ಲಿ ಕಾಡನ್ನ ಸುತ್ತಿಸಿ ತೋರಿಸುತ್ತಾರೆ. ನಮ್ಮ ಹಳ್ಳಿಯ ಮಕ್ಕಳಿಗೆ ಈ ಹಣವನ್ನ ಭರಿಸೋಕೆ ಆಗೋದಿಲ್ಲ. ಕಾಡು ನೋಡೋಕೆ ಅಂದರೆ, ಅಪ್ಪ ಅಮ್ಮ ಸಹ ಹಣ ಕೊಡೋದಿಲ್ಲ.

ಮಾನವ ಮತ್ತು ಪ್ರಾಣಿ ಸಂಘರ್ಷ ಇತ್ತೀಚಿನ ವರ್ಷಗಳಲ್ಲಿ ವಿಪರೀತವಾಗಿ ಹೆಚ್ಚುತ್ತಿದೆ. ಕಾಡಂಚಿನ ಗ್ರಾಮಗಳ ಜನರೂ ತಾಳ್ಮೆ ಕಳೆದುಕೊಳ್ಳುತ್ತಿದ್ದಾರೆ. ಇಂತಹ ಪರಿಸ್ಥಿತಿಯಲ್ಲಿ ಜನಜಾಗೃತಿ ಅತಿ ಹೆಚ್ಚಿನ ಮಹತ್ವವಹಿಸುತ್ತದೆ. ಕಾಡಂಚಿನ ಗ್ರಾಮಗಳ ಮಕ್ಕಳಿಗೆ ಕಾಡಿನ ಕತೆ ಹೇಳುತ್ತಾ, ಪರಿಸರದ ಪಾಠ ಮಾಡುತ್ತಾ ಹೋದರೆ, ದೂರಗಾಮಿ ನೆಲೆಯಲ್ಲಿ ಸಂಘರ್ಷ ಕಡಿಮೆ ಮಾಡುವ ನಿಟ್ಟಿನಲ್ಲಿ ಈ ಮಕ್ಕಳೇ ನಿರ್ಣಾಯಕ ಪಾತ್ರ ವಹಿಸುವಂತಾಗುತ್ತದೆ. ಎಲ್ಲೆಲ್ಲಿ ಅರಣ್ಯಾಧಿಕಾರಿಗಳೇ ಹೋಗಿ ಸಂದೇಶ ರವಾನೆ ಮಾಡೋದಕ್ಕೆ ಆಗೋದಿಲ್ಲವೋ ಅಂತಹ ಕಡೆ ಈ ಮಕ್ಕಳೇ ಕಾಡಿನ ರಾಯಭಾರಿಗಳಂತಾಗುತ್ತಾರೆ. ಬಂಡೀಪುರದಲ್ಲಿ ಪರಿಸರ ಅಧ್ಯಯನ ಶಿಬಿರಗಳನ್ನು ನಡೆಸುವ ರಾಜಕುಮಾರ್, ಗ್ರಾಮೀಣ ಪ್ರದೇಶದಲ್ಲಿ ನಾಟಕ, ಪಕ್ಷಿ ವೀಕ್ಷಣೆ ಮೂಲಕ ಪರಿಸರದ ಕತೆ ಹೇಳುವ ಮನು, ವರ್ಷಕ್ಕೆ ಮೂರು ಬಾರಿಯಂತೆ ಕಳೆದ 10 ವರ್ಷಗಳಿಂದ ತಮ್ಮ ವಿದ್ಯಾರ್ಥಿಗಳನ್ನ ತಪ್ಪದೇ ಕಾಡಿಗೆ ಕರೆದುಕೊಂಡು ಹೋಗಿ ನಿಸರ್ಗದ ಪಾಠ ಹೇಳಿಕೊಡುತ್ತಿರುವ ಡಿ ಪಾಲ್ ಶಾಲೆಯ ಮಮತಾ, ಬೆಂಗಳೂರಿನ ಡೇನಿಯಲ್ ಸುಕುಮಾರ್, ಉತ್ತರ ಕನ್ನಡ ಜಿಲ್ಲೆಯ ಶಿವಾನಂದ ಕಳವೆ ಹೀಗೆ ಬೆರಳೆಣಿಕೆಯಷ್ಟು ಆಸಕ್ತರು ಮಾತ್ರ ಮಕ್ಕಳಲ್ಲಿ ಪರಿಸರ ಜಾಗೃತಿ ಮೂಡಿಸುವ ಕೆಲಸ ಮುಂದುವರಿಸಿದ್ದಾರೆ. ದಶಕಗಳ ಕಾಲ ಅರಣ್ಯ ಇಲಾಖೆಯಲ್ಲಿ ಸೇವೆಯಲ್ಲಿದ್ದು, ನಿವೃತ್ತರಾಗಿದ್ದರೂ ಕೆ.ಎಂ. ಚಿನ್ನಪ್ಪ ಈಗಲೂ ಮಕ್ಕಳನ್ನ ಕಾಡಿಗೆ ಕರೆದುಕೊಂಡು ಹೋಗಿ ಪರಿಸರ ವಿಜ್ಞಾನದ ಪಾಠ ಮಾಡುತ್ತಿದ್ದಾರೆ. ಕೆಲವೊಂದು ಶಾಲೆ-ಕಾಲೇಜುಗಳಲ್ಲಿ ಪರಿಸರ ಪಾಠ ನಡೆಯುತ್ತಿದ್ದರೂ ಸಹ ಅದು ನಗರ ಕೇಂದ್ರಿತ ಮಕ್ಕಳಿಗೆ ಮಾತ್ರ ತಲುಪುತ್ತಿದೆ.

ಮತ್ತೆ ಕಾಡಂಚಿನ ಗ್ರಾಮಗಳ ಮಕ್ಕಳ ವಿಚಾರಕ್ಕೇ ಬರೋಣ.

ಕಾಡಿನ ಸುತ್ತಲಿನ ಗ್ರಾಮಗಳಲ್ಲಿ ಪ್ರಾಣಿಗಳ ಬಗ್ಗೆ ಅಸಹನೀಯ ವಾತಾವರಣ ಹೆಚ್ಚುತ್ತಿದೆ. ಅನೇಕ ಬಾರಿ ಗ್ರಾಮಸ್ಥರು ಅರಣ್ಯಾಧಿಕಾರಿಗಳ ಮೇಲೆ ಹಲ್ಲೆ ನಡೆಸಿದ್ದಾರೆ. ಜೀಪು, ಕಚೇರಿಗಳಿಗೆ ಬೆಂಕಿ ಹಚ್ಚಿ ದಾಂಧಲೆ ನಡೆಸಿದ್ದಾರೆ. ಕಾಡಿನ ಸಮೀಪದ ಊರುಗಳ ಮಕ್ಕಳು ಇದನ್ನೇ ನೋಡಿ ಬೆಳೆಯುತ್ತಿದ್ದಾರೆ. ಯಾವ ಮಕ್ಕಳಿಗೆ ವನ್ಯಜೀವಿಗಳು, ಕಾಡು, ಪರಿಸರದ ಬಗ್ಗೆ ಪ್ರೀತಿ ಹುಟ್ಟುವಂತೆ ಬೆಳೆಸಬೇಕಿತ್ತೋ ಅಂತಹ ಮಕ್ಕಳಿಗೆ ನಾವು ಪರಿಸರದ ಪಾಠದಿಂದ ವಂಚಿತರನ್ನಾಗಿ ಮಾಡುತ್ತಿದ್ದೇವೆ. ಒಳ್ಳೆಯದನ್ನು ಕಲಿಯುವ ಬದಲು ಆ ಮಕ್ಕಳು ವನ್ಯಜೀವಿಗಳ ಬಗ್ಗೆ ಆಕ್ರೋಶಗೊಳ್ಳುವಂತಹ ವಾತಾವರಣ ನಿರ್ಮಾಣ ಮಾಡುತ್ತಿದ್ದೇವೆ.

ಇಂತಹ ಆತಂಕಗಳ ನಡುವೆಯೇ, ಬೆಂಗಳೂರಿನ ಪ್ರಶಾಂತ್, ಅಮೋಘವರ್ಷ ರೀತಿಯ ಆಸಕ್ತ ಯುವ ಉತ್ಸಾಹಿ ಸಾಕ್ಷ್ಯಚಿತ್ರ ನಿರ್ಮಾಪಕರು ಬೆಳ್ಳಿ ಗೆರೆಯಂತೆ ಕಾಣಿಸುತ್ತಾರೆ. ಸಾಕ್ಷ್ಯಚಿತ್ರಗಳು ಹಳ್ಳಿ ಮಕ್ಕಳಿಗೂ ತಲುಪಬೇಕೆನ್ನುವ ಮಹದಾಸೆಯಿಂದ ಅದನ್ನ ಕನ್ನಡದಲ್ಲೂ ಮಾಡಿದ್ದಾರೆ. ಪ್ರಶಾಂತ್‌ರ 'ದಿ ಅನ್‌ಸಂಗ್' ಹೆಸರಿನ ಭದ್ರಾ ಹುಲಿ ಸಂರಕ್ಷಿತ ಪ್ರದೇಶ ಕುರಿತ ಸಾಕ್ಷ್ಯಚಿತ್ರ ಕನ್ನಡದಲ್ಲಿ ತಯಾರಾಗಿದೆ. ಒಂದು ಲಕ್ಷ ಸಿಡಿ ಮಾಡಿಸಿ ಹಳ್ಳಿ ಹಳ್ಳಿಗೆ ಉಚಿತವಾಗಿ ಕೊಡಲು ನಿರ್ಧರಿಸಿದ್ದಾರೆ. ಅದೇ ರೀತಿ ಅಮೋಘವರ್ಷ ಬಿಳಿಗಿರಿ ರಂಗನಾಥಸ್ವಾಮಿ ಹುಲಿಧಾಮ ಮತ್ತು ಹಕ್ಕಿಗಳ ಬಗ್ಗೆ ನಿರ್ಮಿಸಿರುವ ಡಾಕ್ಯುಮೆಂಟರಿ ಸಹ ಕನ್ನಡದಲ್ಲಿ ಬಂದಿದೆ. ಇಂತಹ ಪ್ರಯತ್ನಗಳಿಂದಾಗಿ ಪರಿಸರ ವಿಜ್ಞಾನ ಎನ್ನುವ ಅತಿ ಮಹತ್ವದ ಜ್ಞಾನ ಕನ್ನಡದಲ್ಲೂ ನಮ್ಮ ಹಳ್ಳಿಯ ಹುಡುಗರಿಗೆ ತಲುಪಲಿದೆ.

ಸರ್ಕಾರ ಚಿಣ್ಣರ ವನ್ಯದರ್ಶನ ಹೆಸರಿನ ಕಾರ್ಯಕ್ರಮವೊಂದನ್ನು ಘೋಷಿಸಿದೆ. 9ನೇ ತರಗತಿಯ ಮಕ್ಕಳಿಗೆ ಪರಿಸರದ ಪಾಠ ಮಾಡುವ ಕಾರ್ಯಕ್ರಮ ಇದು. ಇದನ್ನಾದರೂ ಇಲಾಖೆ ಸಮರ್ಪಕವಾಗಿ ಮಾಡಬೇಕಿದೆ. ಮಕ್ಕಳನ್ನ ಭವಿಷ್ಯದ ಪ್ರಜೆಗಳು ಎನ್ನುತ್ತೇವೆ. ಆದರೆ, ಅದೇ ಮಕ್ಕಳಿಗೆ ವರ್ತಮಾನದಲ್ಲೇ ನಾವು ಕೈಕೊಟ್ಟು ಜ್ಞಾನ ವಿಮುಖರನ್ನಾಗಿ ಮಾಡುತ್ತಿದ್ದೇವೆ. ವಿಜ್ಞಾನಿಗಳು, ಪರಿಸರ ಕಾರ್ಯಕರ್ತರು, ಸಂಘ-ಸಂಸ್ಥೆಗಳು ಹೆಚ್ಚೆಚ್ಚು ಪರಿಸರ ಶಿಬಿರಗಳನ್ನ ಮಾಡಬೇಕಿದೆ. ಕಾಡಂಚಿನವರೇ ಆಗಲಿ, ಸಿಟಿ ಮಕ್ಕಳೇ ಆಗಲಿ, ಭವಿಷ್ಯದ ಪ್ರಜೆಗಳಿಗೆ ಕಾಡಿನ ಕತೆ ಹೇಳುವವರು ಬೇಕಾಗಿದ್ದಾರೆ.

9

ಹಕ್ಕಿ ಹಬ್ಬಕ್ಕೆ ಹುಮ್ಮಸ್ಸು, ಮಂಗಟ್ಟೆ ಉಳಿಸಲು ಏಕಿಲ್ಲ ಮನಸು?

ಮೈಸೂರಿನ ಮನು, ಗುರುಪ್ರಸಾದ್, ರಾಜಕುಮಾರ್, ಶಿವಪ್ರಕಾಶ, ಗಿರಿಜಾ, ಶೇಷಗಿರಿ, ವಿಜಯಲಕ್ಷ್ಮಿ, ತನುಜಾ. ಬಳ್ಳಾರಿಯ ಸಮದ್ ಕೊಟ್ಟೂರು, ವಿಜಯ್ ಇಟಗಿ, ಸಂತೋಷ ಮಾರ್ಟಿನ್. ಮಡಿಕೇರಿಯ ನರಸಿಂಹನ್, ತುಮಕೂರಿನ ಟಿ.ವಿ.ಎನ್. ಮೂರ್ತಿ, ಗುಂಡಪ್ಪ, ಉಡುಪಿಯ ಡಾ.ಮಧ್ಯಸ್ಥ. ಬೆಂಗಳೂರಿನ ಡಾ.ಸುಬ್ರಹ್ಮಣ್ಯ, ಎಂ.ಬಿ.ಕೃಷ್ಣ, ಹರೀಶ್ ಭಟ್, ಶ್ಯಾಮಲ್, ಕಾರ್ತಿಕೇಯನ್, ಸಿ.ಆರ್.ನವೀನ್. ದಕ್ಷಿಣ ಕನ್ನಡದ ಶಿವಶಂಕರ್ ನಾಯಕ್. ಹೀಗೆ...ಪಟ್ಟಿ ಮಾಡುತ್ತಾ ಹೋದರೆ, ಪ್ರತಿ ಜಿಲ್ಲೆಯಲ್ಲೂ ಒಂದಷ್ಟು ಹೆಸರುಗಳು ಸಿಗುತ್ತವೆ.

ಈ ಮಹನೀಯರೆಲ್ಲಾ ದಶಕಗಳಿಂದ ಯಾರ ನೆರವೂ ಪಡೆಯದೇ, ಯಾರಿಂದಲೂ ಏನನ್ನೂ ಅಪೇಕ್ಷಿಸದೇ, ಕೇವಲ ವೈಯಕ್ತಿಕ ಹವ್ಯಾಸವನ್ನಾಗಿಸಿಕೊಂಡಿದ್ದ ಪಕ್ಷಿ ವೀಕ್ಷಣೆಯನ್ನ ಅತ್ಯಂತ ಜನಪ್ರಿಯ ವಿಜ್ಞಾನವನ್ನಾಗಿ ಬೆಳೆಸಿದ ಶ್ರೇಯಸ್ಸು ಇವರದ್ದು.

ಕರ್ನಾಟಕದ ಯಾವುದೇ ಜಿಲ್ಲೆಗೆ ಹೋಗಿ, ಅಲ್ಲೊಬ್ಬ ಪಕ್ಷಿ ವೀಕ್ಷಕ ಇದ್ದೇ ಇರುತ್ತಾನೆ. ಪಕ್ಷಿ ವೀಕ್ಷಕ ಅಂದ ಮಾತ್ರಕ್ಕೆ ಅವರೇನೂ ಸುಖಾ ಸುಮ್ಮನೇ ಹಕ್ಕಿಗಳ ಹೆಸರು ಹೇಳುವವರು ಅಂದ್ಕೋಬೇಡಿ. ಅತ್ಯಂತ ಗಂಭೀರವಾಗಿ ವಿಷಯ ಅಧ್ಯಯನ ಮಾಡಿದ, ಅತ್ಯಂತ ಕರಾರುವಾಕ್ ಆಗಿ ನಿರ್ದಿಷ್ಟ ಹಕ್ಕಿಗಳ ಚಲನವಲನದ ಬಗ್ಗೆ ನಿಗಾ ಇಟ್ಟಿರುವ, ಪಕ್ಷಿಗಳ ಮೂಲಕ ಆ ಭಾಗದ ಪರಿಸರದ ಅಧ್ಯಯನ ನಡೆಸಿರುವ, ಆ ಮೂಲಕ ಮಕ್ಕಳಲ್ಲಿ, ಜನ ಸಾಮಾನ್ಯರಲ್ಲಿ ಆಸಕ್ತಿ ಮೂಡಿಸಿರುವ ಅತ್ಯಂತ ಬಲವಾದ ಹಸಿರುಪಡೆಗಳ ಯೋಧರಿವರು.

ಬಿಡುವಾದಾಗಲೆಲ್ಲ ಅಥವಾ ವಾರಕ್ಕೊಮ್ಮೆ ಪಕ್ಷಿ ವೀಕ್ಷಣೆ ಮಾಡುವ ಈ ಆಸಕ್ತರು ತಮ್ಮ ಸುತ್ತಮುತ್ತಲ ಜನರ ಮೇಲೂ ಪ್ರಭಾವ ಬೀರಿ ಪಕ್ಷಿಗಳ ಅಧ್ಯಯನದತ್ತ ಸೆಳೆಯುತ್ತಾ ಬಂದಿದ್ದಾರೆ. ಇವರ ಪ್ರಯತ್ನದ ಫಲವಾಗಿ ಇಂದು ರಾಜ್ಯದಲ್ಲಿ ನೂರಾರು, ಸಾವಿರಾರು ಜನ ಅತ್ಯಂತ ಗಂಭೀರವಾಗಿ ಹಕ್ಕಿಗಳ ವೀಕ್ಷಣೆಯನ್ನ ಹವ್ಯಾಸವನ್ನಾಗಿ ಮಾಡಿಕೊಂಡಿದ್ದಾರೆ.

ಮೈಸೂರಿನ ಮನು, ಬಳ್ಳಾರಿಯ ಸಮದ್ ಕೊಟ್ಟೂರು ಮತ್ತು ಸಂತೋಷ್ ಮಾರ್ಟಿನ್, ಬೆಂಗಳೂರಿನ ಶ್ಯಾಮಲ್ ಮತ್ತು ಡಾ. ಸುಬ್ರಹ್ಮಣ್ಯ ಇವರೆಲ್ಲ ಇನ್ನೂ ಒಂದಷ್ಟು ಹೆಜ್ಜೆ ಮುಂದಕ್ಕೆ ಹೋಗಿ ಕೆಲ ನಿರ್ದಿಷ್ಟ ಜಾತಿಯ, ಅಳಿವಿನ ಅಂಚಿನಲ್ಲಿರುವ ಹಕ್ಕಿಗಳ ಸಂರಕ್ಷಣೆಗೂ ನೇರವಾಗಿ ಕೆಲಸ ಮಾಡಿದ್ದಾರೆ. ಈಗಲೂ ಮಾಡುತ್ತಿದ್ದಾರೆ. ಮನು ಅವರಂತೂ ರಾಜ್ಯದ ಅನೇಕ ಹಳ್ಳಿ ಹಳ್ಳಿಗೆ ಹೋಗಿ ಮಕ್ಕಳಿಗೆ ಪರಿಸರದ ಅಧ್ಯಯನದ ಮೊದಲ ಪಾಠವನ್ನ ಹಕ್ಕಿ ವೀಕ್ಷಣೆಯಿಂದಲೇ ಶುರು ಮಾಡುತ್ತಾರೆ. ಬೆಂಗಳೂರಿನ ಡಾ.ಎಂ.ಬಿ.ಕೃಷ್ಣ ಅನೇಕ ಹೆಸರಾಂತ ಸಾಫ್ಟ್‌ವೇರ್ ಕಂಪನಿಗಳಿಗೆ ಸಲಹೆಗಾರರಾಗಿ ಕೆಲಸ ಮಾಡುತ್ತಿದ್ದು, ಕಟ್ಟಡಗಳನ್ನ ಹೇಗೆ ಪಕ್ಷಿಸ್ನೇಹಿಯಾಗಿ ನಿರ್ಮಿಸಬಹುದು, ಕ್ಯಾಂಪಸ್‌ಗಳಲ್ಲಿ ಹೇಗೆ ಪಕ್ಷಿಗಳನ್ನ ಆಕರ್ಷಿಸಬಹುದು ಎನ್ನುವುದನ್ನು ಹೇಳಿಕೊಟ್ಟಿದ್ದಾರೆ. ಬೆಂಗಳೂರಿನ ಅನೇಕ ಕಂಪನಿಗಳು ಈಗ ಹಕ್ಕಿ ಸ್ನೇಹಿ ಕ್ಯಾಂಪಸ್‌ಗಳನ್ನ ಹೊಂದಿವೆ.

ಕಾಡಿನ ಹಕ್ಕಿಗಳ ಬಗ್ಗೆ ಕೆ.ಎಂ.ಚಿಣ್ಣಪ್ಪ, ರಾಜಕುಮಾರ್, ಕಾರ್ತಿಕೇಯನ್, ಶ್ಯಾಮಲ್ ಹೇಳುವ ಕತೆಗಳನ್ನ ಕೇಳಿಬಿಟ್ಟರೆ ಹಕ್ಕಿಗಳ ಬಗ್ಗೆ ನಮಗಿರುವ ರೊಮ್ಯಾಂಟಿಕ್ ಕಲ್ಪನೆ ಅತ್ಯದ್ಭುತ ರೀತಿಯಲ್ಲಿ ಬದಲಾಗತೊಡಗುತ್ತದೆ. ನಮಗಿರುವ ಕಲ್ಪನೆ ವಿಸ್ತಾರವಾಗುತ್ತಾ ಹೋಗುತ್ತದೆ.

ದೂರದಲ್ಲೆಲ್ಲೋ ಹಕ್ಕಿ ಹಾಕಿದ ಕೂಗನ್ನು ಕೇಳಿಸಿಕೊಂಡು ಅದು ಆ ರೀತಿ ಧ್ವನಿ ಹೊರಡಿಸಿದ್ದು ಏಕೆ? ಅಪಾಯದ ಮುನ್ಸೂಚನೆಯಾ ಅಥವಾ ಪ್ರಣಯದ ಆಹ್ವಾನವೇ? ಅಂತ ಸರಸರನೇ ಬಂಡೀಪುರದ ರಾಜಕುಮಾರ್ ಮಾಹಿತಿ ಕೊಡುವ ರೀತಿ ನೋಡಿದಾಗ ನಿಜವಾಗ್ಲೂ ಅದೊಂದು ವಿಶಿಷ್ಟ ವಿಜ್ಞಾನ ಎನ್ನುವ ಮನವರಿಕೆ ಆಗುತ್ತದೆ.

ಹಕ್ಕಿಗಳು ನಮ್ಮ ಜೀವಜಾಲದ ಅತ್ಯಂತ ಪ್ರಬಲ ಕೊಂಡಿ. ಹೂವಿಂದ ಹೂವಿಗೆ ಹಾರುತ್ತಾ ಮಕರಂದ ಹೀರುತ್ತಾ ಪರಾಗಸ್ಪರ್ಶಕ್ಕೆ ಸಹಾಯ ಮಾಡುತ್ತವೆ. ಗಿಡದಿಂದ ಗಿಡಕ್ಕೆ ಹಾರುತ್ತಾ, ಹಣ್ಣುಗಳನ್ನು ತಿನ್ನುತ್ತಾ ಒಂದು ಭಾಗದಿಂದ ಮತ್ತೊಂದು ಪ್ರದೇಶಕ್ಕೆ ಬೀಜಗಳನ್ನ ಹಾಕಿ ವೃಕ್ಷ ವೈವಿಧ್ಯಕ್ಕೆ ಕಾರಣವಾಗಿವೆ. ಅನೇಕ ಹಕ್ಕಿಗಳು ಹುಳ ಹುಪ್ಪಟೆ ತಿಂದು ರೈತನಿಗೆ ಸಹಾಯ ಮಾಡುತ್ತಿವೆ. ಹೀಗೆ ಹಕ್ಕಿಗಳು ಕಾಡಿನ ಬೆಳವಣಿಗೆಯಲ್ಲಿ, ವೈವಿಧ್ಯತೆಯ ಸೃಷ್ಟಿಯಲ್ಲಿ ಅತಿ ಸೂಕ್ಷ್ಮ ಕೆಲಸವನ್ನ ಅಚ್ಚುಕಟ್ಟಾಗಿ ಮಾಡುತ್ತಿವೆ.

ದೂರದೂರದ ಯಾವುದೋ ದೇಶದ ಯಾವುದೋ ಭೂ ಪ್ರದೇಶದಿಂದ ನಮ್ಮ ನಾಡನ್ನು ಪ್ರತಿ ವರ್ಷ ಹುಡುಕಿ ಬಂದು ಸಂತಾನೋತ್ಪತ್ತಿ ನಡೆಸಿ ಅಥವಾ ಚಳಿಗಾಲ ಕಳೆದ ನಂತರ ಊರಿಗೆ ವಾಪಸಾಗುವ ಪುಟ್ಟ ಹಕ್ಕಿಯ ಅಗಾಧ ಶಕ್ತಿಯ ಮುಂದೆ ಜೆಟ್ ವಿಮಾನಗಳನ್ನೂ ನಿವಾಳಿಸಿ ಎಸೆಯಬೇಕು. ಹಕ್ಕಿ ನೋಡಿಯೇ ಅಲ್ಲವೇ ವಿಮಾನ ಸೃಷ್ಟಿಸಿದ್ದು. ಇಷ್ಟೆಲ್ಲಾ ಹೇಳೋಕೆ, ಹಕ್ಕಿಗಳ ಪರವಾಗಿ ಇಷ್ಟೊಂದು ಪ್ರಬಲ ಲಾಬಿ ಮಾಡೋಕೆ ಕಾರಣಗಳಿವೆ. ಏಕೆಂದರೆ, ಕರ್ನಾಟಕ ಪಕ್ಷಿ ಉತ್ಸವಗಳು ಸಾಲು ಸಾಲಾಗಿ ನಡೀತಿವೆ.

ಹೌದು. ಕರ್ನಾಟಕದ ಮೊಟ್ಟಮೊದಲ ಹಾಗೂ ದಕ್ಷಿಣ ಭಾರತದ ಅತಿ ದೊಡ್ಡ ಹಕ್ಕಿ ಹಬ್ಬಕ್ಕೆ ಮಂಡ್ಯ ಜಿಲ್ಲೆಯ ಪ್ರಸಿದ್ಧ ರಂಗನತಿಟ್ಟು ಪಕ್ಷಿಧಾಮದಲ್ಲಿ ನಡೆಯಿತು. ಈ ಹಬ್ಬ ರಾಜ್ಯದ, ದಕ್ಷಿಣ ಭಾರತದ ಎಲ್ಲ ಪಕ್ಷಿ ವೀಕ್ಷಕರನ್ನ, ಪಕ್ಷಿ ಪ್ರಿಯರನ್ನ ಒಂದೇ ವೇದಿಕೆಗೆ ಸೇರಿಸಿತ್ತು.

ರಂಗನತಿಟ್ಟಿನಲ್ಲಿ ಮೂರೂ ದಿನಗಳ ಕಾಲ ಪಕ್ಷಿ ವೀಕ್ಷಣೆ ಜತೆಗೆ ತಜ್ಞರಿಂದ ಅನೇಕ ಉಪನ್ಯಾಸಗಳನ್ನೂ ಏರ್ಪಡಿಸಲಾಗಿತ್ತು. ದೇಶದ ಹಾಗೂ ರಾಜ್ಯದ

ನಾನಾ ಭಾಗಗಳಲ್ಲಿ ಪಕ್ಷಿಗಳ ಬಗ್ಗೆ ಅಧ್ಯಯನ ಮಾಡಿರುವ ವಿಜ್ಞಾನಿಗಳು ಇಲ್ಲಿ ತಮ್ಮ ಅನುಭವ ಹಂಚಿಕೊಂಡರು. ಹಕ್ಕಿಗಳ ಫೋಟೋ ತೆಗೆಯುವುದು ಹೇಗೆ ಎನ್ನುವುದರಿಂದ ಹಿಡಿದು, ಹಕ್ಕಿಗಳ ಚಿತ್ರ ಬಿಡಿಸುವುದನ್ನೂ ಇಲ್ಲಿ ಹೇಳಿಕೊಡಲಾಯಿತು. ಹಕ್ಕಿಗಳನ್ನ ಮಾತ್ರ ಗಮನದಲ್ಲಿಟ್ಟುಕೊಂಡು ಹೇಳುವುದಾದರೆ, ನಿಜಕ್ಕೂ ಇದೊಂದು ಅತ್ಯುತ್ತಮ ಪ್ರಯತ್ನ.

ಇತ್ತೀಚೆಗೆ ಎಲ್ಲದಕ್ಕೂ ನಾವು ಉತ್ಸವದ ಛಾಪನ್ನು ಮೂಡಿಸುವ ಪ್ರಯತ್ನ ಮಾಡುತ್ತಿದ್ದೇವೆ. ಹಂಪಿ ಉತ್ಸವ, ಬದಾಮಿ ಉತ್ಸವ. ಗಾಳಿಪಟ ಉತ್ಸವ ಇವೆಲ್ಲದರ ಜತೆಗೆ ಈಗ ಹಕ್ಕಿ ಹಬ್ಬ ಅಥವಾ ಹಕ್ಕಿ ಉತ್ಸವವನ್ನೂ ಸೇರಿಸುವ ಪ್ರಯತ್ನ ದಲ್ಲಿದ್ದೇವೆ. ಹಕ್ಕಿಗಳ ಬಗ್ಗೆ ಜನರಲ್ಲಿ ಜಾಗೃತಿ ಮೂಡಿಸುವ ನಿಟ್ಟಿನಲ್ಲಿ ಅರಣ್ಯ ಇಲಾಖೆಯ ಅಂಗಸಂಸ್ಥೆಯಾದ ಕರ್ನಾಟಕ ಪರಿಸರ ಪ್ರವಾಸೋದ್ಯಮ ಮಂಡಳಿ ಇದನ್ನ ಆಯೋಜಿಸಿತ್ತು. ನೂರಾರು ಪಕ್ಷಿ ಪ್ರಿಯರು ಇದರಲ್ಲಿ ಪಾಲ್ಗೊಂಡಿದ್ದರು.

ಮೈಸೂರಿನ ಮನು, ಬಳ್ಳಾರಿಯ ಸಮದ್ ಕೊಟ್ಟೂರು, ಬೆಂಗಳೂರಿನ ಕೃಷ್ಣ ಮತ್ತು ಶ್ಯಾಮಲ್ ಹಾಗೂ ಇವರಂತೆ ನೂರಾರು ಮಂದಿ ಹಕ್ಕಿ ತಜ್ಞರು ದಶಕಗಳಿಂದಲೂ ಹಕ್ಕಿಗಳ ಬಗ್ಗೆ ಉಚಿತವಾಗಿ ಜನಜಾಗೃತಿ ಮೂಡಿಸುವ ಕೆಲಸ ಮಾಡುತ್ತಿದ್ದಾರೆ. ಶಾಲಾ ಮಕ್ಕಳು ಮತ್ತು ಆಸಕ್ತರು ಯಾವುದೇ ಸಮಯದಲ್ಲಿ ಮಾಹಿತಿ ಕೇಳಿದರೂ ಬೇಸರ ಮಾಡಿಕೊಳ್ಳದೇ ನೀಡುತ್ತಾರೆ. ಹಕ್ಕಿಗಳ ಬಗ್ಗೆ ಯಾರೂ ಮಾಡದಷ್ಟು ಕೆಲಸವನ್ನ ಈ ಕೆಲ ಮಹನೀಯರು ಮಾಡಿ ತೋರಿಸಿದ್ದಾರೆ. ಈಗಲೂ ಮಾಡುತ್ತಿದ್ದಾರೆ. ಹಕ್ಕಿ ಹಬ್ಬದ ಹೆಸರಿನಲ್ಲಿ, ಹಕ್ಕಿ ವೀಕ್ಷಣೆಯನ್ನ ಜನಪ್ರಿಯಗೊಳಿಸುವ ನಿಟ್ಟಿನಲ್ಲಿ ಸರ್ಕಾರದ ಒಂದು ಅಂಗಸಂಸ್ಥೆ ಅದನ್ನ ವಾಣಿಜ್ಯೀಕರಣಗೊಳಿಸುತ್ತಿರುವುದು ದುರಂತ.

ಉತ್ತರ ಕರ್ನಾಟಕದ ಬಯಲು ಪ್ರದೇಶಗಳಲ್ಲಿ ವಾಸಿಸುವ ಗ್ರೇಟ್ ಇಂಡಿಯನ್ ಬಸ್ಟರ್ಡ್ ಎನ್ನುವ ಹಕ್ಕಿ ವಿನಾಶದ ಅಂಚಿನಲ್ಲಿದೆ. ಅಂದಾಜಿನ ಪ್ರಕಾರ ರಾಜ್ಯದಲ್ಲಿ ಕೇವಲ 50 ಹಕ್ಕಿಗಳಿರಬಹುದು. ಪಶ್ಚಿಮ ಘಟ್ಟದ ಕಾಡುಗಳಲ್ಲಿ ಅದರಲ್ಲೂ ವಿಶೇಷವಾಗಿ ಉತ್ತರ ಕನ್ನಡ ಜಿಲ್ಲೆಯಲ್ಲಿರುವ ಗ್ರೇಟ್ ಇಂಡಿಯನ್ ಹಾರ್ನ್‌ಬಿಲ್ ಮತ್ತು ಗುಡ್ಡ ಬೆಟ್ಟಗಳಲ್ಲಿ ವಾಸಿಸುವ ರಣಹದ್ದುಗಳು ಕೆಲವೇ ವರ್ಷಗಳಲ್ಲಿ ಸಂಪೂರ್ಣವಾಗಿ ನಿರ್ನಾಮ ಆಗುವ ಅಪಾಯದಲ್ಲಿವೆ. ಮಂಡ್ಯ ಜಿಲ್ಲೆಯ ಕೊಕ್ಕರೆ ಬೆಳ್ಳೂರು ಮತ್ತು ತುಮಕೂರಿನ ಕಗ್ಗಲಡು ಪಕ್ಷಿಧಾಮಗಳೂ ಅನೇಕ ಅಪಾಯಗಳನ್ನು ಎದುರಿಸುತ್ತಿವೆ.

ಅನೇಕ ಅಪರೂಪದ ಹಕ್ಕಿಗಳನ್ನ ಬೇಟೆಯಾಡಿ ಕೊಲ್ಲಲಾಗುತ್ತಿದೆ. ಹಕ್ಕಿ ಹಬ್ಬ ಈ ಹಕ್ಕಿಗಳ ಉಳಿವಿಗೆ ಮಾಡಬೇಕಲ್ಲವೇ?

ಪಕ್ಷಿ ವೀಕ್ಷಣೆಯನ್ನ ಜನಪ್ರಿಯಗೊಳಿಸಬೇಕು. ಆ ಮೂಲಕ ಹೆಚ್ಚೆಚ್ಚು ಜನರನ್ನ ಪರಿಸರ ಸಂರಕ್ಷಣೆಯತ್ತ ಸೆಳೆಯಬೇಕು ಎನ್ನುವುದರಲ್ಲಿ ಎರಡನೇ ಮಾತಿಲ್ಲ. ಆದರೆ, ಈ ಕೆಲಸವನ್ನ ಈಗಾಗಲೇ ರಾಜ್ಯದ ನಾನಾ ಜಿಲ್ಲೆಗಳಲ್ಲಿರುವ ನೂರಾರು, ಸಾವಿರಾರು ಹಿರಿಯ ಪಕ್ಷಿ ವೀಕ್ಷಕರು ಮಾಡುತ್ತಿದ್ದಾರೆ. ಅವರಿಗೆ ಇನ್ನಷ್ಟು ಪ್ರೋತ್ಸಾಹ ಕೊಟ್ಟು ಅದನ್ನೇ ಸಂಘಟಿತ ಮಾದರಿಯಲ್ಲಿ ಮಾಡಿದ್ದರೆ ಚೆನ್ನಾಗಿರುತ್ತಿತ್ತು. ಈ ಪಕ್ಷಿ ವೀಕ್ಷಕರಿಗೆ ಬಸ್ಟರ್ಡ್, ಹಾರ್ನಬಿಲ್, ರಣಹದ್ದು, ಪೆಲಿಕಾನ್ ಮುಂತಾದ ಅಳಿವಿನ ಅಂಚಿನಲ್ಲಿರುವ ಹಕ್ಕಿಗಳ ಸಂರಕ್ಷಣೆಗೆ ನೇರವಾಗಿ ಕೆಲಸ ಮಾಡೋಕೆ ಆಗೋದಿಲ್ಲ. ಮಂಡ್ಯದ ಕೊಕ್ಕರೆ ಬೆಳ್ಳೂರು ಪಕ್ಷಿಧಾಮಕ್ಕೆ ದಿನೇದಿನೇ ಅಪಾಯಗಳು ನಾನಾ ರೂಪದಲ್ಲಿ ಎದುರಾಗುತ್ತಿವೆ. ಇದನ್ನೆಲ್ಲಾ ಜನಸಾಮಾನ್ಯರಿಗೋ, ಹವ್ಯಾಸಿ ಪಕ್ಷಿ ವೀಕ್ಷಕರಿಗೋ ಪರಿಹರಿಸೋದಕ್ಕೆ ಆಗೋದಿಲ್ಲ. ಈ ಹಕ್ಕಿಗಳ, ಪಕ್ಷಿಧಾಮಗಳ ಸಂರಕ್ಷಣೆಗೆ ಸರ್ಕಾರ ಧಾವಿಸಬೇಕು. ಜನರ ಸಹಭಾಗಿತ್ವದಲ್ಲಿ ಸಂರಕ್ಷಣಾ ಕಾರ್ಯಗಳನ್ನ ಕೈಗೆತ್ತಿಕೊಳ್ಳಬೇಕು.

ಎಲ್ಲ ಹಕ್ಕಿ ಹಬ್ಬ ಯಶಸ್ವಿಯಾಗಬೇಕು. ಆದರೆ, ಇನ್ನಷ್ಟು, ಮತ್ತಷ್ಟು ಪಕ್ಷಿ ವೀಕ್ಷಕರು ಹುಟ್ಟಿಕೊಳ್ಳಲಿ. ಜತೆ ಜತೆಗೆ ಅಪಾಯದ ಅಂಚಿನಲ್ಲಿರುವ, ದುಸ್ಥಿತಿಯಲ್ಲಿರುವ ಪಕ್ಷಿಧಾಮಗಳ ಕಡೆಗೆ ಸರ್ಕಾರ ತುರ್ತು ಗಮನ ಹರಿಸಲಿ.

10

ಹಾವು ಹಿಡಿಯುತ್ತಾ ಹೀರೋ ಆದವರು - ಕೊಲ್ಲಬೇಡಿ, ಕಾಲ್ ಮಾಡಿ!

ಸುಮಾರು 18 ವರ್ಷಗಳ ಹಿಂದಿನ ಮಾತು. ಮೈಸೂರಿನ ಸ್ನೇಕ್ ಶ್ಯಾಮ್ ಕುಕ್ಕೆ ಸುಬ್ರಹ್ಮಣ್ಯಕ್ಕೆ ಹೊರಟಿದ್ದ. ತ್ವರಿತವಾಗಿ ಬೆಳೆಯುತ್ತಿರುವ ಮೈಸೂರು ನಗರದಲ್ಲಿ ಆಗೆಲ್ಲ ನಿತ್ಯ ಹತ್ತಿಪ್ಪತ್ತು ಹಾವುಗಳು ಜನವಸತಿ ಪ್ರದೇಶಗಳಲ್ಲಿ ಕಾಣಿಸಿಕೊಳ್ಳುತ್ತಿದ್ದವು. ಮಕ್ಕಳನ್ನ ಶಾಲೆಗೆ ಆಟೋದಲ್ಲಿ ಬಿಟ್ಟು ಸಂಜೆ ವಾಪಸ್ ಕರೆದುಕೊಂಡು ಬರುವ ಕೆಲಸ ಮಾಡಿಕೊಂಡಿದ್ದ ಶ್ಯಾಮ್ ಉಳಿದ ಸಮಯದಲ್ಲಿ ಯಾರೇ ಕರೆ ಮಾಡಿದ್ರೂ ಅಲ್ಲಿ ಹೋಗಿ ಹಾವು ಹಿಡಿಯುತ್ತಿದ್ದರು. ಕುಟುಂಬದ ಕಡೆಗೆ

ಗಮನ ಕೊಡೋಕೆ ಅವರಿಗೆ ಆಗಿರಲಿಲ್ಲ. ಹೀಗೆಲ್ಲಾ ಅದರೆ, ಸರಿ ಹೋಗಲ್ಲ ಎನ್ನುವುದರ ಅರಿವಾಗಿ ಕಡೆಗೆ ಶ್ಯಾಮ್ ಮನೆಯವರು ಪ್ಲಾನ್ ಮಾಡಿದ್ದರು. ಮನೆಯವರ 'ಧಮಕಿ'ಗೆ ಬೆದರಿ ಶ್ಯಾಮ್ ಕುಕ್ಕೆ ಸುಬ್ರಹ್ಮಣ್ಯ ದೇವರ ದರ್ಶನಕ್ಕೆ ಹೊರಟಿದ್ದ.

ಆ ದಿನ ಸಂಜೆ ಫೋನ್ ಮಾಡಿ 'ನಾನು ದೇವರ ದರ್ಶನಕ್ಕೆ ಹೊರಟಿದ್ದೇನೆ. ಹಾವುಗಳು ಕಾಣಿಸಿಕೊಂಡಾಗ ಜನ ನನಗೆ ಫೋನ್ ಮಾಡ್ತಾರೆ. ನನ್ನ ಎರಡು ನಂಬರ್‌ಗಳನ್ನ ಡೈವರ್ಟ್ ಮಾಡಿರುತ್ತೇನೆ. ರಾಜಕುಮಾರ್ ಮತ್ತು ನೀನು ಇಬ್ಬರೂ ಸೇರಿ ನಾಳೆ ಒಂದು ದಿನ ಕಾಲ್ ಅಟೆಂಡ್ ಮಾಡಿ ಹಾವುಗಳನ್ನ ಹಿಡಿದಿಟ್ಟಿರಿ. ರಾಜಕುಮಾರ್‌ಗೆ ಸಹ ಇದನ್ನೇ ಹೇಳಿದ್ದೇನೆ' ಅಂತಾ ಹೇಳಿದರು. ನಾನೂ ಹಾವು ಹಿಡಿಯುವ ಹುಮ್ಮಸ್ಸಿನಿಂದ 'ಎಸ್' ಎಂದೆ. ಅದೇ ದಿನ ರಾತ್ರಿ 9ಕ್ಕೆ ಶ್ಯಾಮ್ ಫೋನ್ ಡೈವರ್ಟ್ ಮಾಡಿ ಹೊರಟುಬಿಟ್ಟ. ಬೆಳ್ಳಂಬೆಳಗ್ಗೆ 5ಗಂಟೆಗೆ ಮೊದಲ ಫೋನ್ ಕಾಲ್ ವನ್ಯಜೀವಿ ತಜ್ಞ ರಾಜಕುಮಾರ್‌ಗೆ ಬಂದಿತ್ತು. ಸಿದ್ದಾರ್ಥನಗರ ಬಡಾವಣೆಯ ಮನೆಯೊಂದರ ಕಾಂಪೌಂಡಲ್ಲಿ ಹಾವು ಕಾಣಿಸಿಕೊಂಡಿತ್ತು. ರಾಜಕುಮಾರ್ ನನಗೆ ಫೋನ್ ಮಾಡಿ 'ರೆಡಿ ಇರು ಮನೆಗೆ ಬರುತ್ತೇನೆ. ಹೋಗಿ ಹಾವು ಹಿಡಿದುಕೊಂಡು ಬರೋಣ' ಎಂದು ಹೇಳಿದ. 10 ನಿಮಿಷದಲ್ಲಿ ಮನೆಗೆ ಬಂದ. ನಾವಿಬ್ಬರೂ ಹೋಗಿ ಹಾವು ಹಿಡಿದು ಬ್ಯಾಗಿಗೆ ಹಾಕಿಕೊಂಡೆವು.

ಅಲ್ಲಿಂದ ಶುರುವಾಯ್ತು ನೋಡಿ ಫೋನ್‌ಕಾಲ್‌ಗಳ ಆರ್ಭಟ!

ಪ್ರತಿ ಅರ್ಧ ಗಂಟೆಗೊಮ್ಮೆ ಫೋನ್ ರಿಂಗಣಿಸತೊಡಗಿತು. ಮೈಸೂರಿನ ಮೂಲೆ ಮೂಲೆಗಳಿಂದ ಕರೆ ಬರತೊಡಗಿತು. ಅಲ್ಲಿ ಹಾವಿದೆ, ಇಲ್ಲಿ ಹಾವಿದೆ, ಅಡುಗೆಮನೆಗೆ ಬಂದಿದೆ, ಬಚ್ಚಲು ಮನೆಯಲ್ಲಿ ಮಲಗಿದೆ...ಹೀಗೆ ಆತಂಕಗೊಂಡ ಜನರಿಂದ ಸತತ ಫೋನ್ ಕರೆಗಳು ಬರತೊಡಗಿದವು. ಬೆಳ್ಳಂಬೆಳಗ್ಗೆ 5ಕ್ಕೆ ಸಿದ್ದಾರ್ಥನಗರಕ್ಕೆ ಹಾವು ಹಿಡಿಯಲು ಹೋಗಿದ್ದ ನಾವು ಆರಂಭದಲ್ಲಿ ಹುಮ್ಮಸ್ಸಿನಿಂದಲೇ ಓಡಾಡಿದೆವು. ಜೆಪಿ ನಗರದಿಂದ ಉದಯಗಿರಿ, ವಿಜಯನಗರದಿಂದ ಆಲನಹಳ್ಳಿ ಹೀಗೆ ಇಡೀ ನಗರವನ್ನ ಸರ್ಪರಾಜ ಸುತ್ತಾಡಿಸಿಬಿಟ್ಟ. ರಾತ್ರಿ 8ರ ಹೊತ್ತಿಗೆ ನಾವು ಬರೋಬ್ಬರಿ 27 ಹಾವುಗಳನ್ನ ಹಿಡಿದಿದ್ದೆವು. ಊಟ ತಿಂಡಿ ಏನೂ ಮಾಡೋಕೆ ಆಗದೇ ಸಂಪೂರ್ಣ ನಿತ್ರಾಣರಾಗಿದ್ದೆವು.

ಕೆಲವೊಂದು ಕಡೆ ನಾವು ಹೋಗುವಷ್ಟರಲ್ಲಿ ಹಾವು ಎಲ್ಲಿಂದಲೋ ಎಸ್ಕೇಪ್ ಆಗಿರುತ್ತಿತ್ತು. ಮತ್ತೊಮ್ಮೆ ಜನ ಹೇಳುವ ವಿಳಾಸ ಸಿಗದೇ ಅತ್ತಿಂದಿತ್ತ ಓಡಾಡಿ,

ಹುಡುಕಾಡಿ ಸುಸ್ತಾಗಿಬಿಡುತ್ತಿದ್ದೆವು. ರಾತ್ರಿ 10ರ ಹೊತ್ತಿಗೆ ಸರ್ಪಗಳ ಸಹವಾಸ ಸಾಕು ಸಾಕಾಗಿಹೋಗಿತ್ತು. ಕುಕ್ಕೆ ಸುಬ್ರಹ್ಮಣ್ಯ ದೇವರಿಗೆ ಕೈ ಮುಗಿದು ಸ್ನೇಕ್ ಶ್ಯಾಮ್‌ನ ಬೇಗ ವಾಪಸ್ ಕಳಿಸಪ್ಪಾ ಅಂತಾ ಬೇಡಿಕೊಂಡುಬಿಟ್ಟೆ.

ಒಂದೇ ದಿನಕ್ಕೆ ನಮಗೆ ಹೀಗೆ ಹಾವುಗಳು ಸುಸ್ತು ಹೊಡೆಸಿಬಿಟ್ಟರೆ, ಕಳೆದ 30 ವರ್ಷಗಳಿಂದ ಕರೆ ಬಂದ ಕಡೆಗೆಲ್ಲಾ ಹೋಗಿ ಹಾವು ಹಿಡಿದು ಅದನ್ನು ಬೇರೆ ಕಡೆ ಬಿಟ್ಟು ಬರುವ ಸೇವೆ ಮಾಡುತ್ತಾ ಇರುವ ಸ್ನೇಕ್ ಶ್ಯಾಮ್ ಅದೆಷ್ಟು ದಣಿದಿರಬಹುದು? ಆದರೆ, ದೈವಸ್ವರೂಪಿ ಅಂತ ನಂಬಿರುವ ಹಾವನ್ನು ಉಳಿಸಿದ ನೆಮ್ಮದಿಯ ಭಾವ ಮತ್ತು ಜನರಲ್ಲಿ ಹಾವು ಕೊಲ್ಲುವ ಭಾವ ಕಡಿಮೆ ಮಾಡಿದ ಖುಷಿಯ ಮುಂದೆ ಎಲ್ಲವೂ ಗೌಣ. ಆ ಹುಮ್ಮಸ್ಸಿನಿಂದಲೇ ಶ್ಯಾಮ್ 50 ಸಾವಿರಕ್ಕೂ ಹೆಚ್ಚು ಹಾವುಗಳನ್ನ ಇದುವರೆಗೂ ಹಿಡಿದು ಕಾಡಿಗೆ ಬಿಟ್ಟಿರುವುದು.

ಈ ಕತೆ ಹೇಳೋಕೆ ಒಂದು ಕಾರಣವಿದೆ. ಮೈಸೂರಿನಲ್ಲಿ ಸ್ನೇಕ್ ಶ್ಯಾಮ್ ಆರಂಭಿಸಿದ ಅಭಿಯಾನ ಇವತ್ತು ಇಡೀ ರಾಜ್ಯದಲ್ಲಿ ಆಳವಾಗಿ ಬೇರೂರಿದೆ. ಮನೆ ಪಕ್ಕದಲ್ಲೋ, ಬಚ್ಚಲು ಮನೆಯಲ್ಲೋ, ಮಾಳಿಗೆಯಲ್ಲೋ ಕಾಣಿಸಿಕೊಂಡ ಹಾವನ್ನ ಜನ ಹೊಡೆದು ಸಾಯಿಸುತ್ತಿದ್ದರು. ಹಾವು ಇರುವುದೇ ಕೊಲ್ಲೋದಕ್ಕೆ ಎನ್ನುವ ಸಂಪ್ರದಾಯವೇ ನಮ್ಮಲ್ಲಿತ್ತು. ಆದರೆ, ಶ್ಯಾಮ್ ಆರಂಭಿಸಿದ ಜನಜಾಗೃತಿ ಅಭಿಯಾನ ಹಾವುಗಳಿಗೆ ಹೊಸ ಜೀವನ ಕೊಡಲಾರಂಭಿಸಿತು. ಜನ ಹಾವು ಕಂಡರೆ ಶ್ಯಾಮ್‌ಗೆ ಫೋನ್ ಮಾಡೋಕೆ ಶುರು ಮಾಡಿದ್ರು. ಎಷ್ಟೇ ರಾತ್ರಿಯಿರಲಿ, ಎಂತಹುದೇ ಸ್ಥಳದಲ್ಲಿರಲಿ, ಅಲ್ಲಿಗೆ ಹೋಗಿ ಶ್ಯಾಮ್ ಹಾವು ಹಿಡಿದು ಅದನ್ನು ದೂರದ ಕಾಡಿಗೆ ಕೊಂಡೊಯ್ದು ಬಿಟ್ಟು ಬರುತ್ತಿದ್ದರು. ಹಾವಿಗೆ ಹೊಸ ಜೀವನ. ಜನರಿಗೆ ನೆಮ್ಮದಿ ಸಿಗಲಾರಂಭಿಸಿತು. ಸ್ನೇಕ್ ಶ್ಯಾಮ್ ಮಾಡುತ್ತಿದ್ದ ಈ ಕೆಲಸ. ಅವರ ವಿಚಿತ್ರ ವೇಷ ಭೂಷಣ, ತಲೆಯ ಟೋಪ್ಪಿ, ಓಡಿಸುತ್ತಿದ್ದ ಆಟೋದ ಮೇಲಿನ ಬರಹಗಳು ಆತನನ್ನು ಹೀರೋ ಮಾಡಿದವು. ಸ್ನೇಕ್ ಶ್ಯಾಮ್ ಮೈಸೂರಿನಲ್ಲಿ ಮನೆ ಮಾತಾಗಿಬಿಟ್ಟರು. ಶಾಲಾ ಮಕ್ಕಳಿಗೆ ಪರಮಾಪ್ತ ಗೆಳೆಯರಾದರು.

ಸ್ನೇಕ್ ಶ್ಯಾಮ್ ಕೆಲಸಕ್ಕೆ ಸಿಕ್ಕ ಪ್ರಚಾರದಿಂದ ಇವತ್ತು ರಾಜ್ಯದ ಪ್ರತಿ ನಗರಗಳಲ್ಲೂ ಒಬ್ಬೊಬ್ಬ ಹಾವು ರಕ್ಷಕರು ಸೃಷ್ಟಿಯಾಗಿದ್ದಾರೆ. ಹಾಗಾದ್ರೆ, ಅದಕ್ಕಿಂತ ಮುಂಚೆ ಇಂತಹ ಸರ್ಪಸ್ನೇಹಿ ಕೆಲಸ ಯಾರೂ ಮಾಡುತ್ತಿರಲಿಲ್ಲ ಅಂತೇನೂ ಇಲ್ಲ. ಇದ್ದರೂ ಆ ಕೆಲಸಕ್ಕೆ ಜನಪ್ರಿಯತೆ ಸಿಕ್ಕಿದ್ದು ಶ್ಯಾಮ್

ಮೂಲಕ ಮಾತ್ರ. ಚಿಕ್ಕಮಗಳೂರಿರಲಿ, ಮಂಡ್ಯ ನಗರ ಇರಲಿ ಎಲ್ಲೆ ಹಾವು ಕಾಣಿಸಿಕೊಳ್ಳಲಿ ಈಗ ಯಾರೂ ಅದನ್ನ ಹೊಡೆದು ಸಾಯಿಸುವುದಿಲ್ಲ. ಆಯಾ ಊರಿನಲ್ಲಿರುವ ಹಾವು ಹಿಡಿಯುವ ತಜ್ಞರನ್ನು ಸಂಪರ್ಕಿಸುತ್ತಾರೆ. ಅವರು ತಕ್ಷಣ ಬಂದು ಹಾವು ಹಿಡಿದು ಸುರಕ್ಷಿತ ಸ್ಥಳಕ್ಕೆ ಅದನ್ನ ಬಿಟ್ಟು ಬರುತ್ತಾರೆ.

ಚಿಕ್ಕಮಗಳೂರಿನ ಸ್ನೇಕ್ ನರೇಶ, ಚಾಮರಾಜನಗರದ ಸ್ನೇಕ್ ಚಾಂಪೂ, ಬೆಂಗಳೂರಿನ ಶರತ್ ಬಾಬು, ಸ್ನೇಕ್ ಶಿವಪ್ಪ, ಜೋಸೆಫ್ ಹೂವರ್, ಶಿವಮೊಗ್ಗದ ಮನ್ಮಥಕುಮಾರ, ಮಂಗಳೂರಿನ ದಿನೇಶ, ಉಡುಪಿಯ ಗುರುರಾಜ ಹೀಗೆ ಇಡೀ ರಾಜ್ಯಾದ್ಯಂತ ಅನೇಕ ಉರಗ ಸಂರಕ್ಷಕರು ಕೆಲಸ ಮಾಡುತ್ತಿದ್ದಾರೆ. ಜೀವವನ್ನು ಪಣಕ್ಕಿಟ್ಟು ಹಾವುಗಳ ಸಂರಕ್ಷಣೆಗೆ ನಿಂತಿದ್ದಾರೆ. ಇವರೆಲ್ಲರೂ ಪ್ರತ್ಯಕ್ಷ ಮತ್ತು ಪರೋಕ್ಷವಾಗಿ ರಾಜ್ಯದ ಉರಗ ಸಂತತಿಯ ರಕ್ಷಣೆಗೆ ಕೆಲಸ ಮಾಡುತ್ತಿದ್ದಾರೆ. ಇವರ ಪೈಕಿ ಅನೇಕರು ವಿಷಕಾರಿ ಹಾವುಗಳಿಂದ ಕಚ್ಚಿಸಿಕೊಂಡು ಬದುಕಿ ಬಂದಿದ್ದಾರೆ.

ಹಾವು ಹಿಡಿಯಲು ಹೋದಾಗ ಕಚ್ಚಿಸಿಕೊಂಡು ಸತ್ತರೆ ಸರ್ಕಾರ ಇವರಿಗೆ ಪರಿಹಾರ ಕೊಡೋದಿಲ್ಲ. ಬಹುತೇಕರಿಗೆ ಕುಟುಂಬದ ಕಡೆಯಿಂದ ಪ್ರೋತ್ಸಾಹ ಇಲ್ಲ. ಜೀವ ಪಣಕ್ಕಿಟ್ಟು ಸಮಾಜ ಸೇವೆ ಮಾಡೋದು ಅನೇಕರಿಗೆ ಬೇಕಾಗಿಲ್ಲ. ಏಕೆಂದರೆ, ಇವರ್‍ಯಾರೂ ಸರ್ಕಾರದಿಂದ ನೇಮಕಗೊಂಡವರಲ್ಲ. ಹಾವುಗಳ ಬಗ್ಗೆ ಇವರಿಗಿರುವ ಕಾಳಜಿಯೇ ಇವರು ಜೀವವನ್ನ ಪಣಕ್ಕಿಟ್ಟು ಕೆಲಸ ಮಾಡುವಂತೆ ಪ್ರೋತ್ಸಾಹಿಸುತ್ತದೆ. ಈ ಉರಗ ತಜ್ಞರನ್ನೊಮ್ಮೆ ಕೇಳಿ ನೋಡಿ ಹಾವು ಹಾಲು ಕುಡಿಯೋದೇ ಇಲ್ಲ. ದಯವಿಟ್ಟು ಕುಡಿಸಬೇಡಿ ಅಂತಾರೆ. ಪುಂಗಿ ಊದಿದರೆ ಹಾವು ತಲೆ ಆಡಿಸುವುದು ಅದರ ನಾದಕ್ಕಲ್ಲ ಅಂತಾರೆ. ಹಾವು 12 ವರ್ಷ ದ್ವೇಷ ಸಾಧಿಸುತ್ತದೆಯಾ ಅಂತಾ ಕೇಳಿ ನೋಡಿ, ಅಯ್ಯೋ ಸಾರ್, ಹಾವು ನೈಸರ್ಗಿಕವಾಗಿ 12 ವರ್ಷ ಬದುಕೋದೇ ಇಲ್ಲ ಅಂದ್ಮೇಲೆ ದ್ವೇಷ ಸಾಧಿಸೋದು ಹೇಗೆ ಅಂತಾ ನೀಟಾಗಿ ಉತ್ತರ ಕೊಡ್ತಾರೆ. ಅಂದರೆ, ಇವರೆಲ್ಲರೂ ವೈಜ್ಞಾನಿಕವಾಗಿ ಹಾವುಗಳ ಅಧ್ಯಯನ ಮಾಡಿಲ್ಲ. ಆದರೆ, ಹಾವುಗಳ ಬಗ್ಗೆ ತಮ್ಮದೇ ಆದ ರೀತಿಯಲ್ಲಿ ವೈಜ್ಞಾನಿಕವಾಗಿ ತಿಳಿದುಕೊಂಡಿದ್ದಾರೆ. ಜನರಿಗೆ ಆ ಪ್ರಮುಖ ವೈಜ್ಞಾನಿಕ ಸತ್ಯಗಳನ್ನ ತಿಳಿಸುತ್ತಾ ಬರುತ್ತಿದ್ದಾರೆ. ಆ ಮೂಲಕ ಜನರಲ್ಲಿ ಹಾವುಗಳ ಬಗ್ಗೆ ಇರುವ ಭಯದ ಮನೋಭಾವವನ್ನ ಹೋಗಲಾಡಿಸಿ ಆ ಜೀವಿಯ ಬಗ್ಗೆ ಪ್ರೀತಿ ಬರುವಂತೆ ಮಾಡುತ್ತಿದ್ದಾರೆ.

ಇವತ್ತು ಈ ಹಾವು ವೀರರ ಜನಪ್ರಿಯತೆ ಅದೆಷ್ಟು ಹೆಚ್ಚಿದೆ ಅಂದರೆ, ಊರಿನ ವೈದ್ಯರ ನಂಬರ್ ಇಲ್ಲದಿದ್ದರೂ ಹಾವು ಹಿಡಿಯುವ ಈ ಹೀರೋಗಳ ನಂಬರ್ ಖಂಡಿತಾ ಜನರ ಬಳಿ ಇರುತ್ತದೆ.

ಬಡಾವಣೆಗಳಲ್ಲಿ ಕಾಣಿಸಿಕೊಳ್ಳುವ, ಮನೆಯ ಯಾವುದೋ ಕೋಣೆಯಲ್ಲಿ ಪ್ರತ್ಯಕ್ಷವಾಗುವ, ಕಾಂಪೌಂಡಿನಲ್ಲಿ ಓಡಾಡುತ್ತಿರುವ ಹೀಗೆ ಜನವಸತಿ ಪ್ರದೇಶಗಳಲ್ಲಿ ಕಾಣಿಸಿಕೊಳ್ಳುವ ಹಾವುಗಳನ್ನ ಹಿಡಿದು, ಜನರು ಕೊಡುವ ಅಲ್ಪಸ್ವಲ್ಪ ಹಣವನ್ನ ಪಡೆದು ಹಾವು ಉಳಿಸಿದ ನೆಮ್ಮದಿಯಿಂದ ಈ ಉರಗ ಪ್ರೇಮಿಗಳು ಕೆಲಸ ಮಾಡುತ್ತಿದ್ದಾರೆ.

ಇವರಿಗೆಲ್ಲ ಅರಣ್ಯ ಇಲಾಖೆಯ ನೆರವು ಬೇಕಿದೆ. ಇವರ್‍ಯಾರೂ ಸರ್ಕಾರದಿಂದ ಸಂಬಳ ಕೇಳೋದಿಲ್ಲ. ಇವರಿಗೆ ಇಲಾಖೆ ಕೊಡಬೇಕಾಗಿರುವುದು ಮಾನ್ಯತೆ ಅಷ್ಟೇ. ಮನೆಯ ಅಕ್ಕಪಕ್ಕ ಕಾಣಿಸಿಕೊಂಡ ಹಾವು ಹಿಡಿದು ದೂರ ಬಿಟ್ಟು ಬರುವ ಈ ವೀರರಿಗೆ ಸರ್ಕಾರ ಲೈಸೆನ್ಸ್ ಕೊಟ್ಟರೆ ಉತ್ತಮ.

ಹಾವುಗಳನ್ನು ಹಿಡಿಯುವುದು 1972ರ ವನ್ಯಜೀವಿ ಸಂರಕ್ಷಣಾ ಕಾಯ್ದೆ ಪ್ರಕಾರ ಅಪರಾಧ. ಹಾವುಗಳನ್ನ ಕೊಲ್ಲುವುದನ್ನು ತಡೆಯುತ್ತಿರುವ ಹಾಗೂ ಅವುಗಳ ಸಂರಕ್ಷಣೆಯಲ್ಲಿ ಮಹತ್ವದ ಕೊಡುಗೆ ನೀಡುತ್ತಿರುವ ಈ ಸರ್ಪ ಪಡೆಗೆ ಬಲ ತುಂಬಬೇಕಿದೆ. ಇವರಿಗೆಲ್ಲ ಇಲಾಖೆ ತರಬೇತಿ ನೀಡಿ ಮಾನ್ಯತೆ ಪತ್ರ ಕೊಟ್ಟಲ್ಲಿ ಕಾನೂನಿನ ತೊಡಕಿಗೆ ಸಿಲುಕದೇ ಇವರು ತಮ್ಮ ಕೆಲಸವನ್ನ ಇನ್ನಷ್ಟು ಹುರುಪಿನಿಂದ ಮಾಡಬಹುದು. ವಿಮೆ ಮಾಡಿಸಿದರೆ ಇನ್ನಷ್ಟು ಖುಷಿಯಾದಾರು.

ಬೆಳಗಾವಿಯ ಅಥಣಿಯ ಉರಗ ಪ್ರೇಮಿ ಜಿತೇಂದ್ರ ಮೋನೆ ಹಾವು ಹಿಡಿಯಲು ಹೋಗಿ ಕಚ್ಚಿಸಿಕೊಂಡು ಸಾವನ್ನಪ್ಪಿದ್ದಾರೆ. ಹಾವು ಹಿಡಿದಾಗ ಜನರು ಕೊಡುವ 300–400 ರುಪಾಯಿ ಆಸೆಗೆ ಯಾರೂ ಪ್ರಾಣವನ್ನ ಪಣಕ್ಕಿಟ್ಟು ಸೇವೆ ಮಾಡುವುದಿಲ್ಲ. ಹಾವುಗಳನ್ನ ಹಿಡಿದು ಅವುಗಳ ಸಂತತಿ ಉಳಿಸುವ ಕೆಲಸವನ್ನ ತುಂಬು ಮನಸಿನಿಂದ ಮಾಡುತ್ತಿರುವ ಈ ಧೀರರಿಗೆ ನಮ್ಮದೊಂದು ಸಲ್ಯೂಟ್. ಸರ್ಕಾರ ಇಂತಹವರ ನೆರವಿಗೆ ಧಾವಿಸಿದಲ್ಲಿ ರಾಜ್ಯದಲ್ಲಿ ಹಾವುಗಳ ಸಂತತಿ ಇನ್ನಷ್ಟು ಹೆಚ್ಚಲಿದೆ. ಜೀವ ವೈವಿಧ್ಯ ಇನ್ನಷ್ಟು ಚೆನ್ನಾಗಿರಲಿದೆ.

11

ವನದೇವತೆಯ ರಕ್ಷಣೆಗೆ ನಿಂತ ದುರ್ಗೆಯರು!

'ಹೆಣ್ಣು ಅಂದರೆ ಪ್ರಕೃತಿ, ಹೆಣ್ಣು ಅಂದರೆ ಭೂಮಿ, ನಾನೂ ಹೆಣ್ಣು... ಈ ಭೂಮಿಯ ರಕ್ಷಣೆಯ ಹೊಣೆಯನ್ನ ಸಹಜವಾಗಿ ಹೊತ್ತಿದ್ದೇನೆ. ನನ್ನ ಕರ್ತವ್ಯ ನಾನು ನಿಭಾಯಿಸುತ್ತಿದ್ದೇನೆ...'

24 ವರ್ಷದ ಆರತಿ ಫುಲೆ ಎನ್ನುವ ಹೆಣ್ಣು ಹುಲಿಯ ಸಹಜ ಮಾತುಗಳಿವು.

ಆರತಿ ದೇಶದ ಮೊಟ್ಟ ಮೊದಲ ವಿಶೇಷ ಹುಲಿ ಸಂರಕ್ಷಣಾ ಪಡೆಯ ಸದಸ್ಯೆ. ನಿತ್ಯವೂ ಯಾವುದೇ ಅಳುಕಿಲ್ಲದೇ 25 ಕಿಲೋ ಮೀಟರ್ ಬೆಟ್ಟ, ಗುಡ್ಡಗಳನ್ನ ಹತ್ತಿ ಇಳಿಯುತ್ತಾಳೆ. ಬಿಸಿಲು, ಮಳೆ, ಚಳಿ ಲೆಕ್ಕಿಸದೆ ನಡೆದುಕೊಂಡೇ ಕಾಡನ್ನು ರಕ್ಷಿಸುತ್ತಾ

ಪ್ರಕೃತಿ ಮಾತೆಯ ಸೇವೆ ಮಾಡುತ್ತಿದ್ದಾಳೆ. ಮಹಾರಾಷ್ಟ್ರ ಮತ್ತು ಮಧ್ಯಪ್ರದೇಶ
ಗಡಿಗೆ ಹೊಂದಿಕೊಂಡಿರುವ ಪೆಂಚ್–ತಡೋಬಾ ಹುಲಿ ಸಂರಕ್ಷಿತ
ಮೀಸಲು ಪ್ರದೇಶದಲ್ಲಿ ಆರತಿ ಜತೆ ಇನ್ನೂ 27 ಮಂದಿ ಮಹಿಳೆಯರ ದಿಟ್ಟ
ಪಡೆಯೇ ಕೆಲಸ ಮಾಡುತ್ತಿದೆ. ಈ ಹೆಣ್ಣು ಹುಲಿಗಳ ಕಾರ್ಯಾಚರಣೆಯಿಂದಾಗಿ
ಬೇಟೆಗಾರರು ಈಗ ಕಾಡಿನ ಕಡೆಗೆ ಮುಖವನ್ನೂ ಹಾಕುತ್ತಿಲ್ಲ.

ಈ ಮಹಿಳಾ ಪಡೆಯ ಸದಸ್ಯರನ್ನ ಎರಡು ಶಿಫ್ಟ್‌ಗಳಲ್ಲಿ ಕಾಡಿನ ಗಸ್ತು
ತಿರುಗಲು ಕಳಿಸಲಾಗುತ್ತದೆ. ಬೆಳಗ್ಗೆ 6ಕ್ಕೆ ಹೊರಡುವ ಒಂದು ತಂಡ
ಮಧ್ಯಾಹ್ನ 3ಕ್ಕೆ ವಾಪಸ್ ಬರುತ್ತದೆ. ಮತ್ತೊಂದು ತಂಡ ಮಧ್ಯಾಹ್ನದಿಂದ
ರಾತ್ರಿ 10ರವರೆಗೆ ಕಾಡಿನಲ್ಲಿ ಕರ್ತವ್ಯ ನಿರ್ವಹಿಸುತ್ತದೆ. ಇಡೀ ಕಾಡನ್ನು
ನಡೆದೇ ಓಡಾಡುವ ಈ ಮಹಿಳಾ ಯೋಧರ ಪಡೆಗೆ ಅನೇಕ ಸಾರಿ ಹುಲಿ,
ಚಿರತೆ, ಕರಡಿ ಮುಂತಾದ ಪ್ರಾಣಿಗಳು ಮುಖಾಮುಖಿಯಾಗಿವೆ. ಕಾಡು
ಪ್ರಾಣಿಗಳು ಎಂದೂ ಯಾರಿಗೂ ಕೆಡುಕನ್ನು ಉಂಟು ಮಾಡಲ್ಲ. ನಾನು
ಹುಲಿಯನ್ನ ಅತಿ ಸಮೀಪದಲ್ಲೇ ನೋಡಿದ್ದೇನೆ. ನಮ್ಮನ್ನ ನೋಡಿ ಅದೇ
ಹೊರಟು ಹೋಯ್ತು. ನಾವು ತೊಂದರೆ ಕೊಟ್ಟರೆ ಮಾತ್ರ ಅವೂ ನಮ್ಮ
ಮೇಲೆ ದಾಳಿ ಮಾಡುತ್ತವೆ ಅನ್ನೋದು ಆರತಿಯ ಅನುಭವ.

ಪುರುಷರಿಗೆ ಸರಿ ಸಮಾನವಾಗಿ ಅವರಷ್ಟೇ ಕಷ್ಟದ ಕೆಲಸಗಳನ್ನು ಮಾಡುತ್ತಾ
ಸೈ ಎನಿಸಿಕೊಂಡಿದೆ ಈ ಪಡೆ. ಆದ್ದರಿಂದಲೇ ಇದಕ್ಕೆ 'ದುರ್ಗಾಶಕ್ತಿ ಪಡೆ'
ಅಂತಾ ಹೆಸರಿಟ್ಟಿದ್ದಾರೆ.

ದೇಶದಲ್ಲಿ ಹುಲಿಗಳ ಬೇಟೆ ಎಗ್ಗಿಲ್ಲದೇ ನಡೆಯುತ್ತಿತ್ತು. ಹುಲಿ ಕೊಂದು
ಚರ್ಮ, ಮೂಳೆ, ಉಗುರು ಕಡೆಗೆ ಮಾಂಸವನ್ನೂ ಹೊರ ದೇಶಗಳಿಗೆ
ಕಳ್ಳ ಸಾಗಣೆ ಮಾಡಲಾಗುತ್ತಿದೆ. ಇದರಿಂದಾಗಿ ಹುಲಿಗಳ ಸಂಖ್ಯೆ ಭಾರಿ
ಪ್ರಮಾಣದಲ್ಲಿ ಕಡಿಮೆ ಆಗಿ ಬಿಟ್ಟಿದೆ. ಒಂದಾನೊಂದು ಕಾಲದಲ್ಲಿ ನಮ್ಮ
ದೇಶದ ಕಾಡಿನಲ್ಲಿ ಲಕ್ಷ ಲಕ್ಷ ಸಂಖ್ಯೆಯಲ್ಲಿದ್ದ ಹುಲಿಗಳು, ಈಗ ಒಂದೆರಡು
ಸಾವಿರಕ್ಕೆ ಕುಸಿದಿವೆ.

ಹುಲಿಗಳ ಸಂರಕ್ಷಣೆಗೆ ಪಣ ತೊಟ್ಟ ನಂತರ ಸರ್ಕಾರ ಕೆಲ ಪೂರಕ
ಕ್ರಮಗಳನ್ನೂ ಶುರು ಮಾಡಿತು. ಆಗಲೇ ಹುಲಿ ಸಂರಕ್ಷಣೆಗೆಂದೇ ವಿಶೇಷ
ಕಾರ್ಯಪಡೆಯನ್ನ ರಚಿಸಲಾಯ್ತು. ದೇಶದ ಮೊದಲ ವಿಶೇಷ ಹುಲಿ ಸಂರಕ್ಷಣಾ
ಪಡೆ ನಮ್ಮ ಬಂಡೀಪುರದಲ್ಲಿ ಅಸ್ತಿತ್ವಕ್ಕೆ ಬಂದರೆ, ದೇಶದ ಮೊದಲ ಮಹಿಳಾ
ಹುಲಿ ಸಂರಕ್ಷಣಾ ಪಡೆ ಮಹಾರಾಷ್ಟ್ರದಲ್ಲಿ ಕಾರ್ಯಾಚರಣೆ ಶುರು ಮಾಡ್ತು.

ವಿಶೇಷವೇನೆಂದರೆ, ಪೆಂಚ್-ತಡೋಬಾ ಕಾಡಿಗೆ ಈ ಪಡೆ ಬಂದ ಮೇಲೆ ಒಂದೇ ಒಂದೂ ಹುಲಿಯ ಬೇಟೆ ಪ್ರಕರಣ ನಡೆದಿಲ್ಲ. ಈ ಪಡೆಯ ಶ್ರದ್ಧೆ ಮತ್ತು ಸಾಮರ್ಥ್ಯಕ್ಕೆ ಸ್ಯಾಂಚುರಿ ಏಷಿಯಾದ 2014ರ ಪ್ರತಿಷ್ಠಿತ ಪ್ರಶಸ್ತಿ ಸಿಕ್ಕಿದೆ.

'ನಾನು ಮಹಿಳೆ. ಮುಂದೆ ನಾನು ತಾಯಿ ಆಗುತ್ತೇನೆ. ನನ್ನ ಮಗು ಆನೆಯನ್ನು ನೋಡಬೇಕು, ನನ್ನ ಮಗು ಘೇಂಡಾಮೃಗವನ್ನ ನೋಡಿ ಬೆಳೆಯಬೇಕು. ಆದ್ದರಿಂದ ನಾನು ರಕ್ಷಣೆಯ ಕಾರ್ಯಕ್ಕೆ ಕೈ ಜೋಡಿಸಿದ್ದೇನೆ.'

26 ವರ್ಷದ ಹೊಳೆಯುವ ಕಣ್ಣುಗಳಿಂದ ಲೀತಾ ಮಿಕಾಬೆಲಾ ಹೇಳುವಾಗ ಆಕೆಯ ದನಿಯಲ್ಲಿ ಭರಪೂರ ಆತ್ಮವಿಶ್ವಾಸ ತುಂಬಿತ್ತು. ಕಾಡಿನ ರಕ್ಷಣೆಗೆ ನಾನು ಏನೂ ಬೇಕಾದರೂ ತ್ಯಾಗಕ್ಕೆ ಸಿದ್ಧ ಎನ್ನುವ ಧೈರ್ಯವಿತ್ತು.

ದಕ್ಷಿಣ ಆಫ್ರಿಕಾದ ಅತಿ ದೊಡ್ಡ ಹಾಗೂ ಅತಿ ವಿಶಿಷ್ಟ ವನ್ಯಧಾಮಗಳಲ್ಲಿ ಮೊದಲ ಹೆಸರು ಕ್ರುಗರ್ ನ್ಯಾಷನಲ್‌ಪಾರ್ಕ್.

ಈ ವನ್ಯಧಾಮವನ್ನ ನೋಡೋಕೆ ಜಗತ್ತಿನ ನಾನಾ ದೇಶಗಳಿಂದ ನೂರಾರು, ಸಾವಿರಾರು ಜನ ಬರುತ್ತಾರೆ. ದಕ್ಷಿಣ ಆಫ್ರಿಕಾ ಪ್ರವಾಸೋದ್ಯಮದ ಮೂಲಕ ಅತಿ ಹೆಚ್ಚು ಆದಾಯ ತಂದುಕೊಡುವ ವನ್ಯಜೀವಿಧಾಮ ಇದು. ಇಂತಹ ಕ್ರುಗಲ್ ನ್ಯಾಷನಲ್ ಪಾರ್ಕ್‌ನೊಳಗಿರುವ ಖಾಸಗಿ ಮೀಸಲು ಅರಣ್ಯ ಪ್ರದೇಶ ಬಲುಲೆ ನೇಚರ್ ರಿಸರ್ವ್‌ನಲ್ಲಿ ಮಿಕಾಬೆಲಾ ಜತೆ ಇನ್ನೂ 26 ಯುವತಿಯರೂ ಕೆಲಸ ಮಾಡುತ್ತಿದ್ದಾರೆ. ಇವರೆಲ್ಲರೂ ಈ ನ್ಯಾಷನಲ್ ಪಾರ್ಕ್‌ನ ಸುತ್ತ ಇರುವ ಹಳ್ಳಿಗಳ ಹೆಣ್ಣು ಮಕ್ಕಳು.

ಕ್ರುಗರ್ ಮಾತ್ರವಲ್ಲ, ದಕ್ಷಿಣ ಆಫ್ರಿಕಾ ಸೇರಿದಂತೆ ಅನೇಕ ದೇಶಗಳಲ್ಲಿ ವನ್ಯಪ್ರಾಣಿ ಬೇಟೆ ಅವ್ಯಾಹತವಾಗಿ ನಡೆಯುತ್ತಿದೆ. ಆನೆ ಮತ್ತು ಘೇಂಡಾಮೃಗಗಳ ಬೇಟೆ ತಾರಕಕ್ಕೇರಿಬಿಟ್ಟಿದೆ. ಕಾಡು ಪ್ರಾಣಿಗಳ ರಕ್ಷಣೆಗೆ ಅರಣ್ಯ ಸಿಬ್ಬಂದಿ ಬಲ ಸಾಕಾಗೋದಿಲ್ಲ ಅಂತ ಸೇನೆಯನ್ನೇ ನಿಯೋಜಿಸಲಾಗಿದೆ. ಕಳ್ಳ ಬೇಟೆಗಾರರ ಕಾಟ ಅದೆಷ್ಟು ಭಯಾನಕವಾಗಿದೆ ಎಂದರೆ, ಕಾಡಿನಲ್ಲಿ ಹುಲ್ಲು ಮೇಯುವ ಒಂದೊಂದು ಘೇಂಡಾದ ಸುತ್ತಲೂ ಮೂರ್‍ನಾಲ್ಕು ಯೋಧರು ಆಟೋಮ್ಯಾಟಿಕ್ ರೈಫಲ್‌ಗಳನ್ನ ಹಿಡಿದು ಕಾವಲು ಕಾಯಬೇಕಾದ ಪರಿಸ್ಥಿತಿಗೆ ಬಂದುಬಿಟ್ಟಿದೆ.

ಇಂತಹ ಪರಿಸ್ಥಿತಿಯಲ್ಲಿ ಆಫ್ರಿಕಾದ ವನ್ಯಧಾಮಗಳ ಅಧಿಕಾರಿಗಳು ಘೇಂಡಾ ಮತ್ತು ಆನೆಗಳ ಸಂರಕ್ಷಣೆಗೆ ನಾನಾ ಕಾರ್ಯತಂತ್ರಗಳನ್ನ ರೂಪಿಸುತ್ತಿದ್ದಾರೆ.

ಅದರ ಫಲವೇ 'ಬ್ಲ್ಯಾಕ್ ಮಾಂಬಾ' ತಂಡ. ಮಿಕಾಬೆಲಾ ಮಹಿಳಾ ಪಡೆಯ ಸದಸ್ಯೆ. ಕಣ್ಣು ಹಾಯಿಸಿದಷ್ಟು ದೂರಕ್ಕೂ ಕಾಣಿಸುವ ಭೂಮಿ, ಅಲ್ಲಲ್ಲಿ ದಟ್ಟವಾದ ಕುರುಚಲು ಕಾಡು, ಮರಳುಗಾಡಿನ ಓಯಸಿಸ್‌ನಂತೇ ಅಲ್ಲಲ್ಲಿ ಸರೋವರ, ಕೆರೆ ಕುಂಟೆಗಳು, ಎಣಿಸೋಕೆ ಅಸಾಧ್ಯ ಎನಿಸುವಷ್ಟು ಪ್ರಾಣಿಗಳು. ಆಫ್ರಿಕಾದ ಕಾಡುಗಳಲ್ಲಿ ಪ್ರಾಣಿಗಳ ಸಾಗರವನ್ನೇ ಕಾಣಬಹುದು. ಇಂತಹ ಅಗಾಧ ವನ್ಯಸಂಪತ್ತನ್ನು ಹೊಂದಿರುವ ಈ ದೇಶ ವಿಚಿತ್ರ ಸಮಸ್ಯೆಯನ್ನ ಎದುರಿಸುತ್ತಿದೆ.

ಅಲ್ಲಿ ಕಾಡಿನ ಅಕ್ಕಪಕ್ಕ ವಾಸ ಮಾಡುವ ಹಳ್ಳಿಗರಿಗೆ ವನ್ಯಜೀವಿ ಸಂರಕ್ಷಣೆಯ ಆಸಕ್ತಿಯೇ ಇಲ್ಲ. ಅಪಾಯಕಾರಿ ವಿಚಾರ ಏನೆಂದರೆ, ಕಳ್ಳ ಬೇಟೆಗಾರರಿಗೆ ಈ ಹಳ್ಳಿಗರೇ ನೆರವಿಗೆ ಧಾವಿಸುತ್ತಾರೆ. ಇಲ್ಲಿ ಬೇಟೆ ಹೆಚ್ಚಾಗಲು ಹಳ್ಳಿಗರೇ ಕಾರಣ. ಆದ್ದರಿಂದ ಈಗ ಅಲ್ಲಿ ಸಂರಕ್ಷಣೆಯಲ್ಲಿ ಸಮುದಾಯಗಳ ಪಾಲ್ಗೊಳ್ಳುವಿಕೆಯನ್ನ ಹೆಚ್ಚಿಸೋಕೆ ಕ್ರಮ ಕೈಗೊಳ್ಳಲಾಗಿದೆ. ಇದರ ಫಲವೇ ಆಫ್ರಿಕಾದ ಮೊದಲ ಹಾಗೂ ಏಕೈಕ ಸಂಪೂರ್ಣ ಮಹಿಳಾ ವನ್ಯಜೀವಿ ಪಡೆ ಅಸ್ತಿತ್ವಕ್ಕೆ ಬಂದಿದೆ.

ಬಲುಲೆ ನೇಚರ್ ರಿಸರ್ವ್ ಸುತ್ತಲಿನ ಹಳ್ಳಿಗಳಲ್ಲಿ ವಾಸಿಸುವ 27 ಯುವತಿರನ್ನ ಆಯ್ಕೆ ಮಾಡಿ ಅವರಿಗೆ ತರಬೇತಿ ನೀಡಲಾಗಿದೆ. ಆನೆ, ಘೇಂಡಾ ಮತ್ತಿತರ ವನ್ಯಜೀವಿಗಳ ಸಂರಕ್ಷಣೆಯ ಮಹತ್ವ ತಿಳಿಸಿಕೊಡಲಾಗಿದೆ. ಅಲ್ಲದೇ, ಇವರಿಗೆಲ್ಲ ಉತ್ತಮ ಸಂಬಳ, ಸವಲತ್ತು ಕೊಡಲಾಗ್ತಿದೆ. ಈ ಮಹಿಳಾ ಪಡೆ ಇಡೀ ದಿನ ಕಾಡಿನಲ್ಲಿ ಗಸ್ತು ತಿರುಗುತ್ತಾರೆ.

ಪಕ್ಕದ ವನ್ಯಧಾಮಗಳಲ್ಲಿ 10 ತಿಂಗಳಲ್ಲಿ 23 ಘೇಂಡಾಗಳನ್ನು ಬೇಟೆಗಾರರು ಕೊಂದು ಕೊಂಬನ್ನು ಅಪಹರಿಸಿದ್ದರೆ, ಸುತ್ತಮುತ್ತಲಿನ ಹಳ್ಳಿಯ ಮಹಿಳೆಯರನ್ನೇ ಈ ಪಡೆಗೆ ನೇಮಕ ಮಾಡಿರುವುದರಿಂದಲೇ ಏನೋ ಕಳೆದ 10 ತಿಂಗಳಲ್ಲಿ ಒಂದೇ ಒಂದು ಘೇಂಡಾಮೃಗವೂ ಬೇಟೆಗಾರರಿಗೆ ಬಲಿಯಾಗಿಲ್ಲ. ಅಷ್ಟೊಂದು ಪಾಸಿಟಿವ್ ಫಲಿತಾಂಶ ಕೊಟ್ಟಿದೆ. ಯಾವುದೇ ಸೂಕ್ಷ್ಮ ಕೆಲಸಗಳಲ್ಲಿ ಸಮುದಾಯಗಳ ಪಾಲ್ಗೊಳ್ಳುವಿಕೆ ಅತ್ಯಂತ ಮಹತ್ವದ ಪಾತ್ರ ವಹಿಸುತ್ತದೆ. ಬಲುಲೆ ನೇಚರ್ ರಿಸರ್ವ್ ಹಾಗೂ ಅನೇಕ ವನ್ಯಧಾಮಗಳ ಸುತ್ತ ಇರುವ ಹಳ್ಳಿ ಜನ ಹಣದಾಸೆಗೆ ಬೇಟೆಗಾರರಿಗೆ ಸಹಾಯ ಮಾಡುತ್ತಾರೆ. ಅರಣ್ಯ ರಕ್ಷಣೆಗೆಂದು ನಿಂತಿರುವ ಯೋಧರು ಇವರಿಗೆ ದುಷ್ಟರಂತೆ ಕಂಡರೆ, ಬೇಟೆಗಾರರನ್ನ ಇವರು 'ರಾಬಿನ್ ಹುಡ್' ಅಂತ ಭಾವಿಸುತ್ತಾರೆ. ಸ್ಥಳೀಯರಲ್ಲಿ ಮನೆ ಮಾಡಿರುವ ಈ ಅಭಿಪ್ರಾಯವನ್ನ

ಬದಲಾವಣೆ ಮಾಡೋಕೆ ಈಗ 'ಬ್ಲ್ಯಾಕ್ ಮಾಂಬಾ' ಸಹಕಾರಿಯಾಗುತ್ತಿದೆ. ಮನೆಯ ಹೆಣ್ಣು ಮಕ್ಕಳೇ ಕಾಡು ಕಾಯೋಕೆ ಹೋಗುತ್ತಿರುವುದು, ಫೇಂಡಾ ಉಳಿಸಲು ಪಣತೊಟ್ಟಿರುವುದರಿಂದ ಮನೆಯ ಗಂಡಸರು ಬೇಟೆಗಾರರ ಜತೆ ಕೈ ಜೋಡಿಸುವ ಪ್ರವೃತ್ತಿ ಕಡಿಮೆಯಾಗುತ್ತಿದೆ. ಅಷ್ಟೇ ಅಲ್ಲ, ಈ ಯುವತಿಯರನ್ನ ನೋಡಿ ಇದೀಗ ಬೇರೆ ಹೆಣ್ಣು ಮಕ್ಕಳೂ ಸಹ ರಕ್ಷಣಾ ಪಡೆಗೆ ಸೇರಲು ಉತ್ಸಾಹ ತೋರಿಸಲಾರಂಭಿಸಿದ್ದಾರೆ. ಮನೆ ಮನೆಗಳಲ್ಲೂ ಈ ಮಹಿಳಾ ಪಡೆಯದ್ದೇ ಮಾತು. ಒಬ್ಬ ಅಧಿಕಾರಿಗೆ ಹೊಳೆದ ಈ ಉಪಾಯ ಇದೀಗ ದೊಡ್ಡ ಪ್ರಮಾಣದಲ್ಲಿ ಫಲ ನೀಡಲು ಶುರು ಮಾಡಿದೆ.

ವನ್ಯಜೀವಿ ರಕ್ಷಣೆಯಲ್ಲಿ ಮಹಿಳೆಯರೂ ಈಗ ಪ್ರಮುಖ ಪಾತ್ರ ವಹಿಸಲಾರಂಭಿಸಿದ್ದಾರೆ. ಅರಣ್ಯ ಇಲಾಖೆಯಲ್ಲಿ ಮಹಿಳಾ ಅಧಿಕಾರಿಗಳ ಸಂಖ್ಯೆ ಈ ಹಿಂದೆಲ್ಲಾ ತುಂಬಾ ಕಡಿಮೆ ಇತ್ತು. ಈಗ ಗಾರ್ಡ್, ವಾಚರ್ ದರ್ಜೆಯಿಂದ ಹಿಡಿದು ಭಾರತೀಯ ಅರಣ್ಯ ಸೇವೆಯ ದರ್ಜೆಯವರೆಗೆ ಮಹಿಳಾ ಸಿಬ್ಬಂದಿ ಇದ್ದಾರೆ. ಇವರ ಜತೆಗೆ ಮಹಿಳಾ ವಿಜ್ಞಾನಿಗಳ ಸಂಖ್ಯೆಯೂ ಹೆಚ್ಚತೊಡಗಿದೆ. ನಮ್ಮ ಬಂಡೀಪುರ, ನಾಗರಹೊಳೆ, ಕಾಳಿ, ಬಿಳಿಗಿರಿ ರಂಗನಾಥ ಸ್ವಾಮಿ, ಭದ್ರಾ ಹುಲಿ ಸಂರಕ್ಷಿತ ಪ್ರದೇಶ ಸೇರಿದಂತೆ ಎಲ್ಲ ದುರ್ಗಮ ಅರಣ್ಯಗಳಲ್ಲೂ ಈಗ ಹೆಚ್ಚೆಚ್ಚು ಮಹಿಳಾ ಸಿಬ್ಬಂದಿ ಕಾರ್ಯನಿರ್ವಹಿಸಲಾರಂಭಿಸಿದ್ದಾರೆ. ಪುರುಷರಿಗೆ ಸರಿ ಸಮನಾಗಿ ಕಾಡಿನ ಕಷ್ಟದ ಕೆಲಸಗಳನ್ನು ಮಾಡುತ್ತಿದ್ದಾರೆ. ವನ್ಯಜೀವಿ ಸಂಶೋಧನೆ ಸಹ ಪುರುಷಪ್ರಧಾನವಾಗಿದ್ದ ಸಮಯದಲ್ಲಿ ಒಬ್ಬೊಬ್ಬರೇ ಮಹಿಳೆಯರು ಈ ವಿಷಯದತ್ತ ಆಸಕ್ತಿ ತೋರಿ ಅಧ್ಯಯನಕ್ಕೆ ಇಳಿಯುತ್ತಿದ್ದಾರೆ.

ಖ್ಯಾತ ವನ್ಯಜೀವಿ ವಿಜ್ಞಾನಿ ಉಲ್ಲಾಸ ಕಾರಂತರ ಮಗಳು ಕೃತಿ ಕಾರಂತ್, ಮಹಾರಾಷ್ಟ್ರದ ವಿದ್ಯಾ ಆತ್ರೇಯ, ಅಪರಾಜಿತಾ ದತ್ತಾ, ದಿವ್ಯಾ ಮುದ್ದಪ್ಪ ಹೀಗೆ ಅನೇಕ ಮಹಿಳೆಯರು ವನ್ಯಜೀವಿ ವಿಜ್ಞಾನ ಕ್ಷೇತ್ರದಲ್ಲಿ ಗಮನಸೆಳೆಯುವ ಕೆಲಸ ಮಾಡಿದ್ದಾರೆ. ಕೊಯಮತ್ತೂರಿನ ಸ್ಯಾಲಿ ವಾಕರ್, ದೆಹಲಿಯ ಬೆಲಿಂದಾ ರೈಟ್ ತಮ್ಮದೇ ಆದ ರೀತಿಯಲ್ಲಿ ವನ್ಯಜೀವಿ ಸಂರಕ್ಷಣೆಯಲ್ಲಿ ಶ್ರಮಿಸುತ್ತಿದ್ದಾರೆ. ಪ್ರಕೃತಿಯ ರಕ್ಷಣೆಗೆ ಪ್ರಕೃತಿಯೇ ನಿಂತಂತಾಗಿದೆ. ದಿಟ್ಟ ಮಹಿಳೆಯರ ಧೈರ್ಯಕ್ಕೆ ಪ್ರಕೃತಿ ಮಾತೆಯೇ ಬೆರಗಾಗಿದ್ದಾಳೆ.

12 ಕಡಿಯೋಕೆ ಮುನ್ನ ಮಾತ್ರ ಲೆಕ್ಕ, ಕಡಿದು ಸಾಗಿಸಿದ ಮೇಲೆ ಎಲ್ಲಾ ಚೊಕ್ಕ!

'ಸರ್, ಮಾವಿನ ಮರಗಳನ್ನ ಕಡಿಯೋದಕ್ಕೆ ಅನುಮತಿ ಕೊಟ್ಟಿದ್ದೀರಲ್ಲಾ?'

'ಹೌದು...'

'ಟಿಂಬರ್ ಮಾಫಿಯಾದವರು ಸರ್ಕಾರಿ ಜಾಗದಲ್ಲಿರುವ ಮಾವಿನ ಮರಗಳನ್ನೂ ಕಡೀತಿದ್ದಾರಲ್ಲಾ?'

'ಇಲ್ಲ, ಇಲ್ಲ. ನಮ್ಮಲ್ಲಿ ಸರ್ಕಾರಿ ಜಾಗದಲ್ಲಿ ಮಾವಿನ ಮರಗಳು ಎಲ್ಲಿ ಇದ್ದಾವ್ರಿ?'

‘ಗೋಮಾಳ, ಕೆರೆ ಏರಿ, ನದಿ ದಂಡೆ, ಅನೇಕ ಕಡೆ ರಸ್ತೆ ಬದಿಯಲ್ಲಿ ಇದ್ದಾವಲ್ಲ ಸರ್.’

ಆ ಕಡೆಯಿಂದ ಒಂದು ನಿಮಿಷ ಮೌನ. ‘ಇಲ್ಲ ಇಲ್ಲ. ಅದನ್ನೆಲ್ಲಾ ಕಡಿಯೋದಕ್ಕೆ ಬಿಡೋದಿಲ್ಲ..’

ಇದು ರಾಜ್ಯದ ಅರಣ್ಯ ಇಲಾಖೆಯ ಪರಮೋಚ್ಚ ಅಧಿಕಾರಿಯೊಬ್ಬರ ಜತೆ ನಡೆದ ನನ್ನ ಮಾತುಕತೆಯಿದು.

ಕೆಲ ವರ್ಷಗಳ ಹಿಂದೆ ಸರ್ಕಾರ ಮರಗಳ ಕಡಿತಕ್ಕೆ ಸಂಬಂಧಿಸಿದಂತೆ ವಿವಾದಾತ್ಮಕ ಆದೇಶವೊಂದನ್ನು ಹೊರಡಿಸಿತ್ತು. ಆದೇಶದಲ್ಲಿ ಮಾವು ಸೇರಿದಂತೆ 26 ಜಾತಿಯ ಮರಗಳನ್ನು ಕಡಿಯೋದಕ್ಕೆ ಇನ್ಮುಂದೆ ಅರಣ್ಯ ಇಲಾಖೆಯ ಅನುಮತಿ ಬೇಕಿಲ್ಲ. ನಿಮ್ಮ ಜಮೀನಿನಲ್ಲಿರುವ ಮರಗಳನ್ನ ಕಡಿದು ಸಾಗಿಸಬಹುದು ಎಂದು ಹೇಳಿತ್ತು. ಇದನ್ನೇ ಬಂಡವಾಳ ಮಾಡಿಕೊಂಡ ಟಿಂಬರ್ ಮಾಫಿಯಾದ ಕೆಲವರು ಸರ್ಕಾರಿ ಜಾಗದಲ್ಲಿರುವ ಸಾವಿರಾರು ಮರಗಳನ್ನೂ ಎಗ್ಗಿಲ್ಲದೆ ಕಡಿದು ಸಾಗಿಸಲಾರಂಭಿಸಿದ್ದರು. ಈ ಆದೇಶ ರದ್ದಾಗುವುದರೊಳಗೆ ರಾಜ್ಯದ ನಾನಾ ಭಾಗಗಳಲ್ಲಿ ಬೆಳೆದಿದ್ದ ಮಾವಿನ ಮರಗಳು ಮಾಫಿಯಾಗೆ ಬಲಿಯಾಗಿದ್ದವು. ಚಿಕ್ಕಮಗಳೂರಿನಿಂದ ವನ್ಯಜೀವಿ ಹೋರಾಟಗಾರ ವೀರೇಶ್ ಫೋನ್ ಮಾಡಿ ಹೇಳಿದ್ದು ಕೇಳಿದಾಗ ನನಗೆ ಆಘಾತ ಆಯ್ತು.

ಮಲೆನಾಡಿನಲ್ಲಿ ಕೆಲವೇ ದಿನಗಳಲ್ಲಿ ಸಾವಿರಾರು ಮರಗಳನ್ನ ಕಡಿದು ಸಾಗಿಸಿಬಿಟ್ಟಿದ್ದರು. ಅರಣ್ಯ ಇಲಾಖೆಯ ಆ ಸರ್ವೋಚ್ಚ ಅಧಿಕಾರಿಗೆ ನಾನು ಮತ್ತೊಂದು ಪ್ರಶ್ನೆ ಕೇಳಿದ್ದೆ– ‘ಸಾರ್, ಹೆದ್ದಾರಿ ವಿಸ್ತರಣೆಗೆ ಅಂತ ಮರ ಕಡಿಯೋಕೆ ಅನುಮತಿ ಕೊಡ್ತೀರಿ. ಇಂತಿಷ್ಟೇ ಮರ ಕಡಿಯಬೇಕು ಅಂತ ಕಟ್ಟಪ್ಪಣೆಯನ್ನೂ ಹೊರಡಿಸ್ತೀರಿ. ಅದು ಪಾಲನೆ ಆಗಿರುವ ಬಗ್ಗೆ ಪರಿಶೀಲನೆ ಮಾಡ್ತೀರಾ?’.

ಅದಕ್ಕವರು, ‘ಹೌದು, ನಾವು ಇಂತಹದ್ದೇ ಮರಗಳನ್ನು ಕಡಿಯಬೇಕು ಅಂತ ಗುರುತು ಮಾಡಿ ಅದಕ್ಕೆ ನಿರ್ದಿಷ್ಟ ಸಂಖ್ಯೆಯನ್ನೂ ಕೊಟ್ಟಿರ್ತೀವಿ. ಗುತ್ತಿಗೆದಾರರು ಆ ಮರವನ್ನ ಮಾತ್ರ ಕಡೀತಾರೆ’ ಅಂದ್ರು.

‘ಸರಿ ಸರ್. ಮರ ಕಡಿದ ಮೇಲೆ ಗುತ್ತಿಗೆದಾರರು ಹೇಳಿದ್ದಷ್ಟೇ ಮರಗಳನ್ನ ಕಡಿದಿದ್ದಾರಾ ಅಂತ ಇಲಾಖೆ ಸಿಬ್ಬಂದಿ ಪರಿಶೀಲನೆ ಮಾಡ್ತಾರಾ?’ ಅಂತಾ ಕೇಳಿದಾಗ ಅವರ ಬಳಿ ಉತ್ತರವೇ ಇರಲಿಲ್ಲ. 100 ಮರ ಕಡಿಯೋಕೆ

ಅನುಮತಿ ಪಡೆದು 50 ಮರ ಹೆಚ್ಚುವರಿ ಕಡಿದ್ರೆ ಏನ್ ಮಾಡ್ತೀರಾ ಅಂದ್ರೆ, ಸಾಹೇಬ್ರು ಏನೂ ಹೇಳಲೇ ಇಲ್ಲ. ಅರಣ್ಯ ಇಲಾಖೆ ಈ ರೀತಿ ಅನೇಕ ಸಣ್ಣ ಸಣ್ಣ ವಿಚಾರಗಳಲ್ಲಿ ದೊಡ್ಡ ದೊಡ್ಡ ತಪ್ಪುಗಳನ್ನು ಮಾಡುತ್ತಲೇ ಬಂದಿದೆ. ಈಗ ಈ ಮರಗಳ ಕಡಿತದ ವಿಚಾರವನ್ನೇ ತೆಗೆದುಕೊಳ್ಳೋಣ. ದೊಡ್ಡ ದೊಡ್ಡ ಯೋಜನೆಗಳ ಜಾರಿ ಸಂದರ್ಭದಲ್ಲಿ ಮರ ಕಡಿಯೋದಕ್ಕೆ ಅಂತ ಅನುಮತಿ ಕೊಡುವ ಅಧಿಕಾರಿಗಳು, ಆನಂತರ ಆ ಕಡೆ ತಲೆ ಹಾಕಿಯೂ ಮಲಗುವುದಿಲ್ಲ. ಹೇಳಿದಷ್ಟೇ ಮರ ಕಡಿದಿದ್ದಾರಾ? ಯಾವುದಾದರೂ ಬೇರೆ ಜಾತಿಯ ಮರಗಳಿಗೆ ಕೊಡಲಿ ಇಟ್ಟಿದ್ದಾರಾ? ಹೇಳಿದ್ದಕ್ಕಿಂತ ಹೆಚ್ಚು ಮರಗಳನ್ನ ಕಡಿದಿದ್ದಾರಾ? ಅಂತ ಪರಿಶೀಲನೆ ಮಾಡುವುದೇ ಇಲ್ಲ. ಕಾರಣ ತುಂಬಾ ಸ್ಪಷ್ಟ. ಆ ಭಾಗದ ಅರಣ್ಯ ಸಿಬ್ಬಂದಿ ಗುತ್ತಿಗೆದಾರರ ಜತೆ ಗೆಳೆತನ ಮಾಡಿಕೊಂಡು ಕಣ್ಮುಚ್ಚಿ ಕುಳಿತುಬಿಡುತ್ತಾರೆ. ಹೋದ ಮರಗಳಿಗೆ ಯಾರೂ ಲೆಕ್ಕ ಇಡುವುದೇ ಇಲ್ಲ. ಎಷ್ಟು ಮರಗಳನ್ನ ಕಡಿಯೋದಕ್ಕೆ ಅನುಮತಿ ಕೊಟ್ಟಿದ್ದು? ಗುತ್ತಿಗೆದಾರರು ಮರ ಕಡಿದಿದ್ದೆಷ್ಟು ಎನ್ನುವುದು ಯಾರಿಗೂ ಗೊತ್ತಿರುವುದಿಲ್ಲ. ಈ ಸಮಸ್ಯೆ ಬಗ್ಗೆ ಅರಣ್ಯ ಇಲಾಖೆ ಬಳಿ ಈಗಲೂ ಪರಿಹಾರ ಇಲ್ಲ. ಹೀಗಿರುವಾಗ ಮಾವಿನ ಮರ ಕಡಿಯೋದಕ್ಕೆ ಅನುಮತಿ ಕೊಟ್ಟಾಗ, ಸರ್ಕಾರಿ ಜಮೀನಿನಲ್ಲಿರುವ ಮರಗಳನ್ನೂ ಕಳ್ಳರು ಕಡಿದಾಗ ಪಾಪ ಅರಣ್ಯ ಅಧಿಕಾರಿಗಳಿಗೆ ಗೊತ್ತಾಗುವುದಾದರೂ ಹೇಗೆ?

ಮಾವಿನ ಮರಕ್ಕೆ ನಮ್ಮಲ್ಲಿ ಪೂಜನೀಯ ಸ್ಥಾನವಿದೆ. ನಮ್ಮೆಲ್ಲ ಶುಭ ಕಾರ್ಯಗಳಲ್ಲಿ ಮಾವಿನ ತೋರಣ ಕಟ್ಟುತ್ತೇವೆ. ಮಾವಿನ ಚಿಗುರನ್ನ ಬಳಸುತ್ತೇವೆ. ಮಾವಿನ ತೋಟಗಳನ್ನ ಮಾಡಿಕೊಂಡು ವಾಣಿಜ್ಯದ ದೃಷ್ಟಿಯಿಂದಲೂ ಅದನ್ನು ಪೋಷಿಸುತ್ತಾ ಬಂದಿದ್ದೇವೆ. ಎಲ್ಲಕ್ಕಿಂತ ಹೆಚ್ಚಾಗಿ ಮಾವಿನ ಮರ ಪರಿಸರಕ್ಕೆ ಕೊಡುವ ಕೊಡುಗೆ ಅಪಾರ. ಮರಗಳು ನಮ್ಮ ಉಸಿರಿನ ಜೀವಾಳ. ಮರ ಇಲ್ಲದಿದ್ದಲ್ಲಿ ಭೂಮಿ ಮರುಭೂಮಿ ಆಗುತ್ತದೆ.

ಅರಣ್ಯಾಧಿಕಾರಿಗಳು ಕಡಿಯಲು ಅನುಮತಿ ಕೊಡುವ ಮರಗಳ ಪಟ್ಟಿ ಮಾಡುವಾಗ ಆ ಮರಗಳು ಎಲ್ಲೆಲ್ಲಿ ಬೆಳೆದು ನಿಂತಿವೆ, ಕೇವಲ ರೈತರ ಜಮೀನಿನಲ್ಲಿ ಮಾತ್ರ ಬೆಳೆದಿವೆಯೇ, ಸರ್ಕಾರಿ ಜಮೀನಿನಲ್ಲಿ, ಗೋಮಾಳದಲ್ಲಿ, ಕೆರೆ ಏರಿ, ನದಿ ದಂಡೆ ಮೇಲೆ ಮರಗಳು ಇವೆಯೇ? ಈ ಮರಗಳ ಕಟಾವಿಗೆ ಅನುಮತಿ ನೀಡಿದರೆ, ಇದರ ಜತೆಗೆ ಬೇರೆ ಮರಗಳ ಕಳ್ಳತನವೂ ನಡೆಯುತ್ತದೆಯೇ? ಅದನ್ನು ತಡೆಯೋದು ಹೇಗೆ? ಇವನ್ನೆಲ್ಲಾ ಯೋಚಿಸಬೇಕಲ್ಲವೇ? ಏನೂ ಯೋಚಿಸದೇ ಅನುಮತಿ ಕೊಟ್ಟರೆ, ಕಳ್ಳರು

ಕಡಿಯದೇ ಬಿಟ್ಟಾರೆಯೇ? ಪಶ್ಚಿಮ ಘಟ್ಟ ಪ್ರದೇಶದಲ್ಲಿ ಕೈಗೊಂಡಿರುವ ಬಹುತೇಕ ಎಲ್ಲ ಯೋಜನೆಗಳಲ್ಲೂ ದಶಕಗಳಿಂದ ಹೀಗೇ ನಡೆಯುತ್ತಿದೆ.

ಇದುವರೆಗೂ ಯಾವೊಬ್ಬ ಅರಣ್ಯಾಧಿಕಾರಿಯೂ ಗುತ್ತಿಗೆದಾರನ ವಿರುದ್ಧ ಹೆಚ್ಚು ಮರ ಕಡಿದಿರುವ ಬಗ್ಗೆ ಕೇಸು ದಾಖಲಿಸಿಲ್ಲ. ಪಶ್ಚಿಮಘಟ್ಟದಲ್ಲಿ ಎಕರೆಗಟ್ಟಲೇ ಕಾಡನ್ನ ಸವರಿ ಹಾಕಲಾಗಿದೆ. ಜಲ ವಿದ್ಯುತ್ ಘಟಕಕ್ಕೆ ಅನುಮತಿ ಪಡೆದರೂ ಯಾವ್ಯಾವುದೋ ಸಬೂಬು ಹೇಳಿ ಮರಗಳನ್ನು ಕಡಿದು ಸಾಗಿಸಿಬಿಟ್ಟಿದ್ದಾರೆ. ಗುತ್ತಿಗೆದಾರರು ಮರ ಕಡಿದರೆ ಆಕ್ಷೇಪ ವ್ಯಕ್ತಪಡಿಸದ ಅರಣ್ಯ ಸಿಬ್ಬಂದಿ, ಬಡಪಾಯಿ ರೈತ ತಾನೇ ತನ್ನ ಹೊಲದಲ್ಲಿ ನೆಟ್ಟು, ನೀರು ಹಾಕಿ ಬೆಳೆಸಿದ ಮರವನ್ನು ತನ್ನ ಬಳಕೆಗೆ ಅಂತ ಕಡಿದುಬಿಟ್ಟರೆ ಆತನಿಗೆ ಕೇಸು ಜಡಿದು ಸಾಧ್ಯವಾದರೆ, ಜೈಲಿಗೂ ಕಳಿಸಿಬಿಡುತ್ತಾರೆ ಈ ಭೂಪರು.

80ರ ದಶಕದಲ್ಲಿ ನಡೆದ 'ಅಪ್ಪಿಕೋ' ಚಳವಳಿಯನ್ನೊಮ್ಮೆ ನೆನಪಿಸಿಕೊಳ್ಳಿ. ಆ ದಿನಗಳಲ್ಲೂ ಅರಣ್ಯ ಇಲಾಖೆಯ ಮೂರ್ಖತನದ ನಿರ್ಧಾರಗಳಿಂದಾಗಿ ಜನ ಸಿಡಿದೆದ್ದಿದ್ದರು.

ಅಭಿವೃದ್ಧಿಯ ಹೆಸರಿನಲ್ಲಿ ಉತ್ತರ ಕನ್ನಡದ ಗೊಂಡಾರಣ್ಯಕ್ಕೆ ಕೊಡಲಿ ಹಾಕುವುದನ್ನು ತಡೆಯಲು ಪಾಂಡುರಂಗ ಹೆಗಡೆಯವರ ನೇತೃತ್ವದಲ್ಲಿ ಸಾವಿರಾರು ಮಂದಿ ಮರಗಳನ್ನ ಅಪ್ಪಿಕೊಂಡು ಚಳವಳಿ ನಡೆಸಿದ್ದರು. ದುರದೃಷ್ಟಾವಶಾತ್ 80ರ ದಶಕದ ಅಂದಿನ ಪರಿಸ್ಥಿತಿಗೂ ಇಂದಿನ ಪರಿಸ್ಥಿತಿಗೂ ವ್ಯತ್ಯಾಸವೇ ಇಲ್ಲ. ಅಂದು ದಕ್ಷಿಣ ಭಾರತದಲ್ಲೇ ಸಂಚಲನ ಮೂಡಿಸಿದ್ದ ಈ ಚಳವಳಿಯಿಂದ ಅರಣ್ಯಾಧಿಕಾರಿಗಳು, ನೀತಿ ನಿರೂಪಕರು ಏನೂ ಕಲಿಯಲಿಲ್ಲ. ಅಂದಿನ ದಿನಗಳಲ್ಲಿ ಹೇಗೆ ಕಣ್ಣು ಮುಚ್ಚಿಕೊಂಡು ಮೂರ್ಖತನದ ಆದೇಶಗಳನ್ನ ಹೊರಡಿಸುತ್ತಿದ್ದರೋ ಅದೇ ರೀತಿ ಇಂದಿಗೂ ಪರಿಹಾರ ಕಂಡುಕೊಳ್ಳುವ ಹೆಸರಿನಲ್ಲಿ ಹೊಸ ಹೊಸ ಸಮಸ್ಯೆಗಳನ್ನು ಅಧಿಕಾರಿಗಳು ಸೃಷ್ಟಿಸುತ್ತಿದ್ದಾರೆ. ಕಾಲದ ಹೊರತು ಏನೂ ಬದಲಾಗಲಿಲ್ಲ.

ಅದೇ ರೀತಿ ಕೊಡಗಿನ ಅರಣ್ಯ ಮತ್ತು ಕಾಫಿ ಎಸ್ಟೇಟ್‌ಗಳ ಮೂಲಕ ಹಾದು ಹೋಗುವ ಹೈ ಟೆನ್ಷನ್ ವಿದ್ಯುತ್ ಮಾರ್ಗ ಯೋಜನೆಯೂ ಮೂರ್ಖತನದ್ದಲ್ಲವೇ? ಕೇರಳದ ಕೊಯಿಕ್ಕೋಡ್‌ಗೆ ಸಂಪರ್ಕ ಕಲ್ಪಿಸುವ ಈ ಯೋಜನೆಗಾಗಿ 50 ಸಾವಿರಕ್ಕೂ ಹೆಚ್ಚು ಮರಗಳನ್ನು ಬಲಿ ಕೊಡಬೇಕಾಗುತ್ತದೆ. ಬೆಳೆದು ನಿಂತ ಮರಗಳನ್ನು ಕತ್ತರಿಸಿ ಬಿಸಾಡುವುದು

ಕೆಲ ನಿಮಿಷಗಳ ಕೆಲಸ, ಆದರೆ, ಒಂದು ಮರ ಬೆಳೆಯೋದಕ್ಕೆ ಅದೆಷ್ಟು ವರ್ಷ ಬೇಕು ಅನ್ನುವ ಸಾಮಾನ್ಯ ಪರಿಜ್ಞಾನ ಕೂಡ ಅಧಿಕಾರಿಗಳಿಗೆ ಇಲ್ಲವೇ? ಇಂತಹ ಯೋಜನೆಗಳಿಗೆ ಅನುಮತಿ ಕೊಡುವ ಮೊದಲು ಕನಿಷ್ಠ ಯೋಚನೆಯನ್ನಾದರೂ ಮಾಡಬೇಕಲ್ಲವೇ?

ಈ ಹಿಂದೆ ಅರಣ್ಯ ಸಚಿವರೊಬ್ಬರು ರಾಜ್ಯವನ್ನ ನೀಲಗಿರಿ ಮುಕ್ತ ಮಾಡುವುದಾಗಿ ಶಪಥ ತೊಟ್ಟಿದ್ದರು. ಆದರೆ, ಅವರದನ್ನು ಮಾಡಲಿಲ್ಲ. ನೀಲಗಿರಿ ಮರದಿಂದ ಭೂಮಿಗೆ ಅದೆಷ್ಟು ಹಾನಿಯಾಗುತ್ತದೆ ಎನ್ನುವುದು ಎಲ್ಲರಿಗೂ ಗೊತ್ತು. ಕೋಲಾರ ಇವತ್ತು ಮಣ್ಣಿನ ಫಲವತ್ತತೆ ಕಳೆದುಕೊಳ್ಳೋಕೆ ನೀಲಗಿರಿ ಸಹ ಪ್ರಮುಖ ಕಾರಣ ಅಲ್ಲವೇ? ಮಣ್ಣಿಗೆ ಅಪಾಯಕಾರಿ ಅಂತ ಗೊತ್ತಿದ್ದರೂ ನೀಲಗಿರಿ ಮರಕ್ಕೆ ಈ ಅಧಿಕಾರಿಗಳೇ ಒಮ್ಮೆ ವಿರೋಧ ವ್ಯಕ್ತಪಡಿಸ್ತಾರೆ, ಮತ್ತೊಮ್ಮೆ ನೆಡುತೋಪಿನಲ್ಲಿ ಬೆಳೆಸೋದಕ್ಕೆ ಪ್ರೋತ್ಸಾಹ ಕೊಡ್ತಾರೆ. ಎಂತಹ ವಿಪರ್ಯಾಸ.

ಬಂಡೀಪುರ ಸಮೀಪದ ನುಗು ಹಿನ್ನೀರಿನಲ್ಲಿ ಅಕ್ರಮವಾಗಿ ಕಲ್ಲಂಗಡಿ ಹಣ್ಣನ್ನು ಬೆಳೆಯುತ್ತಾರೆ. ವಿಚಿತ್ರವೇನೆಂದರೆ, 2013ರಲ್ಲೇ ಅಂದಿನ ಸಹಾಯಕ ಅರಣ್ಯ ಸಂರಕ್ಷಣಾಧಿಕಾರಿ ಈ ಅಕ್ರಮ ಬೆಳೆಯ ಬಗ್ಗೆ ಕಾವೇರಿ ನೀರಾವರಿ ನಿಗಮಕ್ಕೆ ಪತ್ರ ಬರೆದು, ಕ್ರಮ ಕೈಗೊಳ್ಳುವಂತೆ ಮನವಿ ಮಾಡಿದ್ದರು. ಆದರೆ, 2014ರ ಬೇಸಿಗೆ ಬಂದಾಗ ಮತ್ತೆ ನುಗು ಹಿನ್ನೀರಿನಲ್ಲಿ ನೀರು ಕಡಿಮೆಯಾದಾಗ ಕಲ್ಲಂಗಡಿ ಬೆಳೆಯುತ್ತಾರೆ ಅನ್ನೋದು ಗೊತ್ತಿದ್ದರೂ ಈ ಅರಣ್ಯಾಧಿಕಾರಿಗಳು ತಾವೇ ಬರೆದಿದ್ದ ಪತ್ರವನ್ನೇ ಜಾಣ ಮರೆವಿನಂತೆ ಮರೆತುಬಿಡುತ್ತಾರೆ.

ಇವೆಲ್ಲವೂ ಸಣ್ಣ ಸಣ್ಣ ವಿಚಾರಗಳಾಗಿರಬಹುದು. ಆದರೆ, ಪರಿಸರದ ಮೇಲೆ ಭಾರೀ ಪ್ರಭಾವ ಬೀರುವ ಅಂಶಗಳಿವು. ಇವುಗಳನ್ನ ಅತ್ಯಂತ ನಿಗಾ ಇಟ್ಟು ಅಧಿಕಾರಿಗಳು ಕಾರ್ಯನಿರ್ವಹಣೆ ಮಾಡಬೇಕಾಗಿರುತ್ತದೆ. ಆದರೆ, ಬೇಜವಾಬ್ದಾರಿಯಿಂದಲೋ ಅಥವಾ ಉದ್ದೇಶಪೂರ್ವಕವಾಗಿಯೋ ಪ್ರಮುಖ ವಿಚಾರಗಳನ್ನ ಕಡೆಗಣಿಸಲಾಗುತ್ತಿದೆ. ಒಮ್ಮೆ ಮಾಡುವ ಅನಾಹುತ ಕೆಲವೊಮ್ಮೆ ಭಾರಿ ನಷ್ಟಕ್ಕೆ ಕಾರಣವಾಗುತ್ತದೆ. ಹೀಗಾಗಿ ಅರಣ್ಯಾಧಿಕಾರಿಗಳೇ ಆಗಲಿ, ಸಚಿವರೇ ಆಗಲಿ ಯಾವುದೇ ನಿರ್ಧಾರ ತೆಗೆದುಕೊಳ್ಳುವ ಮುನ್ನ ಸಾಧಕ-ಬಾಧಕಗಳನ್ನ ಮತ್ತೊಮ್ಮೆ, ಮಗದೊಮ್ಮೆ ಪರಿಶೀಲಿಸಿ, ಪರಾಮರ್ಶಿಸಿ ತೀರ್ಮಾನಿಸುವ ಪರಿಪಾಠ ಬೆಳೆಸಿಕೊಳ್ಳಬೇಕಿದೆ.

13

ರಣಕೇಕೆ ಹಾಕುತ್ತಿವೆ ನೆರೆ ರಾಜ್ಯಗಳು, ಕಣ್ಮುಚ್ಚಿ ಕುಳಿತಿದೆ ಕರ್ನಾಟಕ

ಯಡಿಯೂರಪ್ಪ ಮುಖ್ಯಮಂತ್ರಿಯಾಗಿದ್ದಾಗ	**– 2 ಬಾರಿ**
ಜಗದೀಶ್ ಶೆಟ್ಟರ್ ಮುಖ್ಯಮಂತ್ರಿಯಾಗಿದ್ದಾಗ	**– 1 ಬಾರಿ**
ಸದಾನಂದಗೌಡ ಮುಖ್ಯಮಂತ್ರಿಯಾಗಿದ್ದಾಗ	**– 1 ಬಾರಿ**
ಸಿಎಂ ಸಿದ್ದರಾಮಯ್ಯರನ್ನ ಭೇಟಿ ಮಾಡಿದ್ದು	**– 2 ಬಾರಿ**

5 ವರ್ಷಗಳಲ್ಲಿ 6 ನಿಯೋಗ. ಸರ್ಕಾರದ ಅಂಗಳದಿಂದ ಹಿಡಿದು ಸುಪ್ರೀಂಕೋರ್ಟ್ ಸುಪರ್ದಿಯಲ್ಲಿದ್ದರೂ ಹಠಬಿಡದ ತ್ರಿವಿಕ್ರಮನಂತೆ ಬೆನ್ನ ಹಿಂದೆ ಬಿದ್ದಿದೆ ಕೇರಳ ಸರ್ಕಾರ. ಪ್ರತಿ ಬಾರಿ ಬಂದಾಗಲೂ ಅದೇ ರಾಗ, ಅದೇ ಒತ್ತಡ. ರಾಷ್ಟ್ರೀಯ

ಹೆದ್ದಾರಿಯಲ್ಲಿ ರಾತ್ರಿ ಸಂಚಾರ ನಿಷೇಧ ಮಾಡಿರುವುದನ್ನು ಶತಗತಾಯ ಹಿಂತೆಗೆಸಲೇಬೇಕೆನ್ನುವ ಹಠ.

ಕೇರಳ ಸರ್ಕಾರಕ್ಕೆ, ಕೇರಳದ ರಾಜಕಾರಣಿಗಳಿಗೆ ಇರುವ ಬದ್ಧತೆ, ಹಠಮಾರಿತನ ನಮ್ಮ ರಾಜಕಾರಣಿಗಳು, ಸರ್ಕಾರಕ್ಕೆ ಏಕಿಲ್ಲ?

ಬಂಡೀಪುರ ರಾಷ್ಟ್ರೀಯ ಉದ್ಯಾನದ ಮೂಲಕ ಹಾದು ಹೋಗುವ ರಾಷ್ಟ್ರೀಯ ಹೆದ್ದಾರಿ 212ರಲ್ಲಿ ರಾತ್ರಿ ಸಂಚಾರ ನಿಷೇಧ ಮಾಡಿರುವುದನ್ನ ಏನಾದರೂ ಮಾಡಿ ಹಿಂತೆಗೆಸಲೇಬೇಕು ಅಂತ ಕೇರಳ ಸರ್ಕಾರ ಮತ್ತು ರಾಜಕಾರಣಿಗಳು ಹಠಕ್ಕೆ ಬಿದ್ದಿದ್ದಾರೆ. ಈ ಪ್ರಕರಣ ಈಗ ಸುಪ್ರೀಂಕೋರ್ಟ್ ಅಂಗಳದಲ್ಲಿದ್ದರೂ ಕೇರಳ ಸರ್ಕಾರ ಕರ್ನಾಟಕದ ಮೇಲೆ ಒತ್ತಡ ಹಾಕುವುದನ್ನು ಮಾತ್ರ ನಿಲ್ಲಿಸುತ್ತಿಲ್ಲ. ನಿಲ್ಲಿಸುವುದೂ ಇಲ್ಲ.

ಆದರೆ, ನಮ್ಮ ಕರ್ನಾಟಕದ ಸರ್ಕಾರಗಳು, ನಮ್ಮ ರಾಜಕಾರಣಿಗಳು ಮಾತ್ರ ಹೀಗೇಕೆ? ಕರ್ನಾಟಕದ ನೆಲ, ಜಲ, ನಾಡು, ನುಡಿಗೆ ಸಂಬಂಧಿಸಿದ ವಿಚಾರಗಳಲ್ಲಿ ಒಂದಷ್ಟಾದರೂ ಕಮಿಟ್‌ಮೆಂಟ್ ತೋರಿಸಬೇಕು ಅಲ್ಲವೇ? ನಮ್ಮ ನಾಯಕರ ಕಮಿಟ್‌ಮೆಂಟ್ ವಿಚಾರ ಹೋಗಲಿ, ಕಡೆ ಪಕ್ಷ ಸಮರ್ಥಿಸಿಕೊಳ್ಳುವ ಗೋಜಿಗೂ ಹೋಗಲ್ಲ ಅನ್ನುವುದೇ ಬೇಸರದ ಸಂಗತಿ.

ಕೆಲ ವರ್ಷಗಳ ಹಿಂದೆ ತಮಿಳುನಾಡಿಗೆ ಹೊಂದಿಕೊಂಡಂತಿರುವ ಕೊಳ್ಳೇಗಾಲ ತಾಲೂಕಿನ ಗೋಪಿನಾಥಂ ಬಳಿ ಕಾಡುಗಳ್ಳರ ತಂಡದ ಮೇಲೆ ಅರಣ್ಯ ಸಿಬ್ಬಂದಿ ಗುಂಡಿನ ದಾಳಿ ನಡೆಸಿದ್ದರು. ಆ ದಾಳಿಯಲ್ಲಿ ತಮಿಳುನಾಡಿನ ಬೇಟೆಗಾರನೊಬ್ಬ ಮೃತಪಟ್ಟ. ಆ ವಿಚಾರ ಕೆಲವೇ ಗಂಟೆಗಳಲ್ಲಿ ಕಾಡ್ಗಿಚ್ಚಿನಂತೆ ಹಬ್ಬಿತು. ನೆರೆಯ ತಮಿಳುನಾಡಿನಿಂದ ನೂರಾರು ಜನ ಅನೇಕ ವಾಹನಗಳಲ್ಲಿ ಬಂದರು. ಗೋಪಿನಾಥಂ ಸಮೀಪದ ಪಾಲಾರ್ ಚೆಕ್‌ಪೋಸ್ಟ್ ಬಳಿ ಇರುವ ಅರಣ್ಯ ಇಲಾಖೆ ಕಚೇರಿ ಮೇಲೆ ದಾಳಿ ಮಾಡಿದ್ರು. ಸರ್ಕಾರಿ ವಾಹನಗಳಿಗೆ ಬೆಂಕಿ ಹಚ್ಚಿ, ಸಿಬ್ಬಂದಿಯನ್ನ ಹಿಗ್ಗಾಮುಗ್ಗಾ ಥಳಿಸಿ ಓಡಿ ಹೋಗಿಬಿಟ್ಟರು.

ಇಷ್ಟೆಲ್ಲಾ ಆದರೂ, ನಮ್ಮ ಸರ್ಕಾರ ತಮಿಳುನಾಡು ವಿರುದ್ಧ ಒಂದೇ ಒಂದು ಮಾತನ್ನೂ ಆಡಲಿಲ್ಲ. ನಮ್ಮ ಅರಣ್ಯ ಸಚಿವರು ಒಂದೇ ಒಂದು ಹೇಳಿಕೆಯನ್ನೂ ಕೊಡಲಿಲ್ಲ. ಅದೂ ಹೋಗಲಿ ಅಂದ್ರೆ, ಈ ಪ್ರಕರಣಕ್ಕೆ ಸಂಬಂಧಿಸಿದಂತೆ ಯಾರನ್ನೂ ಬಂಧಿಸಲೂ ಇಲ್ಲ. ಕೇಸನ್ನೂ ದಾಖಲಿಸಲಿಲ್ಲ.

ತಮಿಳುನಾಡು ಗಡಿಗೆ ಹೊಂದಿಕೊಂಡಿರುವ ಕೊಳ್ಳೇಗಾಲ ತಾಲೂಕಿನ ಅನೇಕ ಕಡೆ ಅಗಾಧವಾದ ಅರಣ್ಯ ಪ್ರದೇಶವಿದೆ. ಈ ಅರಣ್ಯ ಪ್ರದೇಶದಲ್ಲಿ

ನೂರಾರು ದನದ ಅಕ್ರಮ ಕೊಟ್ಟಿಗೆಗಳಿವೆ. ತಮಿಳುನಾಡಿನ ಜಮೀನ್ದಾರರು ನೂರಾರು ದನಗಳನ್ನ ಸಾಕಿದ್ದಾರೆ. ಅವುಗಳನ್ನೆಲ್ಲ ದನ ಮೇಯಿಸುವವರಿಗೆ ಕೊಡುತ್ತಾರೆ.

ತಮಿಳುನಾಡಿನಿಂದ ಬರುವ ಈ ಜನ ಕರ್ನಾಟಕದ ಅರಣ್ಯದೊಳಗೆ ದನ ಮೇಯಿಸುತ್ತಾರೆ. ತಮಿಳುನಾಡಿನ ಸಾವಿರಾರು ದನಗಳು, ಕರ್ನಾಟಕದ ಅರಣ್ಯವನ್ನ ಹುಲುಸಾಗಿ ಮೇಯ್ದು ಕಡೆಗೆ ಆ ದನಗಳು ಹೋಗೋದು ಕೇರಳದ ಕಸಾಯಿಖಾನೆಗಳಿಗೆ. ಯಾರೋ ಮಾಡಿಕೊಳ್ಳುವ ಲಾಭಕ್ಕೆ ನಮ್ಮ ಅರಣ್ಯ ಬಲಿಯಾಗುತ್ತಿದೆ. ಈ ದನ ಮೇಯಿಸುವ ಸೋಗಿನಲ್ಲೇ ಅನೇಕ ಬೇಟೆಗಾರರು ನಮ್ಮ ಕಾಡಿನೊಳಕ್ಕೆ ನುಸುಳಿ ಬೇಟೆಯಾಡುತ್ತಿದ್ದಾರೆ.

ಅದೇ ರೀತಿ ಕೊಡಗಿನ ಬ್ರಹ್ಮಗಿರಿ ಅರಣ್ಯ ಹಬ್ಬಿರುವ ಪರ್ವತಗಳ ಸಾಲಿನಲ್ಲಿ ಕೇರಳ ಬೃಹತ್ ಚೆಕ್ ಡ್ಯಾಂ ನಿರ್ಮಾಣ ಮಾಡಿದೆ. ನದಿಗೆ ಅಡ್ಡಲಾಗಿ ಡ್ಯಾಮ್ ಕಟ್ಟಿದ್ದರಿಂದ ಕರ್ನಾಟಕದ ಅರಣ್ಯ ಭೂಮಿ ಮುಳುಗಡೆಯಾಗಿದೆ. ಇದನ್ನ ನಮ್ಮ ಅಧಿಕಾರಿಗಳು, ಶಾಸಕರು, ಸರ್ಕಾರಗಳು ಪ್ರಶ್ನಿಸೋದೇ ಇಲ್ಲ.

ಇನ್ನು ಈ ಕಡೆ ನಾಗರಹೊಳೆ ಮತ್ತು ಕಬಿನಿ ಭಾಗಕ್ಕೆ ಬರೋದಾದ್ರೆ, ಇಲ್ಲಿ ಕೇರಳದ ಕಳ್ಳಕಾಕರ ಕಾಟ ಅದೆಷ್ಟು ಭೀಕರವಾಗಿದೆ ಎಂದರೆ, ಅರಣ್ಯ ಮತ್ತು ಪೊಲೀಸ್ ಸಿಬ್ಬಂದಿ ಹೈರಾಣಾಗಿ ಹೋಗಿದ್ದಾರೆ.

ತಮಿಳುನಾಡು ಗಡಿಗೆ ಹೊಂದಿಕೊಂಡಿರುವ ಕಾವೇರಿ ಮತ್ತು ಮಲೆಮಹದೇಶ್ವರ ವನ್ಯಜೀವಿಧಾಮದಲ್ಲಿ ತಮಿಳುನಾಡಿನ ಬೇಟೆಗಾರರ ಕಾಟ ಆದ್ರೆ, ಈ ಕಡೆ ಕಬಿನಿಯಲ್ಲಿ ಕೇರಳದ ಬೇಟೆಗಾರರ ಕಾಟ.

ಕಬಿನಿ ನದಿ ಕರ್ನಾಟಕ ಮತ್ತು ಕೇರಳದ ನಡುವೆ ಹರಿಯುತ್ತದೆ. ರಾತ್ರಿಯಾಗುತ್ತಿದ್ದಂತೆಯೇ ಕೇರಳದ ಬೇಟೆಗಾರರು ತೆಪ್ಪಗಳಲ್ಲಿ ಬಂದು ಆನೆ, ಹುಲಿ ಬೇಟೆಯಾಡಿ ತೆಪ್ಪದಲ್ಲೇ ವಾಪಸ್ ಹೋಗಿಬಿಡುತ್ತಾರೆ. ಒಂದು ಕಡೆ ಬೇಟೆಗಾರರ ಕಾಟ ಆದ್ರೆ, ಮತ್ತೊಂದೆಡೆ ಇದೇ ತೆಪ್ಪಗಳಲ್ಲಿ ಮರಳನ್ನೂ ಸಾಗಿಸುತ್ತಾರೆ ಕೇರಳದ ಕಳ್ಳರು. ಈ ಭಾಗದಲ್ಲಿ ಅತಿ ಹೆಚ್ಚಿನ ಪ್ರಮಾಣದಲ್ಲಿ ರೈತರ ಜಮೀನುಗಳನ್ನ ಗುತ್ತಿಗೆಗೆ ಪಡೆದು ವಿಪರೀತ ರಾಸಾಯನಿಕ ಗೊಬ್ಬರಗಳನ್ನು ಬಳಸಿ ಶುಂಠಿ ಬೆಳೆಸಿ ಜಮೀನಿನ ಫಲವತ್ತತೆಯನ್ನು ಹಾಳು ಮಾಡಿ ಹೋಗುತ್ತಿದ್ದಾರೆ. ನಮ್ಮ ರೈತ ಸಂಘಗಳ ನಾಯಕರಾಗಲಿ, ಕೃಷಿ ಅಧಿಕಾರಿಗಳಾಗಲಿ ಈ ಬಗ್ಗೆ ತಲೆ ಕೆಡಿಸಿಕೊಂಡಿಲ್ಲ. ರೈತರ ಹೆಸರಿನಲ್ಲಿ ಪ್ರಮಾಣ ವಚನ ಸ್ವೀಕರಿಸಿದ್ದ ನಾಯಕರೂ ಏನೂ ಮಾಡಲಿಲ್ಲ.

ಉತ್ತರ ಕರ್ನಾಟಕದಲ್ಲೂ ನೆರೆ ರಾಜ್ಯ ಮಹಾರಾಷ್ಟ್ರ ಮತ್ತು ಗೋವಾದ ಕಾಟ ತಪ್ಪಿದ್ದಲ್ಲ. ಬೆಳಗಾವಿ, ದಾಂಡೇಲಿ ಸುತ್ತಮುತ್ತಲ ಅರಣ್ಯಗಳಲ್ಲಿ ಬಂದು ಬೇಟೆಯಾಡುವ ಕಳ್ಳರು ಅರಣ್ಯ ಸಂಪತ್ತನ್ನ ಲೂಟಿ ಹೊಡೆದು ಹೋಗುತ್ತಿದ್ದಾರೆ. ನಮ್ಮ ಮಲೆನಾಡಿನಲ್ಲಿ ಕೇರಳಿಗರು ಅದ್ಯಾವ ಪರಿ ಆವರಿಸಿಕೊಂಡಿದ್ದಾರೆ ಅನ್ನೋದು ಮಲೆನಾಡಿನ ಜನರೇ ಚೆನ್ನಾಗಿ ಹೇಳುತ್ತಾರೆ. ಇಡೀ ಶರಾವತಿ ಕಣಿವೆ ಪ್ರದೇಶದ ಬಹುತೇಕ ಕೃಷಿ ಜಮೀನುಗಳು ಈಗ ಕೇರಳಿಗರ ಪಾಲಾಗಿದೆ. ಎಲ್ಲಿ ನೋಡಿದರಲ್ಲಿ ಮರ ಕಡಿದು ಶುಂಠಿ, ರಬ್ಬರ್ ಹಾಕಿ ಹಾಳು ಮಾಡುತ್ತಿದ್ದಾರೆ.

ಕೇರಳದವರು, ತಮಿಳುನಾಡಿನವರು ಮತ್ತು ನಮ್ಮವರು ಎಲ್ಲರೂ ಭಾರತದ ಪ್ರಜೆಗಳೇ. ಎಲ್ಲರೂ ಅಣ್ಣ ತಮ್ಮಂದಿರ ರೀತಿಯಲ್ಲೇ ಇರಬೇಕು. ನಾವು ಮಾತ್ರ ಎಲ್ಲರನ್ನ ಅಣ್ಣ–ತಮ್ಮ ಅಂದುಕೊಂಡರೆ ಸಾಕೇ? ನೆರೆಹೊರೆಯವರೂ ನಮ್ಮನ್ನು ಹಾಗೆಯೇ ಭಾವಿಸಬೇಕು ಅಲ್ಲವೇ?

ಕೇರಳದಲ್ಲೂ ಕಾಡಿದೆ. ತಮಿಳುನಾಡಿನಲ್ಲೂ ಅಭಯಾರಣ್ಯಗಳಿವೆ. ಅಲ್ಲಿ ಬೇಟೆಯಾಡಿಯೋ, ಮರಗಳ್ಳತನ ಮಾಡಿಯೋ, ಅಕ್ರಮ ಮರಳು ಸಾಗಣೆ ಮಾಡಿಯೋ ಅಥವಾ ದನಗಳ ಸಾಗಾಟದ ದಂಧೆ ಮಾಡಿಯೋ ಸಿಕ್ಕಿ ಹಾಕಿಕೊಂಡಿರುವ ಕನ್ನಡದ ಯಾವೊಬ್ಬ ವ್ಯಕ್ತಿಯ ಹೆಸರನ್ನಾದರೂ ಹೇಳಿ ನೋಡೋಣ? ಇಲ್ಲವೇ ಇಲ್ಲ. ಅದೆಷ್ಟು ಕನ್ನಡಿಗರು ಕೇರಳ ಅಥವಾ ತಮಿಳುನಾಡಿನಲ್ಲಿ ಜಮೀನು ಖರೀದಿ ಕೃಷಿ ಮಾಡುತ್ತಿದ್ದಾರೆ ಹೇಳಿ ನೋಡೋಣ? ಕೇರಳ ಮತ್ತು ತಮಿಳುನಾಡಿನ ಅದೆಷ್ಟು ಅರಣ್ಯ ಅಪರಾಧ ಪ್ರಕರಣಗಳಲ್ಲಿ ಕರ್ನಾಟಕದ ಬೇಟೆಗಾರರ ಪಾತ್ರ ಇದೆ ಅನ್ನೋದನ್ನ ಹುಡುಕಿದರೆ, ಒಬ್ಬರೂ ಸಿಗುವುದಿಲ್ಲ. ಏಕೆಂದರೆ, ನಮ್ಮ ಜನ ಕೆಟ್ಟ ಕೆಲಸವನ್ನ ಮಾಡೋದಿಲ್ಲ. ಆದರೆ, ಅದೇ ನಮ್ಮ ಅರಣ್ಯ ಇಲಾಖೆ ಅಥವಾ ಗಡಿ ಭಾಗದಲ್ಲಿರುವ ಪೊಲೀಸ್ ಠಾಣೆಗಳ ಫೈಲುಗಳನ್ನೊಮ್ಮೆ ತೆಗೆದು ನೋಡಿ. ಎಲ್ಲದರಲ್ಲೂ ಶೇ.90ರಷ್ಟು ಅಪರಾಧಗಳನ್ನ ತಮಿಳುನಾಡಿನ ಅಥವಾ ಕೇರಳದ ದುಷ್ಟರೇ ಮಾಡಿರುತ್ತಾರೆ. ವೀರಪ್ಪನ್‌ನಿಂದ ಹಿಡಿದು ನಿನ್ನೆ ಮೊನ್ನೆಯವರೆಗೆ ತಲೆನೋವಾಗಿದ್ದ ಶರವಣನ್‌ವರೆಗೆ ನಾಗರಹೊಳೆ ರಾಷ್ಟ್ರೀಯ ಉದ್ಯಾನದ ಅತಿ ಸಮೀಪದಲ್ಲೇ ಕೇರಳದ ಗಡಿ ಭಾಗದಲ್ಲಿ ವಾಸವಾಗಿದ್ದ ಇಂಬಲಿ ಜೋಸ್‌ತನಕ ಎಲ್ಲ ದಂತಚೋರರು, ಹುಲಿ ಬೇಟೆಗಾರರೂ ಸಹ ತಮಿಳುನಾಡು ಮತ್ತು ಕೇರಳದವರು.

ಇಷ್ಟೆಲ್ಲಾ ಇದ್ದರೂ, ನಮ್ಮ ಸರ್ಕಾರ, ಶಾಸಕರು, ಅಧಿಕಾರಿಗಳು ಮಾತ್ರ ಈ ಎಲ್ಲ ವಿಚಾರಗಳು ತಮಗೆ ಗೊತ್ತೇ ಇಲ್ಲವೇನೋ ಅನ್ನೋ ರೀತಿಯಲ್ಲಿ ವರ್ತಿಸುತ್ತಾರೆ.

ಮುಖ್ಯಮಂತ್ರಿಗಳೇ, ಅರಣ್ಯ ಸಚಿವವರೇ...ಈ ಪ್ರಕರಣಗಳಲ್ಲಿ ನೀವೆಷ್ಟು ಬಾರಿ ಕೇರಳ ಅಥವಾ ತಮಿಳುನಾಡು ಸರ್ಕಾರಗಳ ಮೇಲೆ ಒತ್ತಡ ಹಾಕಿದ್ದೀರಾ? ಕರ್ತವ್ಯ ನಿರ್ವಹಿಸುವ ಸಂದರ್ಭದಲ್ಲಿ ತಾವು ಮಾಡದ ತಪ್ಪಿಗೆ ನೆರೆ ರಾಜ್ಯಗಳ ಜನರಿಂದ ಹಲ್ಲೆಗೊಳಗಾಗುವ ಅರಣ್ಯ ಸಿಬ್ಬಂದಿ ಪರ ದನಿ ಎತ್ತಿದ್ದೀರಾ? ತಮ್ಮ ಅರಣ್ಯಗಳನ್ನ ಉಳಿಸಿಕೊಳ್ಳುವಲ್ಲಿ ವಿಫಲವಾಗಿರುವ ಕೇರಳ ನಮ್ಮ ಸಂಪದ್ಭರಿತ ಅರಣ್ಯಗಳನ್ನೂ ಅದೇ ದೃಷ್ಟಿಯಿಂದ ನೋಡುತ್ತಿದೆ. ಇದಕ್ಕೆಲ್ಲ ಅವಕಾಶ ಮಾಡಿಕೊಡಬೇಡಿ. ಯಾವ್ಯಾವುದೋ ಲಾಬಿಗೆ ಮಣಿದು 5 ವರ್ಷದಲ್ಲಿ 6 ಬಾರಿ ಬಂದು ಹೋಗುವ ಕೇರಳದ ನಿಯೋಗಕ್ಕಿರುವ ಬದ್ಧತೆ ನಿಮ್ಮಲ್ಲಿಲ್ಲ ಎನ್ನುವುದು ನಮಗೂ ಗೊತ್ತು. ಕಡೆ ಪಕ್ಷ ಇನ್ನು ಮುಂದೆಯಾದರೂ ನೆಲ, ಜಲ, ಅರಣ್ಯದ ವಿಚಾರ ಬಂದಾಗ, ಅಕ್ಕ ಪಕ್ಕದ ರಾಜ್ಯಗಳ ಕಿರಿಕಿರಿ ಎದುರಾದಾಗ ಬದ್ಧತೆಯನ್ನ ತೋರಿಸಿ. ಛಾತಿ ಬೆಳೆಸಿಕೊಳ್ಳಿ.

14

ದ್ವಂದ್ವ ಬಿಡೋಣ... ಹುಲಿಗೊಂದಿಷ್ಟು ಜಾಗ ಕೊಡೋಣ

ಗಣಿಗಾರಿಕೆಯ ಹೆಸರಿನಲ್ಲಿ ವರ್ಷಗಳ ಕಾಲ ದಟ್ಟ ಅರಣ್ಯವನ್ನ ಚೊಕ್ಕವಾಗಿ ಬೋಳಿಸಿದ್ದಾಯ್ತು. ವಿದೇಶಿ ವಿನಿಮಯ ಗಳಿಸುತ್ತೇವೆ ಅಂತಾ ಭೂಮಿಯ ಒಡಲನ್ನ ಸೀಳಿ ಅದಿರು ತೆಗೆದಿದ್ದಾಯ್ತು. ಕಣ್ಣಿಗೆ ಕಾಣಿಸದ ಅಭಿವೃದ್ಧಿ ಮಾಡುತ್ತಿದ್ದೇವೆ ಅಂತಾ ನಿತ್ಯ ಹರಿದ್ವರ್ಣ ಕಾಡನ್ನ ಚೆಂಡಾಡಿ ಹಸಿರು ರಕ್ತವನ್ನ ಚೆಲ್ಲಾಡಿದ್ದೂ ಆಯ್ತು. ಕುದುರೆಮುಖ ಎನ್ನುವ ನಿತ್ಯ ಹಸಿರ ಸೀರೆ ತೊಟ್ಟ ಪ್ರಕೃತಿ ಮಾತೆಯ ಮಡಿಲನ್ನ ಸೂರೆ ಮಾಡಿ ಸುಖಾ ಸುಮ್ಮನೇ ಯಾರಿಗೂ ಪ್ರಯೋಜನವಾಗದ

ಯೋಜನೆ ಹಮ್ಮಿಕೊಂಡು ಎಲ್ಲವನ್ನೂ ಹಾಳು ಮಾಡಿದ್ದಾಯ್ತು. ಈಗ ಎಲ್ಲ ಮುಗಿದ ನಂತರ ಹುಲಿ ಯೋಜನೆಗೆ ವಿರೋಧ ಮಾಡುತ್ತಿದ್ದಾರೆ.

ಕುದುರೆಮುಖ ರಾಷ್ಟ್ರೀಯ ಉದ್ಯಾನದಲ್ಲಿ ಹುಲಿ ಯೋಜನೆ ಜಾರಿಗೆ ನಮ್ಮ ಜನಪ್ರತಿನಿಧಿಗಳು ಭಾರಿ ವಿರೋಧ ಮಾಡ್ತಾ ಇದ್ದಾರೆ. ಕುದುರೆಮುಖದ ಕಾಡಿನಲ್ಲಿರುವ ನೂರಾರು ಕುಟುಂಬಗಳನ್ನ ಒಕ್ಕಲೆಬ್ಬಿಸಬೇಕಾಗುತ್ತದೆ. ಇದು ತರವಲ್ಲ. ಕಾಡಿನ ಮಕ್ಕಳು ಕಾಡಿನಲ್ಲೇ ಇರಬೇಕೆಂದು ನಮ್ಮ ಪೊಲಿಟಿಷಿಯನ್ಸ್ ಪಾಲಿಟಿಕ್ಸ್ ಮಾಡುತ್ತಿದ್ದಾರೆ.

ಇರಲಿ, ಅದು ಅವರ ಕೆಲಸ. ನಮ್ಮೆಲ್ಲ ರಾಜಕಾರಣಿಗಳು 'ಕೆಲಸ'ವನ್ನೇ ದೇವರೆಂದು ನಂಬಿದ್ದಾರೆ. ಆದ್ದರಿಂದಲೇ ತಮ್ಮ 'ಕೆಲಸ'ವನ್ನೂ ಬಹಳ ಅಚ್ಚುಕಟ್ಟಾಗಿಯೇ ಮಾಡುತ್ತಿದ್ದಾರೆ.

ಕುದುರೆಮುಖದಲ್ಲಿ ಹುಲಿ ಯೋಜನೆ ಜಾರಿಗೆ ಬಂದರೆ ಅಲ್ಲಿನ ಜನರನ್ನ ಒಕ್ಕಲೆಬ್ಬಿಸಬೇಕಾಗುತ್ತದೆ. ಇದಕ್ಕೆ ಆಸ್ಪದ ಕೊಡೋದಿಲ್ಲ ಎನ್ನುವುದು ನಮ್ಮ ಜನಪ್ರತಿನಿಧಿಗಳ ಅಂಬೋಣ. ಸರಿ ನಮ್ಮ ನಾಯಕರು ಹೇಳುತ್ತಿದ್ದಾರೆ ಅಂದ ಮೇಲೆ ಅದು ಸರಿಯೇ ಇರಬೇಕು ಅಂತಾ ನಾವೂ ಒಪ್ಪಿಕೊಳ್ಳೋಣ...

ಆದರೆ, ಮೇಕೆದಾಟು ಯೋಜನೆಗೆ ನಮ್ಮ ಜನಪ್ರತಿನಿಧಿಗಳ ರಣ ಉತ್ಸಾಹ ಭರ್ಜರಿಯಾಗಿಯೇ ಇದೆಯಲ್ಲ, ಇದು ಸರಿಯೇ..? ಮೇಕೆದಾಟು ಯೋಜನೆ ಜಾರಿಗೆ ತಂದಿದ್ದೇ ಆದಲ್ಲಿ, ಸುಮಾರು 80 ಚದರ ಕಿಲೋ ಮೀಟರ್‌ಗೂ ಹೆಚ್ಚು ಅರಣ್ಯ ಮುಳುಗಡೆಯಾಗುತ್ತದೆ. ಅಷ್ಟೇ ಅಲ್ಲ, ಸಂಗಮ ಮತ್ತು ಕುರಿಮಂದೆ ದೊಡ್ಡಿ ಸೇರಿದಂತೆ ಅನೇಕ ಊರುಗಳೂ ಮುಳುಗಡೆಯಾಗುತ್ತವೆ. ಈ ಊರು ಮುಳುಗಡೆಯಾಗುವಾಗ ಇಲ್ಲಿ 300ಕ್ಕೂ ಹೆಚ್ಚು ಕುಟುಂಬಗಳನ್ನ ಬೇರೆ ಕಡೆಗೆ ಸ್ಥಳಾಂತರ ಮಾಡಬೇಕು ಅಲ್ಲವೇ..? ಈ ಕಾಡಿನಲ್ಲಿರುವ ಜನರನ್ನ ಕುಡಿಯುವ ನೀರಿನ ಯೋಜನೆಗೆ ಸ್ಥಳಾಂತರ ಮಾಡುವುದು ಅನ್ಯಾಯವಲ್ಲವೇ..?

ಇಲ್ಲಿ, ನನ್ನ ಪ್ರಶ್ನೆ ಇಷ್ಟೇ..ಕುದುರೆಮುಖ ರಾಷ್ಟ್ರೀಯ ಉದ್ಯಾನವನ್ನ ಹುಲಿ ಯೋಜನೆ ವ್ಯಾಪ್ತಿಗೆ ತರುವುದಕ್ಕೆ ಯಾವ ಕಾರಣಗಳನ್ನ ನಮ್ಮ ನಾಯಕರು ಮುಂದಿಡುತ್ತಿದ್ದಾರೋ, ಅದೇ ಕಾರಣಗಳನ್ನು ಮುಂದಿಟ್ಟುಕೊಂಡು ಮೇಕೆದಾಟು ಯೋಜನೆಗೂ ವಿರೋಧ ವ್ಯಕ್ತಪಡಿಸಬೇಕು. ಆದರೆ, ಮೇಕೆದಾಟು ಯೋಜನೆಯಲ್ಲಿ ಹಳ್ಳಿ ಮತ್ತು ಜನರನ್ನ ಸ್ಥಳಾಂತರ ಮಾಡಿದರೆ ತಪ್ಪಲ್ಲ... ಅದೇ ಹುಲಿ ಯೋಜನೆ ಹೆಸರಿನಲ್ಲಿ ಜನರ ಸ್ಥಳಾಂತರ

ಮಾಡಿದರೆ ತಪ್ಪು ಎನ್ನುವುದು ಇದ್ಯಾವ ಸೀಮೆ ನ್ಯಾಯ ಸ್ವಾಮಿ....? ಹುಲಿ ಯೋಜನೆಯೂ ಬೇಕು...ಹುಲಿ ಇದ್ದರೆ ಮಾತ್ರ ಕಾಡಿನಲ್ಲಿ... ನದಿಯಲ್ಲಿ ನೀರು ಬರೋದು..ಆಗ ಮಾತ್ರ ಮೇಕೆದಾಟಿನಿಂದ ನೀರು ತರೋಕೆ ಸಾಧ್ಯ. ಆದ್ದರಿಂದ ನಮಗೆ ಮೇಕೆದಾಟು ಯೋಜನೆಯೂ ಬೇಕು.

ಹುಲಿ ಯೋಜನೆಗೆ ಚಿಕ್ಕಮಗಳೂರು-ಉಡುಪಿ ಲೋಕಸಭಾ ಸದಸ್ಯೆ ಶೋಭಾ ಕರಂದ್ಲಾಜೆ ವಿರೋಧ ಮಾಡಿದ್ದಾರೆ. ಯಾವ ಸಂಸದರು ವಿರೋಧ ಮಾಡುತ್ತಿದ್ದಾರೋ ಅದೇ ಪಕ್ಷದ ಸರ್ಕಾರ ಆಡಳಿತದಲ್ಲಿದ್ದಾಗಲೇ ಕುದುರೆಮುಖದಲ್ಲಿ ಹುಲಿ ಯೋಜನೆಗೆ ಅನುಮತಿ ಕೊಟ್ಟಿದ್ದನ್ನು ಮರೆಯಬಾರದು. ಆಗ ಅನುಮತಿ ಕೊಟ್ಟು, ಈಗ ಬೇಡ ಎನ್ನುವ ನಿಮ್ಮ ಮಾತು ಅದ್ಹೇಗೆ ನಿಮ್ಮ ಮತದಾರರಿಗೆ ಜೀರ್ಣವಾಗುತ್ತಿದೆಯೋ ದೇವರೇ ಬಲ್ಲ. ಶೋಭಾ ಕರಂದ್ಲಾಜೆಯವರ ಜತೆಗೆ ಸ್ಥಳೀಯ ಶಾಸಕರು, ನಾನಾ ರಾಜಕೀಯ ಪಕ್ಷಗಳೂ ಹುಲಿ ಬೇಡ ಎನ್ನುತ್ತಿದ್ದಾರೆ. ಎಲ್ಲ ಸೇರಿ ಒಗ್ಗಟ್ಟಾಗಿ ಹುಲಿ ಯೋಜನೆ ತಿರಸ್ಕರಿಸುವ ಠರಾವನ್ನೂ ಪಾಸು ಮಾಡಿದ್ದಾರೆ. ಇದೇ ರಾಜಕೀಯ ಪಕ್ಷಗಳು ಮೇಕೆದಾಟು ಯೋಜನೆ ಜಾರಿ ಮಾಡಿಯೇ ಸಿದ್ಧ ಎನ್ನುತ್ತಿದ್ದಾರೆ. ಇದೇ ಅಲ್ಲವೇ..? ನಮ್ಮ ರಾಜಕಾರಣಿಗಳ ದ್ವಂದ್ವ ನೀತಿ.

ಇಲ್ಲಿ ಗಮನಿಸಬೇಕಾದ ಮತ್ತೊಂದು ಪ್ರಮುಖ ಅಂಶವಿದೆ. ಅದೇನೆಂದರೆ, ಅರಣ್ಯವಾಸಿಗಳನ್ನ ಒಕ್ಕಲೆಬ್ಬಿಸುತ್ತಾರೆ ಎನ್ನುವ ಸುಳ್ಳು ಸುದ್ದಿ.

ನಾಗರಹೊಳೆ ರಾಷ್ಟ್ರೀಯ ಉದ್ಯಾನವನ್ನು ಹುಲಿ ಯೋಜನೆ ವ್ಯಾಪ್ತಿಗೆ ತಂದು ವರ್ಷಗಳೇ ಕಳೆದಿವೆ. ಈಗಲೂ ನಾಗರಹೊಳೆಯಲ್ಲಿ 1 ಸಾವಿರ ಕುಟುಂಬಗಳು ವಾಸಿಸುತ್ತಿವೆ. ಅರಣ್ಯವಾಸಿಗಳನ್ನ ಬಲವಂತವಾಗಿ ಒಕ್ಕಲೆಬ್ಬಿಸಬಾರದು ಅಂತಾ ಸುಪ್ರೀಂಕೋರ್ಟ್ ಹೇಳಿದ ಮೇಲೆ ಅರಣ್ಯ ಇಲಾಖೆ ಯಾವುದೇ ಕುಟುಂಬವನ್ನೂ ಬಲವಂತವಾಗಿ ಹೊರಹಾಕಿಲ್ಲ. ಅದೇ ರೀತಿ ಬಿಳಿಗಿರಿ ರಂಗನಾಥಸ್ವಾಮಿ ದೇವಾಲಯ ರಾಷ್ಟ್ರೀಯ ಉದ್ಯಾನ (ಬಿಆರ್‌ಟಿ) ಸಹ ಹುಲಿ ಯೋಜನೆ ವ್ಯಾಪ್ತಿಗೆ ಬಂದು 6 ವರ್ಷ ಆಯ್ತು. ಈ ರಾಷ್ಟ್ರೀಯ ಉದ್ಯಾನದಲ್ಲೂ ಸುಮಾರು 800 ಕುಟುಂಬಗಳು ಈಗಲೂ ವಾಸ ಮಾಡುತ್ತಿವೆ. ಹಾಗೆಯೇ ಅಣಶಿ-ದಾಂಡೇಲಿ ಅರಣ್ಯವೂ ಹುಲಿ ಯೋಜನೆಗೆ ಒಳಪಡುತ್ತದೆ. ಇಲ್ಲೂ ನೂರಾರು ಕುಟುಂಬಗಳು ಕಾಡಿನಲ್ಲೇ ಇವೆ. ಇಲ್ಲಿನ ಜನ ನಿತ್ಯ ಕಾಡು ಪ್ರಾಣಿಗಳ ಜತೆ ಜತೆಗೇ ಬದುಕುತ್ತಿದ್ದಾರೆ. ಇಲ್ಲೆಲ್ಲೂ ಇಲ್ಲದ ಕ್ಷುಲ್ಲಕ ಸಬೂಬುಗಳು ನಮ್ಮ ರಾಜಕಾರಣಿಗಳಿಗೆ ಕುದುರೆಮುಖದ ವಿಚಾರದಲ್ಲಿ ಮಾತ್ರ ಏಕೆ ಕಾಣಿಸುತ್ತಿವೆ..?

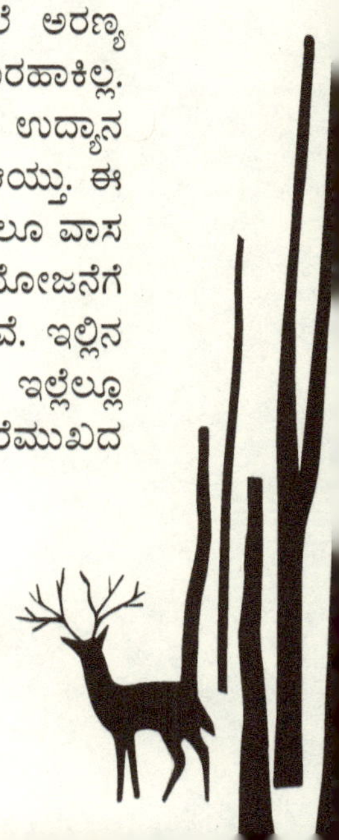

ನಾಗರಹೊಳೆ, ಅಣಶಿ–ದಾಂಡೇಲಿ ಮತ್ತು ಬಿಆರ್‌ಟಿ ಹುಲಿಧಾಮದಲ್ಲಿ ಅರಣ್ಯವಾಸಿಗಳು ಹುಲಿಗಳ ಜತೆ ಬದುಕುತ್ತಿದ್ದಾರೆ. ಬದುಕಿ ತೋರಿಸಿದ್ದಾರೆ ಹಾಗೂ ಬದುಕುತ್ತಾರೆ ಎನ್ನುವುದಾದರೆ, ಕುದುರೆಮುಖ ಕಾಡಿನಲ್ಲಿ ಬದುಕೋಕೆ ಏಕೆ ಆಗೋದಿಲ್ಲ..? ಕುದುರೆಮುಖದ ಹುಲಿಗಳೇನು ಬೇರೆ ತಳಿಗೆ ಸೇರಿದ ಹುಲಿಗಳೇ..? ಅವೇನು ಜಿಂಕೆ, ಕಡವೆ ಬಿಟ್ಟು ಕೇವಲ ಮನುಷ್ಯರನ್ನೇ ಬೇಟೆಯಾಡಿ ತಿನ್ನುತ್ತವೆಯೇ..?

ರಾಜಕಾರಣಿಗಳೇ ಸ್ವಲ್ಪ ಸರಿಯಾಗಿ ಯೋಚನೆ ಮಾಡಿ. ನಾವು ಆಡಿದ ಮಾತನ್ನು ಕೇಳಿ ಜನ ಉಘೇ ಉಘೇ ಎನ್ನಬೇಕು. ಆದರೆ, ನೀವು ಆಡುತ್ತಿರುವ ಮಾತನ್ನು ಕೇಳಿ ಜನ ನಗುವಂತಾಗಿದೆ. ರಾಜಕೀಯ ಮಾಡಲೇಬೇಕು ಎನ್ನುವುದಾದರೆ, ನಮ್ಮ ಕಾಡನ್ನು ಉಳಿಸಿಕೊಳ್ಳುವ ವಿಚಾರದಲ್ಲಿ ರಾಜಕೀಯ ಮಾಡಿ. ಆಡಳಿತ ಮತ್ತು ಪ್ರತಿಪಕ್ಷಗಳು ಪ್ರತಿಷ್ಠೆಯ ವಿಚಾರವನ್ನಾಗಿ ತೆಗೆದುಕೊಳ್ಳಲೇಬೇಕು ಎನಿಸಿದರೆ, ನಮ್ಮ ನೆಲ ಜಲ ಅರಣ್ಯದ ವಿಚಾರದಲ್ಲಿ ಹೊಡೆದಾಡಿ. ಅಭಿವೃದ್ಧಿ ಮತ್ತು ಪರಿಸರ ಈ ಎರಡೂ ಅತಿ ಸೂಕ್ಷ್ಮ ವಿಚಾರಗಳು. ನಾವು ಪರಿಸರವನ್ನೂ ಬಿಡಬಾರದು. ಅಭಿವೃದ್ಧಿಯನ್ನೂ ನಿಲ್ಲಿಸಬಾರದು. ಆದರೆ, ಎರಡನ್ನೂ ನಿಭಾಯಿಸುವ ಶಕ್ತಿ ಮತ್ತು ಬದ್ಧತೆ ನಮ್ಮಲ್ಲಿರಬೇಕು. ಇದೇ ಕಾಂಗ್ರೆಸ್ ಪಕ್ಷಕ್ಕೆ ಸೇರಿದ ಇಂದಿರಾಗಾಂಧಿ 70ರ ದಶಕದಲ್ಲಿ ವನ್ಯಜೀವಿ ಸಂರಕ್ಷಣಾ ಕಾಯ್ದೆ, ಅರಣ್ಯ ಸಂರಕ್ಷಣಾ ಕಾಯ್ದೆ ಹಾಗೂ ಹುಲಿ ಯೋಜನೆಗಳನ್ನ ಜಾರಿಗೆ ತರದೇ ಇದ್ದಿದ್ದರೆ, ಇವತ್ತು ದೇಶದ ಅಷ್ಟೂ ಕಾಡು ವಿನಾಶವಾಗಿ ಹೋಗಿರುತ್ತಿತ್ತು. ಅಭಿವೃದ್ಧಿ ಹೆಸರಲ್ಲಿ ಕಾಡನ್ನು ಲೂಟಿ ಮಾಡಿ, ಸಿಕ್ಕ ಸಿಕ್ಕ ಪ್ರಾಣಿಗಳನ್ನ ಬೇಟೆಯಾಡಿರುತ್ತಿದ್ದರು.

ಎಲ್ಲವೂ ಇರುವ, ಎಲ್ಲಕ್ಕಿಂತ ಹೆಚ್ಚಾಗಿ ಪ್ರಕೃತಿಯೇ ಅಪಾಯದಲ್ಲಿರುವ ಈ ದಿನಗಳಲ್ಲಿ ನಿಮಗೆ ಹುಲಿಯ ಮಹತ್ವ ಗೊತ್ತಾಗುತ್ತಿಲ್ಲವೇ...?

ಯಾರನ್ನೂ ಒಕ್ಕಲೆಬ್ಬಿಸಲು ಪ್ರಚೋದಿಸದ....ಯಾರ ಮೇಲೂ ಬಲವಂತದ ಕಾನೂನುಗಳನ್ನ ಹೇರದ...ಸುಖಾಸುಮ್ಮನೇ ಯಾರಿಗೂ ತೊಂದರೆ ಕೊಡದ ಹುಲಿ ಯೋಜನೆಗೆ ಜನಪ್ರತಿನಿಧಿಗಳೇ ಅಸ್ತು ಎನ್ನಿ. ಆ ಮಲೆ ಮಹದೇಶ್ವರ ಸ್ವಾಮಿ ನಿಮಗೆ ಮುಂದಿನ ಚುನಾವಣೆಯಲ್ಲಿ ಜಯ ದಕ್ಕಿಸಿ ಕೊಟ್ಟಾನು..?

***

ನಮ್ಮಲ್ಲಿ ಟಾಟಾ, ಬಿರ್ಲಾ ಅಂಬಾನಿಗಳಿದ್ದಾರಲ್ಲವಾ..? ಇವರೆಲ್ಲರೂ ನಮ್ಮ ದೇಶದ ಸೂಪರ್ ಶ್ರೀಮಂತರು. ಈ ಪೈಕಿ ಒಬ್ಬರು ಜಗತ್ತಿನ ಅತಿ ದುಬಾರಿ

ಐಷಾರಾಮಿ ಕಾರು ಕಂಪನಿಯನ್ನ ಖರೀದಿ ಮಾಡಿದರೆ, ಮತ್ತೊಬ್ಬರು ತಮ್ಮ ವಾಸಕ್ಕೆ ವೈಭವೋಪೇತ ನೂರಾರು ಕೋಟಿ ಬೆಲೆಬಾಳುವ ಬಹುಮಹಡಿ ಬಂಗಲೆ ಕಟ್ಟಿಕೊಂಡರು. ಆದರೆ, ಬ್ರಿಟನ್ನಿನ ಶ್ರೀಮಂತ ಉದ್ಯಮಿಯೊಬ್ಬ ಏನು ಮಾಡಿದ ಗೊತ್ತಾ..?

ಟೆನ್ನಿಸ್ ಬ್ಯಾಟು ಮತ್ತು ಸ್ಕೀಯಿಂಗ್ ಬೋರ್ಡ್‌ಗಳನ್ನು ತಯಾರಿಸುವ ಕಂಪನಿಯ ಮಾಲೀಕನಾದ ಜೋಹಾನ್ ಎಲಿಯಶ್ ಎನ್ನುವ ಬ್ರಿಟನ್ನಿನ ಶ್ರೀಮಂತ ದೂರದ ಬ್ರಿಜಿಲ್ ದೇಶದ 4 ಲಕ್ಷ ಎಕರೆ ದಟ್ಟ ಕಾಡನ್ನ ಖರೀದಿ ಮಾಡಿದ್ದಾನೆ. ಅಮೆಜಾನ್ ಅರಣ್ಯ ವಿಶ್ವದಲ್ಲೇ ಶ್ರೇಷ್ಠ ಅರಣ್ಯ ಎನ್ನುವ ಖ್ಯಾತಿ ಪಡೆದಿದೆ. ಈ ಅರಣ್ಯವನ್ನು ಟಿಂಬರ್ ಕಂಪನಿಯೊಂದು ಖರೀದಿ ಮಾಡಿ ಮರ ಕಡಿದು ದಿಮ್ಮಿಗಳನ್ನು ಮಾರಾಟ ಮಾಡಲು ನಿರ್ಧರಿಸಿತ್ತು. ಅಪ್ಪಟ ಹಸಿರು ಪ್ರೇಮಿಯಾದ ಜೋಹಾನ್‌ಗೆ ಈ ವಿಚಾರ ಗೊತ್ತಾಗಿದ್ದೇ ತಡ, ಆ ಟಿಂಬರ್ ಕಂಪನಿಯನ್ನು ಸಂಪರ್ಕಿಸಿ 90 ಕೋಟಿ ಕೊಟ್ಟು 4 ಲಕ್ಷ ಎಕರೆ ಕಾಡು ಖರೀದಿಸಿದ. ತಾನು ಖರೀದಿಸಿದ ಕಾಡನ್ನು ಸಂರಕ್ಷಣೆ ಮಾಡಿ ಮುಂದಿನ ಪೀಳಿಗೆಗೆ ಬಿಟ್ಟು ಹೋಗೋದು ಆತನ ಉದ್ದೇಶ.

ಅಮೆಜಾನ್ ಕಾಡು ಇಡೀ ಭೂಮಿಯ ಶ್ವಾಸಕೋಶದ ಹಾಗೆ. ಈ ಕಾಡು ಉಳಿದರೆ ಭೂಮಿ ಚೆನ್ನಾಗಿರುತ್ತದೆ. ನನಗೆ ಹಣಕ್ಕಿಂತ ಹಸಿರು ಮುಖ್ಯ. ಅದಕ್ಕಾಗಿಯೇ 90 ಕೋಟಿ ಕೊಟ್ಟು ಕಾಡು ಖರೀದಿಸಿದ್ದೇನೆ ಎನ್ನುತ್ತಾನೆ ಜೋಹಾನ್. ಅಷ್ಟೇ ಅಲ್ಲ. ಈ ಕಾಡಿನಲ್ಲಿ ಸಂಶೋಧನೆ ಮಾಡೋಕೆ ವಿಜ್ಞಾನಿಗಳಿಗೆ ಆಹ್ವಾನವನ್ನೂ ಕೊಟ್ಟಿದ್ದಾನೆ. ನಮ್ಮೂರಿನ ಶ್ರೀಮಂತರು ಇಂತಹವರಿಂದ ಕಲಿಯಬೇಕಾದ ಪಾಠ ಕಲಿಯಬೇಕಿದೆ. ಕೂಡಿಟ್ಟ ಹಣವನ್ನು ಪರಿಸರಕ್ಕೆ ವಿನಿಯೋಗಿಸಬೇಕಿದೆ.

15

ಕಾಡು ಕಡಿದು ಕೃಷಿ ಮಾಡೋಣ... ಮೀನು ಹಿಡಿದು ದುಡ್ಡು ಮಾಡೋಣ

ರಾಜ್ಯದ ಸಹಕಾರಿ ಧುರೀಣರಾಗಿದ್ದ ಕೆ.ಎಚ್. ಪಾಟೀಲರು ಹೀಗೊಮ್ಮೆ ಕಾಡಿನ ಅಕ್ಕಪಕ್ಕದ ಊರುಗಳಿಗೆ ಸಚಿವರು ಭೇಟಿ ಕೊಟ್ಟಿದ್ದರು. ಆಗ ನೂರಾರು ಎತ್ತಿನ ಗಾಡಿಗಳಲ್ಲಿ ಜನರು ಕಾಡಿನಿಂದ ಮರಗಳನ್ನು ಕಡಿದು ಸಾಗಿಸುತ್ತಿದ್ದರು. ಕೆಲವರು ಮನೆ ಬಳಕೆಗೆ ಮರ ಕಡಿದಿದ್ದರೆ, ಮತ್ತೆ ಕೆಲವರು ಮಾರಾಟಕ್ಕೆಂದು ಮರ ಕಡಿದು ಸಾಗಿಸುತ್ತಿದ್ದರು. ಇದನ್ನು ನೋಡಿ ಅಂದಿನ ಅರಣ್ಯ ಸಚಿವ ಪಾಟೀಲರು ತಕ್ಷಣವೇ ಕಾಡಿನೊಳಗೆ ಎತ್ತಿನ ಗಾಡಿಗಳ ಪ್ರವೇಶಕ್ಕೆ ನಿರ್ಬಂಧ ವಿಧಿಸಿಬಿಟ್ಟರು. ಜನ ಹೀಗೆ ಕಾಡು ಕಡಿದರೆ ಕೆಲವೇ ವರ್ಷಗಳಲ್ಲಿ ಇಡೀ ಕಾಡನ್ನೇ ಬೋಳಿಸಿಬಿಡುತ್ತಾರೆ ಅಂತ ಕೆ.ಎಚ್.ಪಾಟೀಲರು ಹೇಳಿದ್ದರು.

ಈಗ ಇದನ್ನು ಮತ್ತೆ ಪ್ರಸ್ತಾಪಿಸಿದ್ದಕ್ಕೆ ನಿರ್ದಿಷ್ಟ ಕಾರಣವಿದೆ. ಕಾಂಗ್ರೆಸ್ ಪಕ್ಷದ ಮುಖಂಡ ಹಾಗೂ ಬೆಂಗಳೂರು ಗ್ರಾಮಾಂತರ ಕ್ಷೇತ್ರದ ಲೋಕಸಭಾ ಸದಸ್ಯ ಡಿ.ಕೆ. ಸುರೇಶ್ ಕಾಡಿಗೆ ಸಂಬಂಧಿಸಿದಂತೆ, ವನ್ಯಜೀವಿ ಸಂರಕ್ಷಣೆಗೆ ಸಂಬಂಧಿಸಿದಂತೆ ಆಘಾತಕಾರಿ ಬೇಡಿಕೆಗಳನ್ನ ಸಂಸತ್ತಿನ ಮುಂದೆ ಇಟ್ಟಿದ್ದಾರೆ.

1. ಮಾನವ ಮತ್ತು ಪ್ರಾಣಿ ಸಂಘರ್ಷ ವಿಪರೀತ ಮಟ್ಟಕ್ಕೆ ಹೋಗಿದೆ. ಕಾಡಿನಲ್ಲಿರುವ ಪ್ರಾಣಿಗಳು ನಾಡಿಗೆ ಬರೋದಿಕ್ಕೆ ಪ್ರಮುಖ ಕಾರಣ ಕಾಡಿನಲ್ಲಿ ಆಹಾರ ಮತ್ತು ನೀರಿನ ಕೊರತೆ. ಆದ್ದರಿಂದ ಕಾಡಿನಲ್ಲಿ ಎಲ್ಲೆಲ್ಲಿ ನೀರಿದೆಯೋ ಅಲ್ಲೆಲ್ಲಾ ಬೆಳೆ ಅಥವಾ ಮೇವನ್ನು ಬೆಳೆಯಬೇಕು. ಆಗ ಅದನ್ನು ತಿಂದು ಪ್ರಾಣಿಗಳು ನಾಡಿಗೆ ಬರೋದಿಲ್ಲ.
2. ಕಾವೇರಿ ನದಿ ನನ್ನ ಕ್ಷೇತ್ರದಲ್ಲಿ ಹರಿಯುತ್ತದೆ. ಶಿವನಸಮುದ್ರದಿಂದ ಮೇಕೆದಾಟುವರೆಗೆ ವಿಶ್ವವಿಖ್ಯಾತ ಮಹಶೀರ್ ಮೀನು ಈ ನದಿಯಲ್ಲಿದೆ. ಹಿಂದೆಲ್ಲಾ ಇಲ್ಲಿ ಜಗತ್ತಿನ ನಾನಾ ಭಾಗಗಳಿಂದ ಜನ ಬಂದು ಮಹಶೀರ್ ಮೀನು ಹಿಡಿಯುವ ಕ್ರೀಡೆಯಲ್ಲಿ ಪಾಲ್ಗೊಳ್ಳುತ್ತಿದ್ದರು. ಅದು ಉದ್ಯೋಗ ಸೃಷ್ಟಿಸಿದ್ದಲ್ಲದೇ, ಸ್ಥಳೀಯರಿಗೆ ಮತ್ತು ಸರ್ಕಾರಕ್ಕೆ ಸಂಪಾದನೆಗೆ ದಾರಿ ಆಗಿತ್ತು. ಕಾವೇರಿ ವನ್ಯಜೀವಿಧಾಮವನ್ನ ಹೊಸದಾಗಿ ಘೋಷಿಸಿದ ನಂತರ ಈ ಭಾಗದಲ್ಲಿ ಮೀನುಗಾರಿಕೆಗೆ ಅರಣ್ಯಾಧಿಕಾರಿಗಳು ತಡೆಯೊಡ್ಡಿದ್ದಾರೆ. ಇಡೀ ವಿಶ್ವದಲ್ಲಿ ಮೀನು ಹಿಡಿಯುವುದು ಒಂದು ದೊಡ್ಡ ಕ್ರೀಡೆಯಾಗಿ ಬೆಳೆದಿದೆ. ಆದ್ದರಿಂದ ಈ ಭಾಗದಲ್ಲಿ ಮಹಶೀರ್ ಮೀನು ಹಿಡಿಯೋಕೆ ಅವಕಾಶ ಕೊಟ್ಟು, ಪರಿಸರ ಪ್ರವಾಸೋದ್ಯಮಕ್ಕೆ ಉತ್ತೇಜನ ಕೊಡಬೇಕು.

ಇದು ಬೆಂಗಳೂರು ಗ್ರಾಮಾಂತರ ಲೋಕಸಭಾ ಕ್ಷೇತ್ರದ ಸಂಸದ ಹಾಗೂ ಕಾಂಗ್ರೆಸ್ ಮುಖಂಡ ಡಿ.ಕೆ.ಸುರೇಶ್ ಲೋಕಸಭೆಯಲ್ಲಿ ಮಾಡಿರುವ ಮನವಿ.

ಮಾನವ ಮತ್ತು ವನ್ಯಜೀವಿ ಸಂಘರ್ಷಕ್ಕೆ ಕಾರಣಗಳೇನು...?

ಮಹಶೀರ್ ಮೀನು ಹಿಡಿಯುವುದಕ್ಕೆ ಸರ್ಕಾರ ನಿಷೇಧ ಹೇರಿದ್ದಾದರೂ ಏಕೆ ಎನ್ನುವುದನ್ನು ಸರಿಯಾಗಿ ಅರ್ಥ ಮಾಡಿಕೊಳ್ಳದೇ ಸಂಸತ್ತಿನಲ್ಲಿ ಹೇಳಿಕೆ ಕೊಟ್ಟಿರುವ ಸಂಸದ ಡಿ.ಕೆ.ಸುರೇಶ್ ಮೊದಲು ಸರಿಯಾದ ಮಾಹಿತಿ ಪಡೆದುಕೊಳ್ಳಬೇಕಲ್ಲವೇ..?

ಮಾನವ-ವನ್ಯಜೀವಿ ಸಂಘರ್ಷಕ್ಕೆ ಆಹಾರ ಮತ್ತು ನೀರಿನ ಕೊರತೆಯೆ ಕಾರಣ ಎನ್ನುವುದು ಸಂಸದರ ಅಭಿಪ್ರಾಯ. ಸಂಸದರಿಗೆ ಈ ಮಾಹಿತಿ

ಕೊಟ್ಟವರು ಯಾರೋ ಗೊತ್ತಿಲ್ಲ. ಪಾಪ ಲೋಕಸಭೆ ಸದಸ್ಯರಿಗೆ ಬೇಕಂತಲೇ ಯಾರೋ ತಪ್ಪು ಮಾಹಿತಿ ನೀಡಿ ದಿಕ್ಕು ತಪ್ಪಿಸಿಬಿಟ್ಟಿದ್ದಾರೆ. ಈ ಹಿಂದೆ ಈ ಮೀನುಗಳನ್ನ ವಿದೇಶಿಯರಿಂದ ಹಿಡಿಸಿ ಫೋಟೋ ತೆಗೆಸಿ ಹಣ ಮಾಡುತ್ತಿದ್ದ ಕೆಲವರು ಸಂಸದರ ದಾರಿ ತಪ್ಪಿಸಿದ್ದಾರೆ. ಮಾನವ-ವನ್ಯಜೀವಿ ಸಂಘರ್ಷಕ್ಕೆ ಆಹಾರ ಕೊರತೆ ಇದ್ದಿದ್ದರೆ, ಕಾಡಿನೊಳಗೆ ಯಾವುದೇ ಪ್ರಾಣಿಯೂ ಬದುಕುತ್ತಿರಲಿಲ್ಲ. ಅದೇ ರೀತಿ ನೀರಿನ ಕೊರತೆಯ ಬಗ್ಗೆಯೂ ತಪ್ಪು ಮಾಹಿತಿಯನ್ನ ನೀಡಲಾಗಿದೆ.

ಕಾಡು ಪ್ರಾಣಿಗಳು ಕಾಡಿನಿಂದ ಹೊರಬಂದು ಬೆಳೆಗಳ ಮೇಲೆ ದಾಳಿ ಮಾಡುವುದು ಆಹಾರದಲ್ಲಿ ಬದಲಾವಣೆ ಬಯಸಿಯೇ ಹೊರತು ಮೇವಿನ ಕೊರತೆಯಿಂದಲ್ಲ. ಕಾಡಿನಲ್ಲಿ ಪ್ರಾಣಿಗಳಿಗೆ ಎಲ್ಲ ಬಗೆಯ ಪೌಷ್ಟಿಕಾಂಶಗಳ ಮತ್ತು ಬಾಯಿ ರುಚಿಯ ಆಹಾರ ಸಿಕ್ಕೇ ಸಿಗುತ್ತದೆ. ಆದರೆ, ಎಲ್ಲವನ್ನೂ ಮೀರಿ ಆಹಾರದಲ್ಲಿ ಬದಲಾವಣೆ ಬಯಸಿ, ಕೆಲ ನಿರ್ದಿಷ್ಟ ಪೌಷ್ಟಿಕಾಂಶಗಳ ಬೇಡಿಕೆಯಿಂದಾಗಿ ಪ್ರಾಣಿಗಳು ಜಮೀನಿನ ಮೇಲೆ ದಾಳಿ ಮಾಡುತ್ತವೆ. ಅದರಲ್ಲೂ ಆನೆಗಳಿಗೆ ಭಿನ್ನ ರೀತಿಯ ಅಹಾರದ ರುಚಿ ಹತ್ತಿದರೆ ಮುಗೀತು, ಪದೇ ಪದೇ ಹೊಸ ರುಚಿ ಸವಿಯೋಕೆ ಹಾತೊರೆಯೋದು ತೀರಾ ಸಹಜ. ವಿಜ್ಞಾನಿಗಳ ಅಧ್ಯಯನದ ಪ್ರಕಾರ ಪ್ರಾಣಿಗಳು ಅತಿ ಹೆಚ್ಚಿನ ಪ್ರಮಾಣದಲ್ಲಿ ಜಮೀನುಗಳಿಗೆ ದಾಳಿ ಮಾಡುವುದು ಮಳೆಗಾಲದ ಮುಗಿದ ಸಂದರ್ಭಗಳಲ್ಲೇ ಹೊರತು ಬೇಸಿಗೆಯಲ್ಲಿ ಅಲ್ಲವೇ ಅಲ್ಲ. ಆ ಸಮಯದಲ್ಲಿ ಜಮೀನಿನಲ್ಲಿ ಹಾಕಿದ ಬೆಳೆಗಳೆಲ್ಲ ಕಟಾವಿಗೆ ಬೆಳೆದು ನಿಂತಿರುತ್ತವೆ. ಡಿ.ಕೆ.ಸುರೇಶರವರು ಹೇಳುವ ಹಾಗೆ ಕಾಡಿನಲ್ಲಿ ಅಲ್ಲಲ್ಲಿ, ಪ್ರಾಣಿಗಳಿಗೆ ಬೇಕಾಗುವ ಮೇವನ್ನು ಬೆಳೆಯಬೇಕೆನ್ನುವ ಐಡಿಯಾ ಪಾಪ ಅರಣ್ಯಾಧಿಕಾರಿಗಳಿಗೆ ಏಕೆ ಹೊಳೆಯಲಿಲ್ಲವೋ ಗೊತ್ತಿಲ್ಲ. ವಿಜ್ಞಾನಿಗಳಿಗೂ ಹೊಳೆಯದೇ ಇದ್ದದ್ದು ನಮ್ಮ ಜನನಾಯಕರಿಗೆ ಹೊಳೆದಿದೆ. ಕಾಡಿನಲ್ಲಿ ಕೃಷಿ ಮಾಡುವ ಯೋಜನೆಯನ್ನ ಜಗತ್ತಿನ ಯಾವುದೇ ದೇಶದ ಅರಣ್ಯದಲ್ಲೂ ಕೈಗೆತ್ತಿಕೊಂಡಿಲ್ಲ. ಮಾನ್ಯ ಸಂಸದರೇ, ಕಾಡು ಎಂದರೆ ಅದು ಬರೀ ಗಿಡ, ಮರ, ಹುಲ್ಲು, ನದಿ, ತೊರೆಯ ನಿರ್ಜೀವ ವಸ್ತುವಲ್ಲ. ಅದೊಂದು ಅತ್ಯಂತ ಬಿಗಿಯಾದ ಪರಿಸರ ಜೀವವ್ಯೂಹ. ಈ ಎಕೋ ಸಿಸ್ಟಂನಲ್ಲಿ ಮಾನವ ಹಸ್ತಕ್ಷೇಪ ಸಲ್ಲದು. ಕಾಡಿನಲ್ಲಿ ಮೇವು ಬೆಳೆಸುವುದಾದರೆ, ಕಾಡಿಗೂ ಕೃಷಿ ಭೂಮಿಗೂ ವ್ಯತ್ಯಾಸವೇನು..? ಒಂದೊಮ್ಮೆ ನಾವು ಹಸ್ತಕ್ಷೇಪ ಮಾಡಿದ್ದೇ ಆದರೆ, ಕಾಡು ಸೇಡು ತೀರಿಸಿಕೊಳ್ಳುವುದು ಗ್ಯಾರಂಟಿ.

ಇವೆಲ್ಲವೂ ನೈಸರ್ಗಿಕ ಕ್ರಿಯೆ. ಪ್ರಾಣಿಗಳು ಕಾಡಿನಿಂದ ಹೊರಬರದಂತೆ ಮಾಡುವುದಕ್ಕೆ ಬೇರೆ ಅನೇಕ ಉಪಾಯಗಳಿವೆ. ದಯಮಾಡಿ ನಿಮಗೆ ಸಲಹೆ ಕೊಟ್ಟಿರುವವರ ಹತ್ತಿರ ಕೇಳಿ ತಿಳಿದುಕೊಳ್ಳಿ.

ಇನ್ನು, ಕುಡಿಯುವ ನೀರಿನ ವಿಚಾರಕ್ಕೆ ಬರುವುದಾದರೆ, ಕಾಡಿನಲ್ಲಿ ಅರಣ್ಯ ಇಲಾಖೆಯೂ ಅನೇಕ ಚೆಕ್ ಡ್ಯಾಮ್, ಕೆರೆ, ಗುಂಡಿಗಳನ್ನ ನಿರ್ಮಾಣ ಮಾಡಿದ್ದಾರೆ. ಮಳೆಗಾಲದಲ್ಲಿ ಇವೆಲ್ಲ ಭರ್ತಿ ಆಗುತ್ತವೆ. ಅನೇಕ ದಿನಗಳವರೆಗೆ ಆ ನೀರಿನ ಬಳಕೆಯೂ ಆಗುತ್ತದೆ. ಎಲ್ಲಕ್ಕಿಂತ ಹೆಚ್ಚಾಗಿ ಪ್ರಾಣಿಗಳು ಬಾಯಾರಿಕೆಯನ್ನ ನೀರು ಕುಡಿದೇ ತೀರಿಸಿಕೊಳ್ಳಬೇಕು ಎಂದೇನೂ ಇಲ್ಲ. ತಿನ್ನುವ ಆಹಾರದಲ್ಲೇ ನೀರಿನ ಅಂಶ ಅವುಗಳಿಗೆ ಸಿಕ್ಕೇ ಸಿಗುತ್ತದೆ. ತೀರಾ ನೀರಿಗೆ ಹಾಹಾಕಾರ ಆದಾಗ, ಅರಣ್ಯ ಇಲಾಖೆಯೂ ಟ್ಯಾಂಕರ್‌ಗಳ ಮೂಲಕ ಕೆರೆಗಳನ್ನು ತುಂಬಿಸುವ ಕೆಲಸ ಮಾಡುತ್ತದಲ್ಲವೇ..?

ಇನ್ನು ಮಹಶೀರ್ ಮೀನಿನ ವಿಚಾರಕ್ಕೆ ಬರುವುದಾದರೆ, ಸಂಸದರೇ, ನಿಮಗೆ ಗೊತ್ತಿರಲಿ, ಈ ಮೀನು ಅಳಿವಿನ ಅಂಚಿನಲ್ಲಿರುವ ಮೀನು. ಈ ಮೀನನ್ನ ಹಿಡಿಯೋಕೆ ಅನುಮತಿ ನೀಡಿದ್ದಾಗ ಏನೇನಾಗಿದೆ ಎನ್ನುವುದು ಅದೇ ಭಾಗದವರಾದ ನಿಮಗೂ ಗೊತ್ತಿದೆ. ಅಷ್ಟೇ ಅಲ್ಲ, ಈಗಲೂ ಇದೇ ಕಾವೇರಿ ನದಿಯಲ್ಲಿ ಡೈನಮೈಟ್ ಸಿಡಿಸಿ ಅಕ್ರಮವಾಗಿ ಮೀನು ಬೇಟೆ ನಡೆಯುತ್ತಲೇ ಇದೆ. ಮಹಶೀರ್ ಮೀನು ಕಾವೇರಿ ನದಿಯಲ್ಲಿ ಬಿಟ್ಟರೆ ಕರ್ನಾಟಕದ ಬೇರೆ ಯಾವುದೇ ನದಿಯಲ್ಲೂ ವಾಸ ಮಾಡುವುದಿಲ್ಲ. ಈ ಮೀನಿನ ಸಂರಕ್ಷಣೆಯನ್ನು ಗಮನದಲ್ಲಿಟ್ಟುಕೊಂಡೇ ಮೋಜಿಗಾಗಿ ಇದನ್ನು ಹಿಡಿಯುವ, ಬೇಟೆಯಾಡುವುದನ್ನು ಸರ್ಕಾರ ನಿಷೇಧ ಮಾಡಿದೆ. ಮಹಶೀರ್ ಮೀನನ್ನು ಹಿಡಿದು ಫೋಟೋ ತೆಗೆಸಿಕೊಂಡು ವಾಪಸ್ ನೀರಿಗೆ ಬಿಡುವ ಮೂಲಕ ಸಂರಕ್ಷಣೆ ಮಾಡುತ್ತಿದ್ದೇವೆ ಎಂದು ಹೇಳಿಕೊಂಡು ಅಡ್ಡಾಡುವ ಸಂಘ ಸಂಸ್ಥೆಗಳ ಮಾತಿಗೆ ಬೀಳಬೇಡಿ. ಇದಕ್ಕೆಲ್ಲಾ ಅವಕಾಶ ಕೊಡುವುದಾದರೆ, ಈ ಹಿಂದೆ ನಮ್ಮಲ್ಲಿ ಬೇಟೆಯನ್ನೂ ಕ್ರೀಡೆ ಅಂತಾನೇ ಪರಿಗಣಿಸಲಾಗಿತ್ತು. ಹಾಗಾದರೆ, ಈಗ ಬೇಟೆಗೆ ಮತ್ತೆ ಕ್ರೀಡೆಯ ಹೆಸರಲ್ಲಿ ಅವಕಾಶ ಮಾಡಿಕೊಡಬೇಕೆ..? ಅಲ್ಲದೇ, ಕಾವೇರಿ ವನ್ಯಜೀವಿಧಾಮವನ್ನ ಘೋಷಿಸುವ ಸಂದರ್ಭದಲ್ಲಿ ಈ ಮೀನಿನ ಮಹತ್ವವನ್ನೂ ಗಮನದಲ್ಲಿಟ್ಟುಕೊಂಡೇ ಸಂರಕ್ಷಣಾ ಕ್ರಮಗಳನ್ನು ಕೈಗೊಳ್ಳಲಾಗಿದೆ.

ಮಹಶೀರ್ ಮೀನು ಕ್ರೀಡೆಯನ್ನು ಪ್ರೋತ್ಸಾಹಿಸಬೇಕು ಎಂದು ಹೇಗೆ ನೀವು ಆಗ್ರಹ ಮಾಡುತ್ತಿದ್ದೀರೋ ಅದೇ ರೀತಿ ಮತ್ತೊಬ್ಬರು ನನಗೆ ಹುಲಿ ಕ್ರೀಡೆಗೆ

ಅವಕಾಶ ಕೊಡಿ. ನಾನೂ ಹುಲಿಯನ್ನ ಹಿಡಿದು ಫೋಟೋ ತೆಗೆಸಿಕೊಂಡು ಬಿಟ್ಟುಬಿಡುತ್ತೇನೆ ಅಂತಾ ಕೇಳಿದರೆ, ಅನುಮತಿ ಕೊಡುತ್ತದೆಯೇ ಸರ್ಕಾರ..? ಮೀನಿನ ಬಗ್ಗೆ ಅಷ್ಟೇ ಪ್ರೀತಿ ಇದ್ದರೆ ಅಕ್ವೇರಿಯಂನಲ್ಲಿ ಸಾಕಿಕೊಳ್ಳಿ, ಬಣ್ಣ ಬಣ್ಣದ ನೂರಾರು ಮೀನುಗಳು ಅಂಗಡಿಯಲ್ಲಿ ಸಿಗುತ್ತವೆ. ಅಪರೂಪದ, ಅಳಿವಿನ ಅಂಚಿನಲ್ಲಿರುವ ಜೀವಿಗಳನ್ನೆಲ್ಲಾ ಹೀಗೆ ಮೋಜಿಗಾಗಿ ಬಳಸೋಕೆ ಅವಕಾಶ ಮಾಡಿಕೊಡಬಾರದು.

ಮಹಶೀರ್ ಮೀನನ್ನು ಮೋಜಿಗಾಗಿ ಹಿಡಿದು ವಾಪಸ್ ನದಿಗೆ ಬಿಡುವ ಮೂಲಕ ಉದ್ಯೋಗ ಸೃಷ್ಟಿಯಾಗುತ್ತದೆ, ಆ ಭಾಗದಲ್ಲಿ ಆದಾಯ ಬರುತ್ತದೆ ಎನ್ನುವುದು ಶುದ್ಧ ಸುಳ್ಳು. ಜನರಿಗೆ ಉದ್ಯೋಗ ದೊರಕಿಸಿಕೊಡಲು ಬೇಕಾದಷ್ಟು ಮಾರ್ಗಗಳಿವೆ. ಅದೇ ಕಾಡಿನಲ್ಲಿ ಅದೇ ಮಹಶೀರ್ ಮೀನಿನ ಬೇಟೆ ತಡೆಗೆ ಗಾರ್ಡ್, ವಾಚರ್, ರೇಂಜರ್‌ಗಳಾಗಿ ಕೆಲಸ ಮಾಡೋಕೆ ಆ ಭಾಗದ ಯುವಕರಿಗೆ ಪ್ರೋತ್ಸಾಹ ಕೊಡಿ.

ಸರ್ಕಾರಕ್ಕೆ ಮೀನಿನಿಂದ ಆದಾಯ ಬೇಕಿಲ್ಲ. ಅರಣ್ಯ ಇಲಾಖೆಗೆ ಈಗ ರಾಜ್ಯ ಮತ್ತು ಕೇಂದ್ರದಿಂದ ಸಾಕಷ್ಟು ಅನುದಾನ ಬರುತ್ತಿದೆ. ಬಡಪಾಯಿ ಮೀನಿನಿಂದ ಹಣ ಸಂಪಾದನೆ ಮಾಡುವ ದರ್ದು ಇನ್ನೂ ಇಲಾಖೆಗೆ ಬಂದಿಲ್ಲ.

ಸಂಸದರೇ, ಈ ಅಂಶಗಳನ್ನೆಲ್ಲ ನೀವು ಗಮನಿಸಬೇಕು. ಬೆಂಗಳೂರು ಗ್ರಾಮಾಂತರ ಲೋಕಸಭಾ ಕ್ಷೇತ್ರದ ಪ್ರತಿನಿಧಿಯಾದ ನೀವು ಓಟು ಹಾಕುತ್ತಾರೆ ಎನ್ನುವ ಏಕೈಕ ಕಾರಣಕ್ಕೆ ಕೇವಲ ಜನರ ಬಗ್ಗೆ ಮಾತ್ರ ಗಮನಹರಿಸಿದರೆ ಸಾಲದು. ನಿಮ್ಮ ಕ್ಷೇತ್ರದಲ್ಲಿ ಹಸಿರು ಹೆಚ್ಚಿಸಲು, ಹರಿವ ನದಿಯ ನೀರು ಶುದ್ಧವಾಗಿರಲು, ಕಾಡು ಸಮೃದ್ಧವಾಗಿ ಚೆನ್ನಾಗಿ ಮಳೆ ಬಂದು ಬಂಪರ್ ಬೆಳೆ ಬರೋ ಹಾಗೆ ನೋಡಿಕೊಳ್ಳಲು ಓಟು ಹಾಕದ ಈ ವನ್ಯಜೀವಿಗಳೂ ನಿಮ್ಮ ಮತದಾರರಿಗಿಂತ ಹೆಚ್ಚಿನ ಪ್ರಮಾಣದಲ್ಲಿ ನಿಮಗೆ ನೆರವಾಗುತ್ತಿವೆ ಎನ್ನುವುದನ್ನು ಮಾತ್ರ ಮರೆಯಬೇಡಿ.

ಮಹಶೀರ್ ಮೀನು ಹಿಡಿಯುವುದಕ್ಕೆ ಅವಕಾಶ ಮಾಡಿಕೊಟ್ಟರೆ ಎಷ್ಟು ಜನರಿಗೆ ಉದ್ಯೋಗಾವಕಾಶ ಸಿಗುತ್ತದೆ...? ಎಷ್ಟು ಜನ ಅದರಿಂದಲೇ ಬದುಕು ಕಟ್ಟಿಕೊಳ್ಳುತ್ತಾರೆ ಹೇಳಿ ನೋಡೋಣ..?

ಅಳಿವಿನ ಅಂಚಿನಲ್ಲಿರುವ ಮೀನಿನ ಹೆಸರಿನಲ್ಲಿ ಬದುಕು ಕಟ್ಟಿಕೊಳ್ಳುವುದಕ್ಕಿಂತ ಆ ಮೀನನ್ನು ಉಳಿಸಿ ಬೆಳೆಸಲು ನಮ್ಮ ಬದುಕನ್ನ ಮೀಸಲಾಗಿಡೋಣ.

16

ಬಯಲುಪ್ರದೇಶ ಬೆಂಗಾಡಲ್ಲ, ವಿಶಿಷ್ಟ ಪ್ರಾಣಿಗಳು ಇವೆಯಲ್ಲ!

ಕೃಪಾಕರ್ ಸೇನಾನಿ ಮಾತಿಗೆ ಸಿಕ್ಕಿದ್ದರು. ಇಂಥ ಹಿರಿಯ ಗೆಳೆಯರು ಸಿಕ್ಕಾಗ ಕಾಡಿನ ಬಗ್ಗೆಯೇ ಹೆಚ್ಚು ಮಾತನಾಡುವುದು ಸಹಜ. ಬಂಡೀಪುರ ರಾಷ್ಟ್ರೀಯ ಉದ್ಯಾನಕ್ಕೆ ಹೊಂದಿಕೊಂಡಂತಿರುವ ಮೇಲುಕಾಮನಹಳ್ಳಿ ಬಳಿ ಮನೆಯೊಂದರಲ್ಲಿ ವಾಸ ಮಾಡುತ್ತಿದ್ದ ಈ ಫೋಟೋಗ್ರಾಫರ್ ಜೋಡಿಗೆ ಕಾಡಿನೊಂದಿಗೆ ದಶಕಗಳ ನಂಟಿದೆ. ಅನೇಕರು ಈ ಜೋಡಿಯನ್ನು ಬಂಡೀಪುರದವರು ಎಂದೇ ಕರೆಯುತ್ತಿದ್ದರು.

ಕೃಪಾಕರ್ ಸೇನಾನಿ ಬಂಡೀಪುರ ಬಿಟ್ಟು ಬಯಲು ಸೀಮೆಯ ಕಾಡುಗಳ ಬಗ್ಗೆ ಮಾತನಾಡಲು ಶುರು ಮಾಡಿದರು. ತೋಳಗಳ ಜೀವನ ಚರಿತ್ರೆ ಬಗ್ಗೆ ವಿಶೇಷ ಸಾಕ್ಷ್ಯಚಿತ್ರ ನಿರ್ಮಿಸುವ

ಸಲುವಾಗಿ ಬಯಲು ಸೀಮೆಯ ಹುಲ್ಲುಗಾವಲುಗಳ ಕಡೆಗೆ ಈ ಜೋಡಿ ಹೋಗಿತ್ತು. ಮೂರು ವರ್ಷಗಳ ಕಾಲ ಕೊಪ್ಪಳ, ಹಾವೇರಿ, ರಾಯಚೂರು, ಬಳ್ಳಾರಿ ಸುತ್ತಮುತ್ತಲಿನ ಹುಲ್ಲುಗಾವಲುಗಳಲ್ಲಿ ತೋಳಗಳ ಜತೆ ಹೆಜ್ಜೆ ಹಾಕಿದ್ದರು. ಬಯಲುಪ್ರದೇಶದ ಜೀವವೈವಿಧ್ಯತೆ ಈ ಜೋಡಿಯನ್ನು ಬೆಕ್ಕಸ ಬೆರಗಾಗಿಸಿತ್ತು.

ನಾವೆಲ್ಲ ಬಂಡೀಪುರ, ನಾಗರಹೊಳೆಯಂತಹ ಪ್ರದೇಶಗಳನ್ನೇ ಕಾಡು ಎಂದು ಭಾವಿಸಿಬಿಡುತ್ತೇವೆ. ಎಲೆ ಉದುರುವ, ನಿತ್ಯ ಹರಿದ್ವರ್ಣ ಕಾಡುಗಳನ್ನೇ ಅಬ್ಬಾ ಎಂದು ನೋಡಿ ಆಶ್ಚರ್ಯ ಪಡುತ್ತೇವೆ. ಇಲ್ಲಿ ವಾಸ ಮಾಡುವ ಹುಲಿ, ಚಿರತೆ, ಆನೆ, ಕಾಡುಕೋಣಗಳನ್ನು ನೋಡಿ ಖುಷಿಪಡುತ್ತೇವೆ. ಅರಣ್ಯ ಇಲಾಖೆ ಮತ್ತು ಅರಣ್ಯಾಧಿಕಾರಿಗಳು ಸಹ ಈ ಅರಣ್ಯ ಪ್ರದೇಶಗಳಿಗೆ ಅತಿ ಹೆಚ್ಚಿನ ಆದ್ಯತೆ ಕೊಟ್ಟಿದ್ದಾರೆ. ಕೊಡುತ್ತಲೇ ಇದ್ದಾರೆ. ಪ್ರಾಣಿಗಳ ಸಾಂದ್ರತೆ ಹಾಗೂ ಪರಿಸರ ಕೊಡುಗೆಯ ದೃಷ್ಟಿಯಿಂದ ಖಂಡಿತವಾಗಿಯೂ ಈ ಕಾಡುಗಳಿಗೆ ರಕ್ಷಣೆ, ಆದ್ಯತೆ ಹಾಗೂ ಅನುದಾನ ಎಲ್ಲ ಸಿಕ್ಕಿದೆ. ಆದ್ದರಿಂದಲೇ ಈ ಕಾಡುಗಳು ಈಗ ಚೆನ್ನಾಗಿವೆ. ಇಲ್ಲಿನ ಕಾಡುಪ್ರಾಣಿಗಳೂ ಸುರಕ್ಷಿತವಾಗಿವೆ. ಈ ಕಾಡುಗಳಷ್ಟೇ ವೈವಿಧ್ಯ ಹೊಂದಿರುವ, ವಿಸ್ತೀರ್ಣದ ದೃಷ್ಟಿಯಿಂದ ಬಂಡೀಪುರ, ನಾಗರಹೊಳೆಗಿಂತಲೂ ದೊಡ್ಡದಾದ, ಅತ್ಯಂತ ಭಿನ್ನ ಆವಾಸಸ್ಥಾನಗಳನ್ನು ಪೋಷಿಸುತ್ತಿರುವ ಪ್ರದೇಶಗಳು ನಮ್ಮ ಬಯಲು ಸೀಮೆಯಲ್ಲಿವೆ. ಬಯಲುಪ್ರದೇಶಗಳು ಖಂಡಿತ ಬೆಂಗಾಡಲ್ಲ. ಇಲ್ಲಿ ಅತ್ಯಂತ ಭಿನ್ನ ಹಾಗೂ ವಿಶಿಷ್ಟ ಪ್ರಾಣಿಗಳು ವಾಸಿಸುತ್ತಿವೆ. ಈ ಪ್ರದೇಶಗಳ ಜೀವವೈವಿಧ್ಯತೆಗಳ ಬಗ್ಗೆ ಹೆಚ್ಚು ಸಂಶೋಧನೆಯಾಗಿಲ್ಲ. ಈ ಪ್ರದೇಶಗಳ ಸಂರಕ್ಷಣೆ, ಅಭಿವೃದ್ಧಿ ಕಡೆಗೆ ಹೆಚ್ಚು ಗಮನಹರಿಸಿರಲಿಲ್ಲ.

ಆದರೆ, ಈಗ ಇಲಾಖೆಯ ದೃಷ್ಟಿಕೋನ ಬದಲಾದಂತಿದೆ. ಬಂಡೀಪುರ, ಭದ್ರಾ, ಅಣಶಿ–ದಾಂಡೇಲಿ (ಕಾಳಿ) ಕಾಡುಗಳನ್ನು ಬಿಗಿ ಮಾಡಿದ ನಂತರ ಬಯಲು ಪ್ರದೇಶದ ಆವಾಸಸ್ಥಾನಗಳ ಕಡೆಗೆ ಗಮನಹರಿಸಲಾರಂಭಿಸಿದೆ. ಇದಕ್ಕೆ ಪೂರಕವಾಗಿ ಒಂದಾದ ಮೇಲೊಂದರಂತೆ ಅನೇಕ ಪ್ರದೇಶಗಳನ್ನು ಸಂರಕ್ಷಿತ ಪ್ರದೇಶಗಳನ್ನಾಗಿ ಸರ್ಕಾರ ಘೋಷಿಸಲಾರಂಭಿಸಿದೆ.

ದಾವಣಗೆರೆಯ ಜಗಳೂರಿನಲ್ಲಿರುವ ರಂಗಯ್ಯನದುರ್ಗ ಕೊಂಡುಕುರಿ ಧಾಮ, ಚಿತ್ರದುರ್ಗದ ಜೋಗಿಮಟ್ಟಿ, ಬಾಗಲಕೋಟೆ ಜಿಲ್ಲೆಯ ಬೀಳಗಿಯಲ್ಲಿ ಚಿಂಕಾರಾ ವನ್ಯಜೀವಿಧಾಮಗಳು ಹಾಗೂ ಗುಲ್ಬರ್ಗದ ಚಿಂಚೋಳಿ ಹೀಗೆ ಒಂದೊಂದಾಗಿ ತಲೆ ಎತ್ತಲಾರಂಭಿಸಿವೆ. ಈ ಭಾಗದಲ್ಲಿ ವಾಸಿಸುವ

ಕೃಷ್ಣಮೃಗ, ಚಿಂಕಾರಾ, ತೋಳ ಸೇರಿದಂತೆ ಅನೇಕ ಜೀವಿಗಳಿಗೆ ಜೀವ ಬಂದಂತಾಗುತ್ತಿದೆ. ಈಗ ಆಗಬೇಕಾಗಿರುವುದು ಬಳ್ಳಾರಿ-ಕೊಪ್ಪಳ-ರಾಯಚೂರು ಜಿಲ್ಲೆಗಳಲ್ಲಿ ಹಾದುಹೋಗಿರುವ ನೂರಾರು ಕಿಲೋ ಮೀಟರ್ ವಿಸ್ತೀರ್ಣದ ಹುಲ್ಲುಗಾವಲಿನ ಸಂರಕ್ಷಣೆ ಹಾಗೂ ಅಭಿವೃದ್ಧಿ.

ವಿಷಾದದ ಸಂಗತಿಯೆಂದರೆ, ನಮ್ಮ ಬಯಲುಪ್ರದೇಶಗಳನ್ನು, ಇಲ್ಲಿನ ಹುಲ್ಲುಗಾವಲುಗಳನ್ನು ಸರ್ಕಾರಗಳೇ ನಿರುಪಯುಕ್ತ ಭೂಮಿ ಎಂದು ವರ್ಗೀಕರಿಸುತ್ತಿರುವುದು. ನಿಜವಾಗಿಯೂ ನಮ್ಮ ಹುಲ್ಲುಗಾವಲುಗಳ ಬಗ್ಗೆ ಸರಿಯಾದ ಸಂಶೋಧನೆಗಳೇ ನಡೆದಿಲ್ಲ. ಇಲ್ಲೆಲ್ಲ ವೈಜ್ಞಾನಿಕ ಅಧ್ಯಯನದ ಅವಶ್ಯಕತೆ ಇದೆ. ಆದರೆ, ಇಂತಹದ್ದೊಂದು ವೈಜ್ಞಾನಿಕ ಅಧ್ಯಯನವನ್ನು ನಡೆಸದೇ ಈ ಹುಲ್ಲುಗಾವಲುಗಳನ್ನು ಸರ್ಕಾರದ ಕೆಲ ಅಂಗಸಂಸ್ಥೆಗಳೇ ಈ ಹಿಂದೆ ನೆಡುತೋಪುಗಳನ್ನಾಗಿ ಪರಿವರ್ತಿಸುತ್ತಿದ್ದವು. ಜಾನುವಾರುಗಳ ಮೇವಿಗಾಗಿ ಯದ್ವಾತದ್ವಾ ಈಗಲೂ ಬಳಸಿಕೊಳ್ಳಲಾಗುತ್ತಿದೆ. ಕೈಗಾರಿಕಾ ಯೋಜನೆಗಳಿಗಾಗಲಿ, ಗಣಿಗಾರಿಕೆ ನಡೆಸೋದಕ್ಕಾಗಲಿ ಯಾರೇ ಕೇಳಿದರೂ ಸರ್ಕಾರ ಈ ಹುಲ್ಲುಗಾವಲುಗಳ ಕಡೆ ಬೆರಳು ತೋರಿಸಿ, 'ಇಲ್ಲೇ ಇದೆಯಲ್ಲ ನಿರುಪಯುಕ್ತ ಭೂಮಿ ಇದನ್ನೇ ಬಳಸಿಕೊಳ್ಳೋಣ' ಎಂದು ದಿಢೀರ್ ತೀರ್ಮಾನ ಕೈಗೊಂಡುಬಿಡುತ್ತಿವೆ. ಅಲ್ಲದೇ, ಭೂರಹಿತರಿಗೆ ಭೂಮಿ ಮಂಜೂರು ಮಾಡುವ ವಿಚಾರಕ್ಕೆ ಬಂದಾಗಲೂ ಈ ಭೂಮಿಗಳನ್ನೇ ಹಂಚಲಾಗುತ್ತಿದೆ. ಕೃಷಿಯ ದೃಷ್ಟಿಯಿಂದ ನೋಡುವುದಾದರೆ ಈ ಭೂಮಿಯಲ್ಲಿ ಕೃಷಿ ಸಾಧ್ಯವೇ ಇಲ್ಲ. ಇದರಿಂದಾಗಿ ಇದು ಜನರಿಗೂ ಉಪಯೋಗವಾಗುವುದಿಲ್ಲ. ರೈತರಿಗೆ ಹಂಚಿಬಿಟ್ಟಿರುವುದರಿಂದ ಸ್ಥಳೀಯ ವನ್ಯಜೀವಿಗಳಿಗೂ ಆವಾಸ ಸ್ಥಾನವಾಗಿ ಇವು ಉಳಿಯುತ್ತಿಲ್ಲ.

ಬಳ್ಳಾರಿ ಮತ್ತು ಕೊಪ್ಪಳ ಭಾಗದ ಹುಲ್ಲುಗಾವಲುಗಳು ಅತ್ಯಂತ ವಿಶಿಷ್ಟ ಜೀವಜಾಲವನ್ನು ಪೋಷಿಸುತ್ತಿವೆ. ತೋಳ, ಚಿರತೆ, ಕರಡಿ, ಕೃಷ್ಣಮೃಗ, ಬಸ್ಟರ್ಡ್ ಹಕ್ಕಿ, ಕತ್ತೆ ಕಿರುಬ ಸೇರಿದಂತೆ ವಿಶಿಷ್ಟ ಪ್ರಾಣಿಗಳನ್ನು ಶತಮಾನಗಳಿಂದ ಪೋಷಿಸಿಕೊಂಡು ಬಂದಿವೆ. ಆದರೆ, ಈ ಹುಲ್ಲುಗಾವಲಿಗೆ ಸಂರಕ್ಷಣೆ ಇಲ್ಲವೇ ಇಲ್ಲ. ಇಲ್ಲಿ ಸಣ್ಣ ಸಣ್ಣ ತುಂಡುಗಳಾಗಿ ಹಂಚಿಹೋಗಿರುವ ಈ ಜೀವಜಾಲದ ತಾಣಗಳನ್ನು ಒಟ್ಟಿಗೆ ಬೆಸೆಯುವ ಅವಶ್ಯಕತೆಯಿದೆ. ಸಾವಿರಾರು ಕಿಲೋಮೀಟರ್ ವ್ಯಾಪ್ತಿಯಲ್ಲಿ ಹರಡಿರುವ ಹುಲ್ಲುಗಾವಲು ಹಾಗೂ ಒಣಭೂಮಿ ಪ್ರದೇಶವನ್ನು ಒಟ್ಟಿಗೆ ಸೇರಿಸಿ ಸಂರಕ್ಷಣೆ ಮಾಡುವ ಕ್ರಮ ಕೈಗೊಳ್ಳದಿದ್ದಲ್ಲಿ, ಅಲ್ಲಲ್ಲಿ ಹಂಚಿಹೋಗಿರುವ ಜೀವಿಗಳು ಯಾವುದೋ

ರೋಗಕ್ಕೋ ಅಥವಾ ಇನ್ನಾವುದೋ ಕಾರಣಕ್ಕೆ ನಿರ್ನಾಮ ಆಗುವ ಅಪಾಯವಿದೆ.

ಬಳ್ಳಾರಿಯಿಂದ ಹಬ್ಬುತ್ತಾ ಹೋಗಿ ಆಂಧ್ರಪ್ರದೇಶ ಹಾಗೂ ಮಹಾರಾಷ್ಟ್ರವನ್ನು ಬೆಸೆಯುವ ಬೃಹತ್ ದಖನ್ ಬಯಲು ಪ್ರದೇಶ ಸಾವಿರಾರು ಕಿಲೋ ಮೀಟರ್ ವ್ಯಾಪ್ತಿಯಲ್ಲಿದೆ. ಈ ಹಿಂದೆ ಈ ಬಯಲು ಪ್ರದೇಶಗಳಲ್ಲಿ ಸಾವಿರಾರು ಸಂಖ್ಯೆಯಲ್ಲಿ ಬೇಟೆ ಚಿರತೆ, ತೋಳಗಳಿದ್ದವು. ಲಕ್ಷ ಲಕ್ಷ ಸಂಖ್ಯೆಯಲ್ಲಿ ಕೃಷ್ಣಮೃಗ, ಚಿಂಕಾರಾಗಳು ಓಡಾಡಿಕೊಂಡಿದ್ದವು. ಆವಾಸಸ್ಥಾನದ ನಾಶ ಸೇರಿದಂತೆ ನಾನಾ ಕಾರಣದಿಂದಾಗಿ ಬೇಟೆ ಚಿರತೆ ಎಂದು ಕರೆಯುವ ಚೀತಾವನ್ನು ನಾವು ಕಳೆದುಕೊಂಡಿದ್ದೇವೆ. ಈಗ ಉಳಿದಿರುವ ಜೀವಿಗಳ ಸಂರಕ್ಷಣೆಗೆ ತುರ್ತು ನಿಗಾವಹಿಸುವ ಅವಶ್ಯಕತೆ ಇದೆ. ಸಂಡೂರು ರಾಜಮನೆತನಕ್ಕೆ ಸೇರಿದ ಖ್ಯಾತ ವನ್ಯಜೀವಿ ಛಾಯಾಗ್ರಾಹಕ ಹಾಗೂ ಗೌರವ ವನ್ಯಜೀವಿ ಪರಿಪಾಲಕ ಇಂದ್ರಜಿತ್ ಘೋರ್ಪಡೆ ಕೆಲ ಸ್ನೇಹಿತರೊಂದಿಗೆ ಸೇರಿ ಈ ಬೃಹತ್ ಪ್ರದೇಶವನ್ನು ಸಂರಕ್ಷಿತ ಪ್ರದೇಶವನ್ನಾಗಿ ರೂಪಿಸಲು ಶ್ರಮಿಸುತ್ತಿದ್ದಾರೆ. ಸರ್ಕಾರ ನಮ್ಮ ಹುಲ್ಲುಗಾವಲುಗಳ ಅಧ್ಯಯನಕ್ಕೆ ಹೆಚ್ಚಿನ ಆದ್ಯತೆ ನೀಡಬೇಕಿದೆ. ಈ ಅಪರೂಪದ ಆವಾಸಸ್ಥಾನವನ್ನು ಬೆಸೆಯುವ ಪ್ರಯತ್ನಕ್ಕೆ ಮಹಾರಾಷ್ಟ್ರ ಮತ್ತು ಆಂಧ್ರಪ್ರದೇಶ ಸರ್ಕಾರದೊಂದಿಗೆ ಮಾತುಕತೆ ನಡೆಸಬೇಕಿದೆ. ಈ ಭಾಗದ ಜನರೂ ಸಹ ಈ ವಿಶಿಷ್ಟ ಬಯಲು ಪ್ರದೇಶಗಳ ಸಂರಕ್ಷಣೆಯಲ್ಲಿ ಸರ್ಕಾರದೊಂದಿಗೆ ಕೈ ಜೋಡಿಸಬೇಕಿದೆ.

***

ಆನೆ ಕಂಡ ತಕ್ಷಣ ನಾವು ಕೈ ಮುಗಿಯುತ್ತೇವೆ. ಗಣೇಶ ಆಶೀರ್ವಾದ ಮಾಡಪ್ಪಾ ಎಂದು ಬೇಡಿಕೊಳ್ಳುತ್ತೇವೆ. ಚಿಕ್ಕ ಚಿಕ್ಕ ಮಕ್ಕಳಿಗೆ ಆನೆ ತೋರಿಸಿ ಆನಂದಪಡುತ್ತೇವೆ. ಆದರೆ, ಮಾವುತನ ಬಗ್ಗೆ ನಮಗೇನೂ ಅನ್ನಿಸುವುದೇ ಇಲ್ಲ.

ನಾಗರಹೊಳೆ ರಾಷ್ಟ್ರೀಯ ಉದ್ಯಾನಕ್ಕೆ ಸೇರಿದ ಬಳ್ಳೆ ವಲಯದಲ್ಲಿ ಮಾವುತನೊಬ್ಬನಿದ್ದಾನೆ. ಆತ ನಿತ್ಯ ಊಟ ಹಾಕಿ, ಮೈತೊಳೆದು ಆರೈಕೆ ಮಾಡುವ ಆನೆಯೇ ಕೆಲ ವರ್ಷಗಳ ಹಿಂದೆ ಮದವೇರಿದಾಗ ಆತನ ಮೇಲೆ ಭೀಕರವಾಗಿ ದಾಳಿ ಮಾಡಿತ್ತು. ಕೊಂಬಿನಿಂದ ಆತನ ಹೊಟ್ಟೆಯನ್ನೇ ಬಗೆದು ಹಾಕಿತ್ತು. ಆತ ಬದುಕುಳಿದಿದ್ದೇ ಒಂದು ಪವಾಡ. ಆ ಘಟನೆ ನಂತರ ಆತ ಅಧೀರನಾಗಲಿಲ್ಲ. ದಾಳಿ ಮಾಡಿದ ಆನೆಯನ್ನು ಬಿಟ್ಟು ಹೋಗಲಿಲ್ಲ. ಅದೇ

ಆನೆಯನ್ನು ಇಂದಿಗೂ ಆರೈಕೆ ಮಾಡುತ್ತಿದ್ದಾನೆ. ದಿನಗೂಲಿ ನೌಕರನಾದ ಆ ಮಾವುತನಿಗೆ ಬೆನ್ನೆಲುಬಾಗಿ ಯಾರೂ ಬರಲಿಲ್ಲ ಇಂತಹ ಅನೇಕ ಘಟನೆಗಳು ಆನೆ ಇರುವ ಅನೇಕ ದೇಶಗಳಲ್ಲಿ ನಡೆದಿವೆ.

ಇದನ್ನೆಲ್ಲ ನೋಡಿ ನೊಂದ ಅಮೆರಿಕದ ಹೈಡಿ ರಿಡಲ್ ಎನ್ನುವ ಮಹಿಳೆ ತನ್ನ ಜೀವನವನ್ನೇ ಮಾವುತರ ಕಲ್ಯಾಣಕ್ಕಾಗಿ ಮುಡಿಪಿಟ್ಟಿದ್ದಾರೆ. ಸ್ವತಃ ಮಾವುತರಾದ ಹೈಡಿ ಆನೆಗಳ ಬಗ್ಗೆ ಆಳವಾದ ಜ್ಞಾನ ಹೊಂದಿದ್ದಾರೆ. ಅಷ್ಟೇ ಅಲ್ಲ, ಅನೇಕ ದೇಶಗಳಿಗೆ ಓಡಾಡಿ ಮಾವುತರನ್ನು ಭೇಟಿ ಮಾಡಿ ಅವರ ಜೀವನ ಸುಧಾರಣೆಗೆ ಅನೇಕ ಕ್ರಮಗಳನ್ನು ಕೈಗೊಂಡಿದ್ದಾರೆ.

ಭಾರತವನ್ನು ಹೊರತುಪಡಿಸಿ ಉಳಿದ ಅನೇಕ ದೇಶಗಳಲ್ಲಿ ಮಾವುತನ ಕೆಲಸ ವಂಶಪಾರಂಪರ್ಯವಾಗಿ ಈಗ ಉಳಿದಿಲ್ಲ. ಇಂಡೋನೇಷ್ಯಾ, ಮ್ಯಾನ್ಮಾರ್, ಥಾಯ್ಲೆಂಡ್ ಮತ್ತಿತರ ಕಡೆ ಈಗ ಆನೆಗಳನ್ನು ನೋಡಿಕೊಳ್ಳುವ ಕೆಲಸಕ್ಕೆ ಇತರೆ ಕೆಲಸದಂತೆ ಅರ್ಜಿ ಕರೆದು ತರಬೇತಿ ಕೊಡಲಾಗುತ್ತದೆ. ಅಲ್ಲದೆ, ಈಗ ಮಾವುತರನ್ನು ಹೈಟೆಕ್‌ಗೊಳಿಸುವ ಕೆಲಸ ನಡೆಯುತ್ತಿದೆ. ಮಾವುತರಿಗೆ ಹೈಡಿ ಪಾಠ ಹೇಳಿಕೊಡುತ್ತಾರೆ. ಮಾವುತನನ್ನು ಚೆನ್ನಾಗಿ ನೋಡಿಕೊಂಡರೆ ಮಾತ್ರ ಆನೆ ಚೆನ್ನಾಗಿರುತ್ತದೆ ಎನ್ನುವ ಅಚಲ ನಂಬಿಕೆ ಅವರದ್ದು.

ಜಗತ್ತಿನ ಉದ್ದಗಲಕ್ಕೂ ಓಡಾಡುತ್ತಾ ಮಾವುತರು ಆನೆಯ ಬಗ್ಗೆ ಯಾವ್ಯಾವ ಮಾಹಿತಿ ತಿಳಿದಿರಬೇಕು. ಆನೆಯ ಜತೆಗೆ ತಮ್ಮ ಆರೋಗ್ಯವನ್ನು ಹೇಗೆ ಕಾಪಾಡಿಕೊಳ್ಳಬೇಕು. ತಂತ್ರಜ್ಞಾನದ ಬಳಕೆ ಹೇಗೆ ಮಾಡಬೇಕು ಎಂದೆಲ್ಲಾ ಹೈಡಿ ಹೇಳಿಕೊಡುತ್ತಿದ್ದಾರೆ.

ಭಾರತಕ್ಕೂ ಆಗಾಗ ಬರುವ ಹೈಡಿ ಇಲ್ಲಿನ ಮಾವುತರಿಗೂ ವಿದೇಶದಲ್ಲಿನ ಮಾವುತರು ಆನೆಗಳ ಆರೈಕೆಯಲ್ಲಿ ಮಾಡಿಕೊಂಡಿರುವ ಬದಲಾವಣೆಗಳನ್ನು ಹೇಳಿಕೊಡುತ್ತಿದ್ದಾರೆ. ಅನೇಕ ದೇಶಗಳ ಸರ್ಕಾರದ ಜತೆ ಮಾತನಾಡಿ ಸಾಕಷ್ಟು ನೀತಿಗಳಲ್ಲೂ ಬದಲಾವಣೆ ತಂದಿದ್ದಾರೆ. ಮಾವುತರ ದನಿಯಾಗಿ ಕೆಲಸ ಮಾಡುತ್ತಿದ್ದಾರೆ. ಇಂತಹವರ ಶ್ರಮಕ್ಕೆ ಆನೆಯಷ್ಟು ಬೆಲೆ ಸಿಗಲಿ ಎಂದು ಹಾರೈಸೋಣ.

17

ಮರದ ನೆರಳು ನನಗಿರಲಿ ನೆಡುವ ಉಸಾಬರಿ ಅನ್ಯರಿಗಿರಲಿ

ಈಗ ಎಲ್ಲರ ಬಳಿಯೂ ಹಣ ಹರಿದಾಡುತ್ತಿದೆ. ಹಣ ಇರುವುದರಿಂದಲೋ ಏನೋ, ಅಗತ್ಯಕ್ಕೆಂದೋ, ಎಲ್ಲರ ಹತ್ತಿರವೂ ವಾಹನಗಳಿವೆ. ನಗರ ಪ್ರದೇಶಗಳು ಬಿಟ್ಟು ಬಿಡಿ, ಹಳ್ಳಿ ಹಳ್ಳಿಯಲ್ಲೂ ಜನರು ಸ್ಕೂಟರ್, ಕಾರಿನಲ್ಲಿ ಓಡಾಡಲಾರಂಭಿಸಿದ್ದಾರೆ.

ಗುಡ್... ಇದೆಲ್ಲವೂ ಬಹಳ ಒಳ್ಳೆಯದು. ಆರ್ಥಿಕ ಸ್ವಾವಲಂಬನೆ ಎಲ್ಲರಿಗೂ ದಕ್ಕುತ್ತಿದೆ. ಎಲ್ಲರೂ ಸ್ಥಿತಿವಂತರಾಗುತ್ತಿದ್ದಾರೆ. ಬಡತನ ನಿಧಾನವಾಗಿ ಕಡಿಮೆಯಾಗುತ್ತಿದೆ.

ಇತ್ತೀಚಿನ ದಿನಗಳಲ್ಲಿ ಅತ್ಯಂತ ಹೆಚ್ಚು ಮಾರಾಟವಾಗುವ ವಸ್ತುಗಳ ಪಟ್ಟಿಯಲ್ಲಿ ದ್ವಿಚಕ್ರ ವಾಹನ ಮತ್ತು ಕಾರುಗಳ

ಸಂಖ್ಯೆಯೇ ಹೆಚ್ಚು. ಎಲ್ಲರೂ ಗಾಡಿಗಳನ್ನ ಖರೀದಿ ಮಾಡುತ್ತಾರೆ. ಪಾರ್ಕಿಂಗ್ ಸಮಸ್ಯೆ ಇದ್ದರೂ ವಾಹನಗಳು ಬೇಕೇ ಬೇಕು. ಅದರಲ್ಲೂ ತಮ್ಮ ವಾಹನ ನಿಲ್ಲಿಸೋಕೆ ಮರದ ನೆರಳೇ ಬೇಕು. ಎಲ್ಲರೂ ಮರದ ನೆರಳನ್ನು ಹುಡುಕಿ ಹುಡುಕಿ ವಾಹನ ನಿಲ್ಲಿಸುತ್ತಾರೆ. ಆದರೆ, ಗಿಡ ಮಾತ್ರ ಯಾರೂ ನೆಡುವುದಿಲ್ಲ. ಎಂತಹ ವಿಪರ್ಯಾಸ ಅಲ್ಲವೇ...?

ನಮ್ಮ ವಾಹನ ನೆರಳಿನಲ್ಲಿರಲಿ ಅಂತಾ ಬಯಸುವ ನಾವು ಆ ನೆರಳು ನೀಡುವ ಮರವನ್ನ ಬೆಳೆಸುವ ಬಗ್ಗೆ ಮಾತ್ರ ಯಾವುದೇ ಯೋಚನೆ ಮಾಡುವುದಿಲ್ಲ. ಯಾರೋ ಗಿಡ ನೆಟ್ಟು ಪೋಷಿಸಿರುತ್ತಾರೆ. ದೊಡ್ಡದಾಗಿ ಬೆಳೆದ ಆ ಮರ ಚೆನ್ನಾಗಿ ನೆರಳು ಕೊಡುತ್ತಿರುತ್ತದೆ. ನಾವು ಮಾತ್ರ ಮರಕ್ಕೂ, ನಮಗೂ ಸಂಬಂಧವೇ ಇಲ್ಲದಂತೆ ಅದರ ಕೆಳಗೆ ವಾಹನ ನಿಲ್ಲಿಸಿ ಅಬ್ಬಾ ಎಷ್ಟು ತಂಪಾಗಿದೆ ಮಾರಾಯ ಅಂತಾ ನೆರಳನ್ನು ಆಸ್ವಾದಿಸುತ್ತೇವೆ. ಅನುಭವಿಸುತ್ತೇವೆ. ಜೋರಾಗಿ ಮಳೆ, ಗಾಳಿ ಬಂದು ಆ ಮರದ ಕೊಂಬೆ ಅದೇ ವಾಹನದ ಮೇಲೆ ಬಿದ್ದರೆ ಹಿಡಿ ಶಾಪ ಹಾಕುತ್ತೇವೆ.

ನಮ್ಮಲ್ಲಿ ಕೊರತೆ ಅಂತಾ ಇರೋದೇ ಇಲ್ಲಿ. ನಾವು ನಮ್ಮ ಸುತ್ತಲಿನ ಅನೇಕ ವಿಚಾರಗಳಿಗೆ ಕನೆಕ್ಟ್ ಮಾಡಿಕೊಳ್ಳುವುದಿಲ್ಲ. ಮರದ ನೆರಳು ಬೇಕು. ಆದರೆ, ಮರ ಬೇಡ.

ಬೇಸಿಗೆಯಲ್ಲೇ ಮಳೆಗಾಲ ಶುರುವಾಗಿಬಿಡುತ್ತಿದೆ. ಮಳೆಗಾಲದಲ್ಲಿ ಮಳೆ ಕೈಕೊಡುತ್ತಿದೆ. ಪ್ರಕೃತಿ ದೇವಿ ಮುನಿಸಿಕೊಳ್ಳದಿದ್ದಲ್ಲಿ ಈ ಬಾರಿ ಸಹ ಚೆನ್ನಾಗಿಯೇ ಮಳೆ ಬೀಳಲಿದೆ. ರೈತನಿಗೆ ಜಮೀನು ಉತ್ತಿ ಬಿತ್ತುವ ಸಂಭ್ರಮದ ಕಾಲ ಏಪ್ರಿಲ್-ಮೇನಲ್ಲಿ ಶುರುವಾಗುತ್ತದೆ. ಇದೇ ಮಳೆಗಾಲದಲ್ಲಿ ಚಿಗುರೊಡೆಸುವ ಕೆಲಸಕ್ಕೆ ಮುನ್ನುಡಿ ಬರೆಯುವಂತಾಗಬೇಕಲ್ಲವೇ?

ಮಾಗಡಿಯ ಸಾಲು ಮರದ ತಿಮ್ಮಕ್ಕ, ಕಾಸರಗೋಡಿನ ಕರೀಂ ಅಜ್ಜ, ಅಸ್ಸಾಮಿನ ಜಾಧವ್ ಪಾಯೆಂಗ್, ದೇಶಾದ್ಯಂತ ತಿರುಗಾಡುತ್ತಾ 33 ಕಡೆ ಕಿರು ಅರಣ್ಯಗಳನ್ನ ಬೆಳೆಸಿರುವ ಶುಬೇಂದು ಶರ್ಮಾ, ರಾಜ್ ಕೋಟ್‌ನ ಪ್ರೇಮ್‌ಜಿ ಭಾಯಿ ಇವರೆಲ್ಲ ನೂರಾರು, ಸಾವಿರಾರು ಗಿಡಗಳನ್ನ ನೆಟ್ಟು ಹಸಿರು ಕ್ರಾಂತಿ ಮಾಡಿದವರು. ಇವರ್ಯಾರೂ ಕೂಡ ಗಿಡ, ಮರಗಳನ್ನು ತಮಗಾಗಿ ನೆಟ್ಟವರಲ್ಲ. ಅದೇ ರೀತಿ ಈ ಗಿಡ ಮರಗಳೂ ಸಹ ನೀರು, ಗೊಬ್ಬರ ಹಾಕಿ ರಕ್ಷಣೆ ನೀಡಿ ಪೋಷಣೆ ಮಾಡಿದವರಿಗೆ ಮಾತ್ರ ನೆರಳು, ಹಣ್ಣು ಕೊಡುವುದಿಲ್ಲ. ಇವರಂತೆ ದೇಶಾದ್ಯಂತ ಇರುವ ಸಾವಿರಾರು

ವೃಕ್ಷಪ್ರೇಮಿಗಳು ಈ ಮಳೆಗಾಲದಲ್ಲಿ ಗಿಡ ನೆಡುವ ಕೆಲಸ ಶುರು ಮಾಡುತ್ತಾರೆ.

ಗಿಡ, ಮರಗಳನ್ನ ನಿಕೃಷ್ಟವಾಗಿ ಕಾಣುವ ಪರಿಪಾಠ ನಮ್ಮಲ್ಲಿದೆ. ಚೆನ್ನಾಗಿ ಬೆಳೆದ ಮರ ಒಂದು ವರ್ಷಕ್ಕೆ ಸರಾಸರಿ 115 ಕೆಜಿಯಷ್ಟು ಆಮ್ಲಜನಕವನ್ನು ಉತ್ಪಾದಿಸುತ್ತದೆ. ತನ್ನ ಜೀವಿತಾವಧಿಯಲ್ಲಿ ಒಂದು ಮರ 1 ಟನ್ ಇಂಗಾಲದ ಡೈ ಆಕ್ಸೈಡ್‌ನ್ನ ಹೀರಿಕೊಂಡು ನಮಗೆ ಶುದ್ಧ ಗಾಳಿ ಕೊಡುತ್ತದೆ. 40 ಸಾವಿರ ಕಿಲೋ ಮೀಟರ್‌ನಷ್ಟು ದೂರ ಕಾರನ್ನು ಓಡಿಸಿದಾಗ ಎಷ್ಟು ಮಾಲಿನ್ಯವನ್ನು ಆ ಕಾರು ಹೊರಹಾಕುತ್ತದೆಯೋ ಅಷ್ಟೂ ಮಾಲಿನ್ಯವನ್ನ ಒಂದು ಮರ ಒಂದು ವರ್ಷದಲ್ಲಿ ಹೀರಿಕೊಂಡು ಒಳ್ಳೆಯ ಗಾಳಿಯನ್ನ ನಮಗೆ ಕೊಡುತ್ತದೆ. ಇನ್ನು ಈ ಮರಗಳು ಜೈವಿಕವಾಗಿ ಮಾಡಿಕೊಡುವ ಅನುಕೂಲಗಳನ್ನ ಪಟ್ಟಿ ಮಾಡಿದಲ್ಲಿ ಅದಕ್ಕೆ ಮೌಲ್ಯ ಕಟ್ಟುವುದಕ್ಕೆ ಆಗೋದೇ ಇಲ್ಲ. ಕ್ರಿಮಿ ಕೀಟಗಳು ಹಾಗೂ ಪ್ರಾಣಿ, ಪಕ್ಷಿಗಳಿಗೆ ಕೊಡುವ ಆಶ್ರಯ, ಮಣ್ಣು ಸಡಿಲಗೊಳ್ಳದಂತೆ ಬೇರುಗಳು ನಿರ್ವಹಿಸುವ ಕೆಲಸ, ಶಬ್ದ ಮಾಲಿನ್ಯವನ್ನು ತಡೆಗಟ್ಟುವ ಅದರ ಸಾಮರ್ಥ್ಯ, ಜಲಮೂಲಕ್ಕೆ ಕಾರಣವಾಗುವ ಮರಗಳ ಸಮೂಹ ಹಾಗೂ ಅದ್ಭುತವಾದ ನೆರಳು ಕೊಡುವುದಲ್ಲದೇ, ರುಚಿ ರುಚಿಯಾದ ಹಣ್ಣುಗಳನ್ನೂ ಕೊಡುತ್ತವೆ. ಇದಕ್ಕೆಲ್ಲ ಬೆಲೆ ಕಟ್ಟೋಕೆ ಸಾಧ್ಯವೇ..?

ನಮಗೆ ಇಷ್ಟೆಲ್ಲ ಅನುಕೂಲ ಮಾಡಿಕೊಡುವ ಮರಗಳು ನಾವು ಕಡಿದ ಮೇಲೂ ನಮ್ಮ ಬಳಕೆಗೆ ಬರುತ್ತವೆ. ಮರದ ಹಲಗೆಗಳನ್ನ ನಾನಾ ರೂಪದಲ್ಲಿ ನಾವು ಬಳಸುತ್ತೇವೆ. ಮರಗಳು ನಮ್ಮ ಸಾಂಸ್ಕೃತಿಕ ಮತ್ತು ಪಾರಂಪರಿಕ ನೆಲೆಗಳನ್ನೂ ಹಾಸು ಹೊಕ್ಕಾಗಿವೆ. ಮರಗಳಿಲ್ಲದೇ ಮಕ್ಕಳ ಕತೆಗಳು ಪೂರ್ಣಗೊಳ್ಳುವುದೇ ಇಲ್ಲ. ಹೀಗೆಲ್ಲ ಇರುವಾಗ ನಾವು ಗಿಡ, ಮರಗಳ ಬಗ್ಗೆ ನಿರ್ಲಕ್ಷ್ಯ ಮಾಡಬಾರದಲ್ಲವೇ..?

ಮಳೆಗಾಲದಲ್ಲಿ ಎಲ್ಲೆಲ್ಲಿ ಸಾಧ್ಯವೋ ಅಲ್ಲೆಲ್ಲಾ ಗಿಡ ನೆಡುವ ಕರ್ತವ್ಯ ನಮ್ಮದಾಗಲಿ. ಗಿಡ ನೆಡುವ ಕೆಲಸ ಕೇವಲ ಅರಣ್ಯ ಇಲಾಖೆಯದ್ದಲ್ಲ. ಹಸಿರು ಬೆಳೆಸುವುದು ಎಲ್ಲರ ಆದ್ಯ ಕರ್ತವ್ಯ. ನಗರ ಪ್ರದೇಶಗಳಲ್ಲಿ ಇರುವ ಅನೇಕ ಜನರಿಗೆ ಗಿಡ ನೆಡಲು ಜಾಗವೂ ಇರುವುದಿಲ್ಲ. ಆದರೂ, ನೀವು ಈ ಕೆಲಸ ಮಾಡುತ್ತಿರುವ ಜನರನ್ನ ಹುಡುಕಿ ಅವರಿಗೆ ಯಾವುದಾದರೂ ರೂಪದಲ್ಲಿ ನೆರವಾದರೆ, ಮರ ನೆಟ್ಟ ಖುಷಿ ನಿಮ್ಮದಾಗುತ್ತದೆ. ರೈತರೂ ಸಹ ವಾಣಿಜ್ಯ ದೃಷ್ಟಿಯಿಂದ ಜಮೀನುಗಳಲ್ಲಿ ಮರಗಳನ್ನು ಪೋಷಿಸಲಾರಂಭಿಸಿದ್ದಾರೆ. ಒಂದಷ್ಟು ಚೆನ್ನಾಗಿ ಬೆಳೆದ ಮೇಲೆ ಅದನ್ನು ಕಡಿದು ಮಾರಾಟ ಮಾಡುವುದೋ ಅಥವಾ ಸ್ವಂತಕ್ಕೆ ಬಳಸಿಕೊಳ್ಳುವುದನ್ನೋ ಮಾಡುತ್ತಾರೆ. ಇದರ ಜತೆ ಜತೆಗೇ

ಜಮೀನಿನಲ್ಲಿ ಕನಿಷ್ಠ ಒಂದಾದರೂ ಮರವನ್ನ ಶಾಶ್ವತವಾಗಿ ಉಳಿಸಿಕೊಳ್ಳುವ ಪ್ರಯತ್ನ ನಿಮ್ಮದಾಗಲಿ.

ನಮ್ಮ ಸುತ್ತಲಿನ ಪರಿಸರ ಮಲಿನಗೊಳ್ಳುತ್ತಿದೆ. ಉಸಿರಾಡುವ ಗಾಳಿ ವಿಷ ಕಾರುತ್ತಿದೆ. ಹೆಚ್ಚುತ್ತಿರುವ ವಾಹನಗಳಿಂದಾಗಿ ಶಬ್ದ ಮಾಲಿನ್ಯ ಹೆಚ್ಚಾಗಿದೆ. ಹವಾಮಾನ ಏರುಪೇರಿನಿಂದಾಗಿ ಮುಂದೊಂದು ದಿನ ಎಲ್ಲವೂ ಯಡವಟ್ಟಾಗಲಿದೆ. ನಾವು ಬೆಳೆಸುವ ಒಂದು ಮರ ಈ ಭೂಮಿಗೆ ನಾವು ತೀರಿಸಬಹುದಾದ ಅತಿ ದೊಡ್ಡ ಋಣ. ಏಕೆಂದರೆ, ನಾವು ಬೆಳೆಸಿದ ಮರ ನಮಗೆ ಮಾತ್ರವಲ್ಲ ಇಡೀ ನಮ್ಮ ನಗರಕ್ಕೆ, ನಮ್ಮ ಸಮಾಜಕ್ಕೆ ಈ ಭೂಮಿಗೆ ಶುದ್ಧ ಗಾಳಿ ಕೊಡುತ್ತಿರುತ್ತದೆ. ಊರ ವಿಷ ನನಗಿರಲಿ, ಶುದ್ಧ ಗಾಳಿ ನಿಮಗಿರಲಿ ಎನ್ನುತ್ತಾ ಇಡೀ ಜೀವನವನ್ನ ಲೋಕಕಲ್ಯಾಣಕ್ಕಾಗಿ ಸವೆಸುವ ಮರಗಳನ್ನ ಕೃತಜ್ಞತೆಯಿಂದ ನೋಡೋಣ.

18

ಕಾಡಿನ ಕಾಳಜಿಗೆ ಮಾದರಿ: ಮಂಗಲ ಹಸಿರು ಬ್ರಿಗೇಡ್

ಜೀವವನ್ನು ಪಣಕ್ಕಿಟ್ಟಾದರೂ ಸರಿ ಬೆಂಕಿ ಆರಿಸಲೇಬೇಕೆಂಬ ಕಳಕಳಿ, ಧಗಧಗನೆ ಉರಿಯುತ್ತಿರುವ ಬೆಂಕಿ ಆರುವವರೆಗೂ ಊಟ, ತಿಂಡಿ ವಿಶ್ರಾಂತಿಯ ಪ್ರಶ್ನೆಯೇ ಇಲ್ಲ, ಯುವಕರೆಲ್ಲ ಬೆಂಕಿ ಆರಿಸುತ್ತಿದ್ದರೆ, ಸಣ್ಣ ಮಕ್ಕಳು ದೊಡ್ಡವರಿಗೆ, ದಣಿದವರಿಗೆ ಕುಡಿಯಲು ನೀರು ತಂದು ಕೊಡುತ್ತಿರುತ್ತಾರೆ, ಎಲ್ಲ ಸೇರಿ ಬೆಂಕಿ ಆರಿಸಿದ ನಂತರ ಕಾಡು ಉಳಿಸಿದ ಧನ್ಯತೆಯಿಂದ ಮನೆಗೆ ಮರಳುತ್ತಾರೆ...

ಇದ್ಯಾವುದೋ ಸಿನಿಮಾ ಸ್ಟೋರಿಯಲ್ಲ, ಬೆಂಗಳೂರಿನಂತಹ ಮಹಾನಗರಿಯಲ್ಲಿ ಬೆಂಕಿ ಆರಿಸುವ ಅಗ್ನಿಶಾಮಕ ದಳದ ಕಸರತ್ತೂ ಇದಲ್ಲ. ಇವರೆಲ್ಲ ಮಂಗಲ ಎನ್ನುವ ಪುಟ್ಟ ಗ್ರಾಮದ

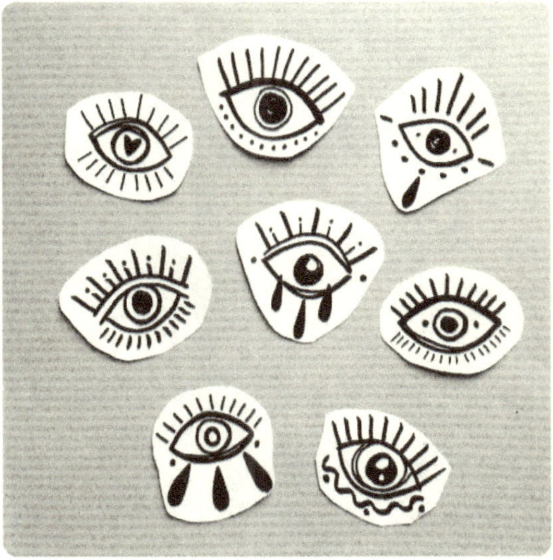

ಹಸಿರು ಯೋಧರು. ತಮ್ಮೂರಿನ ಅಂಗಳದಲ್ಲೇ ಇರುವ ಬಂಡೀಪುರ ಹುಲಿ ಸಂರಕ್ಷಿತ ಪ್ರದೇಶದ ಕಾಡಿಗೆ ಬೆಂಕಿ ಬೀಳದಂತೆ ತಡೆಯುತ್ತಿರುವ ಸ್ವಯಂಸೇವಕರು.

ಬಂಡೀಪುರಕ್ಕೆ ಹೊಂದಿಕೊಂಡಂತಿರುವ ಮಂಗಲ ಗ್ರಾಮದ ಜನರಲ್ಲಿ ತಮ್ಮ ಕಾಡಿನ ಬಗ್ಗೆ, ಕಾಡಿನಲ್ಲಿ ಹುಲಿಗಳಿರುವ ಬಗ್ಗೆ ವಿಪರೀತ ಹೆಮ್ಮೆ. ಕಾಡನ್ನು ಜತನದಿಂದ ಕಾಪಾಡಲು, ಹುಲಿಗಳನ್ನು ಸುರಕ್ಷಿತವಾಗಿ ನೋಡಿಕೊಳ್ಳಲು ಈ ಊರಿನ ಜನ ಎಲ್ಲ ತ್ಯಾಗಕ್ಕೂ ಸಿದ್ಧ. ಆದ್ದರಿಂದಲೇ ಪರಿಸರ ಸೂಕ್ಷ್ಮ ವಲಯ ಎನ್ನುವ ಕಾನೂನು ಘೋಷಣೆ ಸಂದರ್ಭದಲ್ಲೂ ಈ ಊರಿನ ಜನರೇ ಎಲ್ಲರಿಗಿಂತ ಮುಂಚೆಯೇ ಅದನ್ನು ಒಪ್ಪಿಕೊಂಡಿದ್ದು.

ಮಂಗಲ ಗ್ರಾಮದ ಸ್ವಾಮಿ, ಬಸವಣ್ಣ, ಮನು, ಕಾಳಸ್ವಾಮಿ, ನಂಜಯ್ಯ ಮತ್ತವರ ತಂಡದಲ್ಲಿ 18 ಸದಸ್ಯರಿದ್ದಾರೆ. ಎಲ್ಲರೂ ಬೇರೆ ಬೇರೆ ಕೆಲಸದಲ್ಲಿ ತೊಡಗಿದ್ದಾರೆ. ಊರಿನಲ್ಲಿ ಯಾವುದೇ ಪ್ರಮುಖ ಕೆಲಸ, ಹಬ್ಬ, ಆಚರಣೆ ಇದ್ದರೂ ಈ ಯುವಕರ ತಂಡದ್ದೇ ಮುಂದಾಳತ್ವ. ಇಂತಹ ಈ ತಂಡ ಕಾಡಿಗೆ ಬೆಂಕಿ ಬಿದ್ದಾಗಲೂ ಧಾವಿಸಿಬರುತ್ತದೆ. ಯುವಕರೆಲ್ಲ ಒಗ್ಗಟ್ಟಾಗಿ ತಂತಮ್ಮ ಬೈಕುಗಳಲ್ಲೇ ಬೆಂಕಿ ಬಿದ್ದ ಕಾಡಿನತ್ತ ಧಾವಿಸುತ್ತಾರೆ. ಅಕ್ಕಪಕ್ಕ ಸಿಗುವ ಹಸಿರು ಮರದ ಟೊಂಗೆಗಳನ್ನ ಕಿತ್ತುಕೊಂಡು ಬೆಂಕಿಯನ್ನು ಬಡಿಯತೊಡಗುತ್ತಾರೆ. ಆದರೆ ಕಾಡಿನ ಬೆಂಕಿ ಅಷ್ಟು ಸುಲಭವಾಗಿ ಬಗ್ಗುವುದಿಲ್ಲ, ಕಾಡಿನ ಬೆಂಕಿ ಆರಿಸುವುದು ಅಷ್ಟು ಸುಲಭದ ಕೆಲಸವೂ ಅಲ್ಲ.

ಕಾಡಿಗೆ ಸಾಮಾನ್ಯವಾಗಿ ಬೇಸಿಗೆಯಲ್ಲೇ ಬೆಂಕಿ ಬೀಳುತ್ತದೆ. ಕ್ಷಮಿಸಿ, ಬೆಂಕಿ ಬೀಳುವುದಿಲ್ಲ, ಬೆಂಕಿಯನ್ನು ಹಚ್ಚಲಾಗುತ್ತದೆ. ಯಾರೋ ಕಿಡಿಗೇಡಿಗಳು ಅರಣ್ಯಾಧಿಕಾರಿ ಮೇಲಿನ ಕೋಪಕ್ಕೋ, ಯಾರದ್ದೋ ಮೇಲಿನ ಹಗೆತನಕ್ಕೋ ಕಾಡಿಗೆ ಬೆಂಕಿ ಹಚ್ಚುತ್ತಾರೆ. ಇನ್ನು ಕೆಲವೊಮ್ಮೆ ಆಕಸ್ಮಿಕವಾಗಿ ಯಾರೋ ಸೇದಿ ಎಸೆದ ಬೀಡಿ, ಸಿಗರೇಟಿನ ಕಿಡಿಯೂ ಬೆಂಕಿಗೆ ಕಾರಣವಾಗಬಹುದು. ನಮ್ಮ ಕಾಡುಗಳಿಗೆ ಬಹುತೇಕ ಸಂದರ್ಭಗಳಲ್ಲಿ ನೈಸರ್ಗಿಕವಾಗಿ ಬೆಂಕಿ ಬೀಳುವುದಿಲ್ಲ. ಕಾಡಿಗೆ ಬೆಂಕಿ ಬಿದ್ದಾಗ ಅತ್ಯಂತ ವೇಗವಾಗಿ ಅದು ವ್ಯಾಪಿಸತೊಡಗುತ್ತದೆ. ಗಾಳಿ ಬೀಸಿದರಂತೂ ಕತೆ ಮುಗಿಯಿತು. ಕೆಲವೇ ಕ್ಷಣಗಳಲ್ಲಿ ಕಣ್ಣೆದುರಿಗೇ ಧಗಧಗನೆ ಉರಿಯುವ ಬೆಂಕಿಯ ಕೆನ್ನಾಲಿಗೆಗೆ ಸಿಕ್ಕುವ ಕಾಡು ಭಸ್ಮವಾಗತೊಡಗುತ್ತದೆ. ಬೆಂಕಿಯ ಜೊತೆಗೆ ದಟ್ಟ ಹೊಗೆಯೂ ಎಲ್ಲ ಕಡೆ ಆವರಿಸಿಕೊಳ್ಳುವುದರಿಂದ ಬೆಂಕಿ ಆರಿಸುವಾಗ ಬಹಳ ಬೇಗ ಉಸಿರುಕಟ್ಟುತ್ತದೆ. ಒಂದೆಡೆ ಬೆಂಕಿಯ ದಗೆ, ಮತ್ತೊಂದೆಡೆ ದಟ್ಟ ಹೊಗೆ,

ಮೇಲೆ ನೆತ್ತಿ ಸುಡುವ ಬಿಸಿಲು, ಬೆಂಕಿ ಆರಿಸುವ ಕೆಲಸ ಎಂದರೆ, ಸಾವಿನ ಜತೆ ಹೊಡೆದಾಡಿದಂತೆ. ಹೀಗೆ ಬೆಂಕಿಯ ಕೆನ್ನಾಲಗೆ ಎಲ್ಲ ಕಡೆ ಚಾಚುತ್ತಾ ಹೋಗುತ್ತಿರುವಾಗ ಅರಣ್ಯ ಸಿಬ್ಬಂದಿ ಸಹ ಪ್ರಾಣವನ್ನು ಪಣಕ್ಕಿಟ್ಟು ಕೆಲಸ ಮಾಡುತ್ತಾರೆ. ಅರಣ್ಯ ಸಿಬ್ಬಂದಿಗೇನೋ ಸರ್ಕಾರ ಸಂಬಳ ಕೊಡುತ್ತದೆ, ಆ ಕಾರಣಕ್ಕೆ ಕೆಲಸ ಮಾಡುತ್ತಾರೆ ಎನ್ನಬಹುದು. ಆದರೆ ಊರಿನ ಯುವಕರು ಜೀವ ಅಪಾಯಕ್ಕೊಡ್ಡುವ ಕೆಲಸ ಮಾಡಬೇಕೇ ಎನ್ನುವ ಪ್ರಶ್ನೆ ಬರುತ್ತದೆ. ಊರ ಮಕ್ಕಳಿಗೆ ತಮ್ಮೂರಿನ ಕಾಡಿನ ಬಗ್ಗೆ ಪ್ರೀತಿ ಇರುವುದರಿಂದಲೇ ಅಲ್ಲವೇ ಪ್ರಾಣವನ್ನೂ ಲೆಕ್ಕಿಸದೆ ಬೆಂಕಿ ಆರಿಸುವ ಕೆಲಸಕ್ಕೆ ಧಾವಿಸುವುದು? ಇಂತಹ ಅಪಾಯಕಾರಿ ಕೆಲಸಕ್ಕೆ ಮಂಗಲ ಗ್ರಾಮದ ಯುವಕರಂತೂ ಸ್ವಲ್ಪವೂ ಅಂಜುವುದಿಲ್ಲ. ಯಾರ ನೆರವನ್ನೂ ಅಪೇಕ್ಷಿಸು ವುದಿಲ್ಲ. ಆತ ಬಂದಿಲ್ಲ, ನಾನು ಹೋಗಲ್ಲ ಎನ್ನುವುದಿಲ್ಲ. ಬೆಂಕಿ ಬಿದ್ದಿರುವುದು ಕಾಡಿಗಲ್ಲ, ತಮ್ಮ ಮನೆಗೇ ಬೆಂಕಿ ಬಿದ್ದಿದೆ ಎನ್ನುವಂತೆ ಊರಿನ ಯುವಕರು ಆತಂಕಕ್ಕೆ ಒಳಗಾಗುತ್ತಾರೆ. ತಮ್ಮ ಮನೆಯನ್ನು ಉಳಿಸಿಕೊಳ್ಳಲು ಏನೇನು ಮಾಡಬಹುದೋ ಅದೆಲ್ಲವನ್ನೂ ಮಾಡುತ್ತಾರೆ.

ಈ ಊರಿನ ಜನರ ಸಾಧನೆ ಇಷ್ಟೇ ಅಲ್ಲ. ಊರಿನ ಯುವಕರ ಈ ತಂಡ ಕಾಡಿಗೆ ಬೆಂಕಿ ಬಿದ್ದಾಗ ಆರಿಸಲು ಹೋರಾಡುತ್ತಿರುವಾಗ ಊರಿನ ಸಣ್ಣ ಮಕ್ಕಳು ತಾವೂ ಧಾವಿಸುತ್ತಾರೆ. ಆದರೆ ಬೆಂಕಿ ಆರಿಸುವ ಕೆಲಸ ಅಪಾಯಕಾರಿ ಆಗಿರುವುದರಿಂದ ಈ ಮಕ್ಕಳು ದೊಡ್ಡವರಿಗೆ ಕುಡಿಯಲು ನೀರು, ಬಿಸ್ಕೆಟ್, ಗ್ಲೂಕೋಸ್ ಪೊಟ್ಟಣ ಮುಂತಾದುವುಗಳನ್ನು ಪೂರೈಸುವ ಕೆಲಸವನ್ನಷ್ಟೆ ಮಾಡುತ್ತಾರೆ. ಆಗಾಗ ಬಿಸ್ಕೆಟ್, ಸೌತೆಕಾಯಿ ಹೀಗೆ ಯುವಕರ ತಂಡ ದಣಿದಾಗ ಮತ್ತೆ ಹುರುಪು ತುಂಬಲು ಬೇಕಾದವುಗಳನ್ನು ತಲುಪಿಸುವ ಕೆಲಸ ಮಕ್ಕಳದು. ಊರಿನ ಜನರೂ ಮಕ್ಕಳ ಈ ಸಾಹಸಕ್ಕೆ ಅಡ್ಡಿಬರುವುದಿಲ್ಲ. ಕಾಡಿಗೆ ಬೆಂಕಿ ಬಿದ್ದ ವಿಚಾರ ಗೊತ್ತಾಗುತ್ತಿದ್ದಂತೆಯೇ ದೊಡ್ಡವರೇ ಸ್ವಯಂಪ್ರೇರಿತರಾಗಿ ಧಾವಿಸುತ್ತಾರೆ. ಎಲ್ಲರೂ ಕೆಲಸಗಳನ್ನು ಹಂಚಿಕೊಳ್ಳುತ್ತಾರೆ. ಮುಂಚೂಣಿಯಲ್ಲಿ ನಿಂತು ಬೆಂಕಿ ಆರಿಸುವ ಇಪ್ಪತ್ತು ಯುವಕರ ತಂಡಕ್ಕೆ ಬೆನ್ನೆಲುಬಾಗಿ ಮಕ್ಕಳು ಹಾಗೂ ದೊಡ್ಡವರು ನಿಲ್ಲುತ್ತಾರೆ.

ಮಂಗಲ ಗ್ರಾಮವನ್ನು ಮೂರು ದಿಕ್ಕಿನಿಂದಲೂ ಬಂಡೀಪುರ ಹುಲಿ ಸಂರಕ್ಷಿತ ಪ್ರದೇಶ ಸುತ್ತುವರಿದಿದೆ. ಇಲ್ಲಿ ಆನೆಗಳ ಕಾಟ ಸಾಮಾನ್ಯ. ಜಮೀನಿನಲ್ಲಿ ಬೆಳೆದು ನಿಂತ ಬೆಳೆ ತಿನ್ನಲು ಆನೆಗಳು ಕಂದಕ ದಾಟಿ ಬರುತ್ತವೆ. ಕಾಡುಪ್ರಾಣಿಗಳು ಕಾಟ ಕೊಟ್ಟರೂ ಈ ಊರಿನ ಜನ ಅವುಗಳ

ಮೇಲೆ ಹಗೆತನ ಸಾಧಿಸುವುದಿಲ್ಲ. ಅರಣ್ಯ ಸಿಬ್ಬಂದಿ ಜತೆ ಅರಣ್ಯ ಸಂರಕ್ಷಣೆಗೆ ಕೈಜೋಡಿಸಿ ಕೆಲಸ ಮಾಡುವ ಈ ಗ್ರಾಮದ ಯುವಕರು ಉಳಿದವರಿಗೂ ಮಾದರಿ. ಇಷ್ಟಕ್ಕೂ ಈ ಗ್ರಾಮದ ಯುವಕರಲ್ಲಿ ಕಾಡಿನ ಬಗ್ಗೆ ಪ್ರೀತಿ ಹುಟ್ಟುವುದಕ್ಕೆ ಮೂಲ ಕಾರಣ, ರಾಜಕುಮಾರ್. ಮೈಸೂರಿನವರಾದ ರಾಜಕುಮಾರ್, ವನ್ಯಜೀವಿ ತಜ್ಞ, ವರ್ಷಗಳ ಕಾಲ ಗೌರವ ವನ್ಯಜೀವಿ ಪರಿಪಾಲಕರಾಗಿದ್ದವರು ಇವರು. ಸದ್ಯಕ್ಕೆ ಮಂಗಲ ಗ್ರಾಮದಲ್ಲೇ ನೆಲೆಸಿರುವ ರಾಜಕುಮಾರ್, ವೈಲ್ಡ್‌ಲೈಫ್ ಕನ್ಸರ್ವೇಷನ್ ಫೌಂಡೇಷನ್ ಎಂಬ ಸಂಸ್ಥೆ ನಡೆಸುತ್ತಿದ್ದಾರೆ.

ಬಂಡೀಪುರ ಸುತ್ತಲಿನ ಗ್ರಾಮಗಳಲ್ಲಿ ಜಾಗೃತಿ ಮೂಡಿಸುವ ಕೆಲಸ ಮಾಡುತ್ತಿದ್ದಾರೆ. ಅರಣ್ಯ ಇಲಾಖೆಯ ಸಹಯೋಗದೊಂದಿಗೆ ಅನೇಕ ಕಾರ್ಯಕ್ರಮಗಳನ್ನೂ ಹಮ್ಮಿಕೊಳ್ಳುತ್ತಾರೆ. ರಾಜಕುಮಾರ್ ಈ ಊರಿನಲ್ಲಿ ನೆಲೆ ನಿಂತ ಮೇಲೆ ಊರಿನ ಯುವಕರೊಂದಿಗೆ ಗೆಳೆತನ ಹೆಚ್ಚಾಯ್ತು. ಯುವಕರಿಗೂ ಕಾಡಿನ ಹಾಗೂ ಪ್ರಾಣಿಗಳ ಮಹತ್ವ ಅರಿವಾಯಿತು. ಇವೆಲ್ಲದರ ಪರಿಣಾಮವಾಗಿ ಊರಿನ ಯುವಕರ ಮನಃಸ್ಥಿತಿ ಬದಲಾಯಿತು. ಯುವಕರ ಮನ ಗೆಲ್ಲುವಲ್ಲಿ ಹಾಗೂ ಅರಣ್ಯ ಸಂರಕ್ಷಣೆಯತ್ತ ಸೆಳೆಯುವಲ್ಲಿ ಯಶಸ್ವಿಯಾದ ರಾಜಕುಮಾರ್, ನಂತರ ಮಕ್ಕಳ ಕಡೆಗೂ ಗಮನಹರಿಸಿದರು. ಇವೆಲ್ಲದರ ಫಲವಾಗಿ ಈಗ ಮಂಗಲ ಗ್ರಾಮದಲ್ಲಿ ಹಸಿರ ಯೋಧರ ದೊಡ್ಡ ಪಡೆಯೇ ಸಿದ್ಧವಾಗಿದೆ. ಪ್ರತಿ ವರ್ಷ ಬೇಸಿಗೆ ಶುರುವಾಗುತ್ತಿದ್ದಂತೆಯೇ ಅಕ್ಕಪಕ್ಕದ ಗ್ರಾಮಗಳಲ್ಲೂ ಈ ತಂಡ ಜನಜಾಗೃತಿ ಅಭಿಯಾನ ಮಾಡುತ್ತದೆ. ಇಲ್ಲಿರುವ ಶಾಲೆಯಲ್ಲಿ ಕಾಡಿನ ಬೆಂಕಿಯಿಂದ ಆಗುವ ಅನಾಹುತಗಳ ಬಗ್ಗೆ ಪಾಠ ಮಾಡಲಾಗುತ್ತದೆ. ಊರಿನ ಹುಡುಗರ ಶ್ರಮಕ್ಕೆ ಹಿರಿಯರು, ಮುಖಂಡರೂ ಪ್ರೋತ್ಸಾಹ ಕೊಡುತ್ತಿರುವುದರಿಂದ ಇಡೀ ಮಂಗಲ ಗ್ರಾಮದಲ್ಲಿ ಅರಣ್ಯ ಸಂರಕ್ಷಣೆಯ ಮಂಗಳಮಯ ವಾತಾವರಣ ನಿರ್ಮಾಣವಾಗಿದೆ. ಆ ಮೂಲಕ ಈ ಗ್ರಾಮ ಇಡೀ ರಾಜ್ಯಕ್ಕೆ ಮಾದರಿ ಎನಿಸಿಕೊಂಡಿದೆ.

19 ಕಾಡಂಚಿನ ಗ್ರಾಮಗಳಿಗೆ ಕಸುವು ತುಂಬೋಣ!

ಕಾಡಂಚಿನ ಜನರ ಜೀವನ ನಮ್ಮ ನಿಮ್ಮೆಲ್ಲರ ಜೀವನಕ್ಕಿಂತಲೂ ಬಹಳ ದುಸ್ತರ. ಕಾಡಂಚಿನ ಜನರಿಗೆ ಪರ್ಯಾಯ ಅನುಕೂಲ ಮಾಡಿಕೊಡಬೇಕಾದ ಹಾಗೂ ಕಾಡಿದ್ದರೆ, ಕಾಡಿನಲ್ಲಿ ಪ್ರಾಣಿ ಇದ್ದರೆ ಅದರಿಂದ ತನಗೆ ಲಾಭವಾಗಲಿದೆ ಎಂದು ಮನವರಿಕೆ ಮಾಡಿಕೊಡಬೇಕಾದ ಹೊತ್ತಿದು. ಕಾಡಂಚಿನ ಕುಡಿಗಳಿಗೆ ತುಂಬಬೇಕಿದೆ ಬದುಕುವ ಕಸುವು.

ನಗರವಾಸಿಗಳಾದ ನಾವೆಲ್ಲ, ಅಭಿವೃದ್ಧಿಯ ಹೆಸರಿನಲ್ಲಿ ಮರ ಕಡಿಯುತ್ತಾ ದೂರದಲ್ಲಿರುವ ಕಾಡನ್ನು ಉಳಿಸಿ ಅಂತ

ಬೊಬ್ಬೆ ಹೊಡೆಯುತ್ತಿರುತ್ತೇವೆ. ದೂರದಲ್ಲೆಲ್ಲೋ ಇರುವ ಕಾಡು ಚೆನ್ನಾಗಿದ್ದರೆ ನಗರದಲ್ಲಿರುವ ನಮಗೆಲ್ಲ ಕುಡಿಯೋಕೆ ನೀರು ಸಿಗುತ್ತದೆ ಎನ್ನುವ ಲಾಭದ ಲೆಕ್ಕಾಚಾರವೂ ಇರುತ್ತದೆ. ದೂರದಲ್ಲಿರುವ ನಮಗೇ ಹೀಗೆ ಅನಿಸುತ್ತದೆ ಎಂದ ಮಾತ್ರಕ್ಕೆ ಕಾಡಿಗೆ ಅತಿ ಹತ್ತಿರದಲ್ಲಿರುವ ಜನರಿಗೂ ಹೀಗೇ ಅನಿಸಬೇಕೆಂದೇನೂ ಇಲ್ಲವಲ್ಲ.

ಆನೆ ದಾಳಿ ಇಲ್ಲ, ಹುಲಿ ಪದೇಪದೆ ಕೊಟ್ಟಿಗೆಗೆ ಬರೋದಿಲ್ಲ, ಚಿರತೆ ಕಾಟ ನಮಗಿಲ್ಲ, ಕರಡಿ ದಾಳಿ ಮಾಡೋದಿಲ್ಲ. ನಾವು ಜಮೀನಿನಲ್ಲಿ ಬೆಳೆದ ಬೆಳೆ ತಿನ್ನೋಕೆ ಜಿಂಕೆ ಬರೋದಿಲ್ಲ. ಆದ್ದರಿಂದಲೇ ನಾವೆಲ್ಲ ಈ ಪ್ರಾಣಿಗಳನ್ನ ಉಳಿಸಿ ಅಂತ ಸುರಕ್ಷಿತ ಜಾಗದಲ್ಲಿ ನಿಂತು ಹೇಳುತ್ತಿರುತ್ತೇವೆ. ನಿತ್ಯ ಕಾಡಿನ ಪಕ್ಕದಲ್ಲೇ ವಾಸ ಮಾಡುವ, ಆನೆ ದಾಳಿಯಿಂದ ಬೆಳೆ ರಕ್ಷಿಸಿಕೊಳ್ಳಬೇಕಾದ, ಹುಲಿಯಿಂದ ದನ ಉಳಿಸಿಕೊಳ್ಳಬೇಕಾದ ದರ್ದು ಇರುವ ಗ್ರಾಮಗಳ ಜನರು ಯಾಕೆ ಕಾಡು ಉಳಿಸಬೇಕು? ಅದರಲ್ಲಿರುವ ಜೀವಿಗಳ ಕಾಟವನ್ನು ಏಕೆ ಸಹಿಸಿಕೊಳ್ಳಬೇಕು?

ಕಾಡಿನ ಅಕ್ಕಪಕ್ಕ ವಾಸ ಮಾಡುವ ಜನರಿಗೆ ಈ ಹಿಂದೆ ಕಾಡಿನಿಂದ ಲಾಭ ಇತ್ತು. ಕಾಡಿಗೆ ಹೋಗಿ ಸೌದೆ ತರುತ್ತಿದ್ದರು. ದನಕರುಗಳನ್ನು ಮೇಯಲು ಬಿಡುತ್ತಿದ್ದರು. ಈಗ ಕಾನೂನು ಬಲವಾಗಿದೆ. ಕಾಡಿಗೆ ಹೋದರೆ ಜೈಲಿಗೆ ಹಾಕುತ್ತಾರೆ. ದನ ಮೇಯಲು ಬಿಟ್ಟರೆ ಸರ್ಕಾರಿ ಕೊಟ್ಟಿಗೆಗೆ ತಳ್ಳುತ್ತಾರೆ. ಆದ್ದರಿಂದಲೇ ಕಾಡುಪ್ರಾಣಿಗಳ ವಿಚಾರದಲ್ಲಿ ತಾಳ್ಮೆ ಬೆಳೆಯುತ್ತಿಲ್ಲ. ಸಹಬಾಳ್ವೆ ದೂರಕ್ಕೆ ಹೋಗುತ್ತಿದೆ, ಸಂಘರ್ಷ ದಿನೇದಿನೇ ಹೆಚ್ಚಾಗುತ್ತಿದೆ.

ಒಂದು ಬಗೆಯಲ್ಲಿ ಪರಿಸರ ಸಂರಕ್ಷಣೆಯ ಆಂದೋಲನದಲ್ಲಿ ನಿರ್ಣಾಯಕ ಘಟ್ಟದಲ್ಲಿದ್ದೇವೆ ನಾವು. ಪರಿಸರದ ಉಳಿವಿನ ಕೂಗು ಹೆಚ್ಚಾಗುತ್ತಿದೆಯೇ ಹೊರತು, ಪರಿಹಾರಗಳನ್ನು ಯಾರೂ ಸೂಚಿಸುತ್ತಿಲ್ಲ. ಈಗ ನಾವು ಕಾಡಂಚಿನ ಜನರಿಗೆ ಪರ್ಯಾಯ ಅನುಕೂಲಗಳನ್ನು ಮಾಡಿಕೊಡಬೇಕಾದ ಅನಿವಾರ್ಯತೆಯಲ್ಲಿದ್ದೇವೆ. ಕಾಡಿದ್ದರೆ, ಕಾಡಿನಲ್ಲಿ ಪ್ರಾಣಿ ಇದ್ದರೆ ಅದರಿಂದ ತನಗೆ ಲಾಭ ಆಗಲಿದೆ ಎನ್ನುವುದನ್ನು ಆ ಗ್ರಾಮಸ್ಥನಿಗೆ ಮನವರಿಕೆ ಮಾಡಿಕೊಡಬೇಕಿದೆ. ಕಾಡಿನಿಂದಾಗಿ ತನಗೆ ಒಳ್ಳೆಯದಾಗುತ್ತಿದೆ ಎನ್ನುವುದು ಎಲ್ಲಿಯವರೆಗೆ ಆತನಿಗೆ ಮನವರಿಕೆ ಆಗುವುದಿಲ್ಲವೋ ಅಲ್ಲಿಯವರೆಗೆ ಆತನಿಗೆ ಕಾಡಿನ ಬಗ್ಗೆ, ಅದರ ಸಂರಕ್ಷಣೆಯ ಬಗ್ಗೆ ಹೃದಯಾಂತರಾಳದಿಂದ ಪ್ರೀತಿ ಹುಟ್ಟುವುದಿಲ್ಲ. ಕಾನೂನಿನ ಭಯಕ್ಕೆ ಆತ ತೆಪ್ಪಗಿರುತ್ತಾನೆ. ಅವಕಾಶ

ಸಿಕ್ಕಾಗ ಸೇಡು ತೀರಿಸಿಕೊಳ್ಳುತ್ತಾನೆ. ಈಗಂತೂ ಮಾನವ–ಪ್ರಾಣಿ ಸಂಘರ್ಷ ತಾರಕಕ್ಕೇರಿದೆ, ಏರುತ್ತಲೇ ಇದೆ.

ಈಗ ಕಾಡಂಚಿನ ಗ್ರಾಮಗಳಲ್ಲಿ ಜನರಿಗೆ ಆರ್ಥಿಕ ಅನುಕೂಲಗಳನ್ನು ಮಾಡಿಕೊಡಬೇಕಿದೆ. ಹುಲಿ ಸಂರಕ್ಷಿತ ಪ್ರದೇಶದ ಪಕ್ಕದ ಗ್ರಾಮದಲ್ಲಿ ವಾಸಿಸುವ ಕುಟುಂಬಕ್ಕೆ ಹುಲಿ ಇರುವುದರಿಂದಲೇ ಲಾಭ ಆಗುತ್ತಿದೆ ಎನ್ನುವುದು ಖಾತರಿಯಾಗಬೇಕು. ಹುಲಿ ಹೆಸರಿನಲ್ಲಿ ಆತನಿಗೆ ಅನುಕೂಲಗಳಾಗಬೇಕು. ಪ್ರವಾಸೋದ್ಯಮದ ಮೂಲಕ, ಕೃಷಿ ಮೂಲಕ, ನೀರಾವರಿ ಮೂಲಕ, ಕಡೆಗೆ ಮಕ್ಕಳ ಶಿಕ್ಷಣದ ಲಾಭವೂ ಹುಲಿಯಿಂದಲೇ, ಹುಲಿ ಹೆಸರಿನಲ್ಲಿಯೇ ಮಾಡಿಕೊಡಬೇಕು.

ಬಂಡೀಪುರ ಹುಲಿ ಸಂರಕ್ಷಿತ ಪ್ರದೇಶದ ಉದಾಹರಣೆಯನ್ನೇ ತೆಗೆದುಕೊಳ್ಳೋಣ.

ಇಲ್ಲಿ 10ಕ್ಕೂ ಹೆಚ್ಚು ರೆಸಾರ್ಟ್‌ಗಳಿವೆ. ಹುಲಿ ನೋಡೋದಕ್ಕೆ ಅಂತಾನೇ ದೇಶ–ವಿದೇಶಗಳಿಂದ ಪ್ರವಾಸಿಗರು ಬರುತ್ತಾರೆ. ಪ್ರವಾಸಿಗರಿಂದ ಸರ್ಕಾರಕ್ಕೆ, ರೆಸಾರ್ಟ್‌ಗಳಿಗೆ ಲಾಭ ಆಗುತ್ತಿದೆಯೇ ಹೊರತು, ಕಾಡಿನ ಪಕ್ಕ ತಲೆತಲಾಂತರದಿಂದ ವಾಸ ಮಾಡುತ್ತಿರುವ ಹಳ್ಳಿಗರಿಗೆ ಏನೂ ಲಾಭ ಆಗುತ್ತಿಲ್ಲ. ತಮ್ಮೂರಿನ ಪಕ್ಕದಲ್ಲೇ ಇರುವ ರೆಸಾರ್ಟ್‌ನಲ್ಲಿ ಅದೇ ಊರಿನ ಮಕ್ಕಳು ಶೌಚಾಲಯ ತೊಳೆಯುತ್ತಲೋ, ಊಟದ ಟೇಬಲ್ ಒರೆಸುತ್ತಲೋ ಬದುಕುತ್ತಿದ್ದಾರೆ. ರೆಸಾರ್ಟ್‌ಗಳು ಆ ಭಾಗದ ಒಂದಷ್ಟು ಜನರಿಗೆ ನಾನಾ ಮಾದರಿಯ ಉದ್ಯೋಗ ಕೊಡಿಸಿರುವುದು ನಿಜವಾದರೂ, ಆ ಜನರನ್ನು ಸಬಲೀಕರಣಗೊಳಿಸಿಲ್ಲ.

ಕೋಟಿಗಟ್ಟಲೆ ಹಣ ಖರ್ಚು ಮಾಡಿ, ನಾನಾ ಕಾನೂನು ಮಾಡಿ, ಬಿಗಿ ಬಂದೋಬಸ್ತ್ ಮಾಡಿ ಹುಲಿ, ಚಿರತೆ, ಆನೆಗಳನ್ನು ಉಳಿಸಿಕೊಂಡಾಗಿದೆ. ಈಗ ಅವುಗಳ ಸಂತತಿಯೂ ಹೆಚ್ಚತೊಡಗಿದೆ. ಆದ್ದರಿಂದಲೇ ಹಿಂದೆಂದಿಗಿಂತಲೂ ಈಗ ಕಾಡಂಚಿನ ಗ್ರಾಮಗಳ ಜನರಿಗೆ ಜಾಗೃತಿ ಮೂಡಿಸುವ ಜೊತೆಗೆ ಸ್ವಾವಲಂಬಿಗಳನ್ನಾಗಿಯೂ ಮಾಡುವ ಜರೂರತ್ತಿದೆ. ಆರ್ಥಿಕ, ಸಾಂಸ್ಕೃತಿಕ, ಸಾಮಾಜಿಕವಾಗಿ ಆ ಗ್ರಾಮಗಳು ಅಭಿವೃದ್ಧಿ ಹೊಂದಬೇಕಿದೆ. ಅರಣ್ಯ ಸಂರಕ್ಷಣೆ ಅಥವಾ ಹುಲಿಯ ಸಂರಕ್ಷಣೆ ಎನ್ನುವುದನ್ನು ಈ ಜನರಿಗೆ ಹೊರಗಿನಿಂದ ಹೋಗಿ ತುಂಬುವ ಬದಲು, ಅವರ ನೆಲೆಯಿಂದಲೇ ಹೊರಹೊಮ್ಮುವಂತೆ ಮಾಡಬೇಕಿದೆ. ಅದಕ್ಕಾಗಿ ಆ ಜನರನ್ನು ನಾವು

ಸ್ವಾವಲಂಬಿಗಳನ್ನಾಗಿ ಮಾಡಬೇಕು. ಹುಲಿಯ ಹೆಸರಿನಲ್ಲಿ ಪ್ರವಾಸೋದ್ಯಮ ಬೆಳೆಯುತ್ತಿದೆ, ಆ ಪ್ರವಾಸೋದ್ಯಮದ ಒಂದು ಭಾಗವಾಗಿ ಈ ಕುಟುಂಬಗಳು ಸಂಪಾದನೆಗೆ ದಾರಿ ಕಂಡುಕೊಳ್ಳಲು ನೆರವಾಗಬೇಕು.

ಸಮುದಾಯ ಪ್ರವಾಸೋದ್ಯಮವನ್ನು ಹುಲಿ ಸಂರಕ್ಷಿತ ಪ್ರದೇಶದಲ್ಲಿ ಖಂಡಿತವಾಗಿಯೂ ಜಾರಿಗೊಳಿಸಬಹುದು. ಊರಿನ ಮನೆಗಳಲ್ಲಿ ಪ್ರವಾಸಿಗರು ಬಂದು ತಂಗಿ, ಆತಿಥ್ಯ ಸ್ವೀಕರಿಸಿ ಅದಕ್ಕೊಂದು ಬೆಲೆ ಕೊಟ್ಟು ಹೋಗಬಹುದು. ಆ ಹಣ ನೇರವಾಗಿ ಆ ಕುಟುಂಬಕ್ಕೇ ಸಿಗುವ ಕಾರಣ, ಆರ್ಥಿಕವಾಗಿ ಆ ಕುಟುಂಬಕ್ಕೆ ಅನುಕೂಲವಾಗುತ್ತದೆ. ಕೆಲ ಯೋಜನೆಗಳನ್ನು ಕುಟುಂಬದ ದೃಷ್ಟಿಯಿಂದ ಮಾಡಿದಲ್ಲಿ ಮತ್ತೆ ಕೆಲವನ್ನು ಸಮುದಾಯದ ಕಲ್ಪನೆಯಲ್ಲಿ ಕಟ್ಟಿಕೊಳ್ಳಬಹುದು. ಪ್ರವಾಸೋದ್ಯಮವನ್ನೂ ಸಮುದಾಯದಿಂದಲೇ ಆರಂಭವಾಗುವ ಹಾಗೆ ನೋಡಿಕೊಳ್ಳಬಹುದು. ಪ್ರವಾಸೋದ್ಯಮದಿಂದ ಬರುವ ಹಣ ಊರಿನ ಅಭಿವೃದ್ಧಿಗೆ ಅಥವಾ ಕುಟುಂಬಗಳ ನೆರವಿಗೆ ಬರುವಂತೆ ಯೋಜನೆ ರೂಪಿಸಬಹುದು.

ಕಾಡಿನ ಅಕ್ಕಪಕ್ಕ ಇರುವ ರೆಸಾರ್ಟ್‌ಗಳ ಅಗತ್ಯಕ್ಕೆ ತಕ್ಕಂತೆ ಊರಿನವರೇ ತರಕಾರಿ ಮತ್ತಿತರ ವಸ್ತು ಪೂರೈಸಿಯೂ ಸಂಪಾದನೆ ಮಾಡಬಹುದು. ಎಲ್ಲ ರೆಸಾರ್ಟ್‌ಗಳೂ ಊರಿನವರಿಂದಲೇ ಕೆಲವೊಂದು ವಸ್ತುಗಳನ್ನು ಖರೀದಿಸುವುದನ್ನು ಕಡ್ಡಾಯಗೊಳಿಸಿದಲ್ಲಿ ಊರಿನ ಅಭಿವೃದ್ಧಿ ನಿಶ್ಚಿತ. ಅದೇ ರೀತಿ ಊರಿನಲ್ಲೊಂದು ಕಸೂತಿ ಕೇಂದ್ರವೋ, ಕೈಮಗ್ಗದ ಕೇಂದ್ರವನ್ನೋ ಮಾಡಿ ಹೆಣ್ಣುಮಕ್ಕಳಿಗೆ ತರಬೇತಿ ಕೊಟ್ಟು, ಅಲ್ಲಿ ತಯಾರಾದ ಕರಕುಶಲ ವಸ್ತುಗಳನ್ನು ಪ್ರವಾಸಿಗರಿಗೆ ಮಾರಿ ಹಣ ಸಂಪಾದನೆ ಮಾಡಬಹುದಲ್ಲವೇ? ಊರಿನ ಯುವಕರಿಗೆ ಪಕ್ಷಿ ವೀಕ್ಷಣೆ, ಗಿಡಮರಗಳನ್ನು ಗುರುತಿಸುವುದು, ಚಾರಣ ಕೈಗೊಳ್ಳುವ ಚಟುವಟಿಕೆಗಳಲ್ಲಿ ತರಬೇತಿ ನೀಡಿ ಮಾರ್ಗದರ್ಶಿಗಳನ್ನಾಗಿ ತಯಾರು ಮಾಡಬಹುದಲ್ಲವೇ? ರೆಸಾರ್ಟ್ ಮಾಲೀಕರು ಊರಿನ ಕೆಲ ಮಕ್ಕಳನ್ನು ದತ್ತು ತೆಗೆದುಕೊಂಡು ಅವರ ಶಿಕ್ಷಣದ ಖರ್ಚನ್ನು ಭರಿಸಬಹುದಲ್ಲವೇ? ಇಂತಹ ಚಟುವಟಿಕೆಗಳ ಜೊತೆಗೆ ಸಾವಯವ ಆಹಾರ ಪದ್ಧತಿಯತ್ತ ಹೊರಳಲೂ ನೆರವಾಗಬೇಕಿದೆ. ಕೃಷಿ ಕ್ಷೇತ್ರದಲ್ಲಾಗಿರುವ ಅನೇಕ ಕ್ರಾಂತಿಕಾರಿ ಆವಿಷ್ಕಾರಗಳನ್ನು ಈ ಹಳ್ಳಿಗಳಿಗೆ ತಂದು, ಆ ಮೂಲಕ ಊರಿನವರು ಕೃಷಿಯಿಂದಲೂ ಲಾಭ ಗಳಿಸುವಂತೆ ನೋಡಿಕೊಳ್ಳಬೇಕಿದೆ. ಊರಿನ ಕೆರೆಕಟ್ಟೆ ದುರಸ್ತಿ ಮಾಡಿ, ಮಳೆನೀರನ್ನು ಹಿಡಿದು ನಿಲ್ಲಿಸಿ ಊರಿನ ಅಂತರ್ಜಲ ಹೆಚ್ಚಿಸುವ ಮೂಲಕ ನೀರಿನ ಅಭಾವ ಕಡಿಮೆ ಮಾಡಬಹುದು.

ಈ ಎಲ್ಲ ಚಟುವಟಿಕೆಗೆ ಎಲ್ಲಕ್ಕಿಂತ ಮುಖ್ಯವಾಗಿ ಸರ್ಕಾರಕ್ಕೆ ಇಚ್ಛಾಶಕ್ತಿ ಅಗತ್ಯ. ಸರ್ಕಾರದ ಕೆಲವು ನೀತಿಗಳ ಬದಲಾವಣೆ ಅವಶ್ಯ. ಅಧಿಕಾರಿಗಳು ಗಂಭೀರ ವಿಚಾರಗಳನ್ನು ನೋಡುವ ದೃಷ್ಟಿಕೋನ ಬದಲಾಗಬೇಕು. ಪರಿಸರ ಸಂರಕ್ಷಣೆಗೆ ಹೋರಾಡುತ್ತಿರುವ ಸಂಘ-ಸಂಸ್ಥೆಗಳೂ ಈ ನಿಟ್ಟಿನಲ್ಲಿ ಕೈಜೋಡಿಸಬೇಕು. ಎಲ್ಲಕ್ಕಿಂತ ಹೆಚ್ಚಾಗಿ ನಮ್ಮ ಗ್ರಾಮೀಣ ಜನರಲ್ಲಿ ಜಾಗೃತಿ ಮೂಡಿಸಿ, ಅವರನ್ನು ಸ್ಥಳೀಯ ಸಂಪನ್ಮೂಲಗಳ ಹಕ್ಕುದಾರರನ್ನಾಗಿ ಮಾಡಿದಾಗ ಮಾತ್ರ ಇಂಥ ಸಮಸ್ಯೆಗಳಿಗೆ ಪರಿಹಾರ ಕಂಡುಕೊಳ್ಳಬಹುದು. ದೂರದಲ್ಲೆಲ್ಲೋ ಕುಳಿತು ಹುಲಿ ಸಂರಕ್ಷಣೆ ಮಾಡಿ ಎಂದು ಹೇಳುವುದು ಅಥವಾ ಫೋಟೋ-ವಿಡಿಯೊ ತೆಗೆದು ತೋರಿಸಿ ಹುಲಿ ಸಂರಕ್ಷಣೆಗೆ ಕರೆ ನೀಡುವುದನ್ನೇ ಕೆಲವರು ದೊಡ್ಡ ವೃತ್ತಿಯನ್ನಾಗಿಸಿಕೊಂಡಿದ್ದಾರೆ. ಹುಲಿ ಸಂರಕ್ಷಣೆಗೆ ನಿಜವಾದ ಅರ್ಥದಲ್ಲಿ ನ್ಯಾಯ ಒದಗಿಸಲು ಇಂಥದ್ದೊಂದು ಯೋಜನೆಯಂತೂ ಬೇಕಿದೆ. ಇವೆಲ್ಲಕ್ಕೂ ಸಮರ್ಥ ನಾಯಕತ್ವದ ಅಗತ್ಯವೂ ಇದೆ.

20

ಸಿಕ್ಕ ಸಿಕ್ಕಲ್ಲೆಲ್ಲಾ ಹಲ್ಲೆ, ಕೇಸು, ಸಂಕಷ್ಟಕ್ಕೆ ಸಿಲುಕಿದ ಹಸಿರು ಯೋಧರು

ಕಾಡುಪ್ರಾಣಿ ನಾಡೊಳಕ್ಕೆ ಬಂದರೂ ಹಲ್ಲೆ! ಕಳ್ಳರ ಹಿಡಿಯಹೋದರೂ ಹಲ್ಲೆ. ಭದ್ರಾ ಹುಲಿ ಸಂರಕ್ಷಿತ ಪ್ರದೇಶದಲ್ಲಿ ಅಕ್ರಮವಾಗಿ ಮರ ಕಡಿಯುವುದಕ್ಕೆ ಕಾಡಿನೊಳಕ್ಕೆ ಐದಾರು ಜನರ ತಂಡ ಹೊಕ್ಕಿದೆ. ವಿಷಯ ತಿಳಿದ ಅರಣ್ಯ ಸಿಬ್ಬಂದಿ ತಕ್ಷಣ ದಾಳಿ ಮಾಡುತ್ತಾರೆ.

ಅರಣ್ಯ ಸಿಬ್ಬಂದಿ ಆ ಕಳ್ಳರನ್ನು ಹಿಡಿಯಲು ಹೋಗುತ್ತಾರೆ. ಐದಾರು ಜನ ಇದ್ದಾರೆಂದು ಭಾವಿಸಿದ್ದರೆ, ಅಲ್ಲಿದ್ದಿದ್ದು ಬರೋಬ್ಬರಿ 20 ಮಂದಿ. ಹಿಡಿಯಲು ಬಂದ ಅರಣ್ಯ

ಸಿಬ್ಬಂದಿ ಮೇಲೆ ಎಲ್ಲ ಮರಗಳ್ಳರೂ ಮುಗಿಬೀಳುತ್ತಾರೆ. ಸಿಬ್ಬಂದಿ ಮೇಲೆ ಹಲ್ಲೆ ಮಾಡಿ ಪರಾರಿಯಾಗುತ್ತಾರೆ.ಏಟು ತಿಂದ ಅರಣ್ಯ ಸಿಬ್ಬಂದಿ ಆಸ್ಪತ್ರೆಗೆ ದಾಖಲಾಗುತ್ತಾರೆ. ಹಲ್ಲೆ ಮಾಡಿದ ಕಾಡುಗಳ್ಳರು ಅಕ್ಕ-ಪಕ್ಕದ ಹಳ್ಳಿಗೆ ಸೇರಿದವರು. ಅವರ ಮೇಲೆ ಅರಣ್ಯ ಸಿಬ್ಬಂದಿ ದೂರು ನೀಡುತ್ತಾರೆ. ಎಫ್ಐಆರ್ ಸಹ ದಾಖಲಾಗುತ್ತದೆ. ಹಲ್ಲೆಗೊಳಗಾಗಿದ್ದ ಅರಣ್ಯ ಸಿಬ್ಬಂದಿ ಚಿಕಿತ್ಸೆ ಪಡೆಯುತ್ತಿರುವ ಸಂದರ್ಭದಲ್ಲಿ ಬರಸಿಡಿಲಿನಂತೆ ಸುದ್ದಿ ಬರುತ್ತದೆ.

ಯಾವ ಮರಗಳ್ಳರನ್ನು ಹಿಡಿಯಲು ಹೋಗಿ ಏಟು ತಿಂದು ಬಂದಿದ್ದರೋ, ಅದೇ ಮರಗಳ್ಳರು ಹತ್ತಿರದ ಪೊಲೀಸ್ ಠಾಣೆಯಲ್ಲಿ ಅರಣ್ಯ ಸಿಬ್ಬಂದಿ ಮೇಲೆಯೇ ಪ್ರತಿದೂರು ಕೊಡುತ್ತಾರೆ. ಪೂಜೆ ಮಾಡೋಕೆ ಕಾಡಿಗೆ ಹೋಗಿದ್ದೆವು. ಆಗ ಅರಣ್ಯ ಸಿಬ್ಬಂದಿಯೇ ನಮ್ಮ ಮೇಲೆ ಹಲ್ಲೆ ಮಾಡಿದ್ರು. ನಮ್ಮ ಜೊತೆಗಿದ್ದ ಮಹಿಳೆಯರ ಮೇಲೆ ದೌರ್ಜನ್ಯ ನಡೆಸಿ ಬಟ್ಟೆ ಹರಿದಿದ್ದಾರೆಂದು ದೂರುತ್ತಾರೆ. ಏಟು ತಿಂದು ಆಸ್ಪತ್ರೆಯಲ್ಲಿದ್ದ ಅರಣ್ಯ ಸಿಬ್ಬಂದಿ ಚಿಕಿತ್ಸೆಯೂ ಬೇಡ, ಗುಣಮುಖರಾಗುವುದೂ ಬೇಡವೆಂದು ಅನಿವಾರ್ಯವಾಗಿ ನಾಪತ್ತೆಯಾಗಿಬಿಡುತ್ತಾರೆ. ಏಕೆಂದರೆ, ಅವರ ಬಂಧನಕ್ಕೆ ಕಾರ್ಯಾಚರಣೆ ಶುರುವಾಗಿರುತ್ತದೆ. ತಲೆಮರೆಸಿಕೊಂಡೇ ಜಾಮೀನಿಗೆ ಓಡಾಡತೊಡಗುತ್ತಾರೆ.

ಇಂತಹ ಘಟನೆಗಳು ಅನೇಕ ವರ್ಷಗಳಿಂದ ನಡೆಯುತ್ತಲೇ ಇವೆ. ಆದರೆ ಇತ್ತೀಚಿನ ವರ್ಷಗಳಲ್ಲಿ ಇಂತಹ ಪ್ರಕರಣಗಳು ಹೆಚ್ಚುತ್ತಿವೆ. ಬಂಡೀಪುರ, ನಾಗರಹೊಳೆ, ಭದ್ರಾ, ಬಿಳಿಗಿರಿ ರಂಗನ ಬೆಟ್ಟ, ಅಣಶಿ-ದಾಂಡೇಲಿ ಮಾತ್ರವಲ್ಲ, ರಾಜ್ಯದ ಅನೇಕ ಅರಣ್ಯ ಪ್ರದೇಶಗಳಲ್ಲಿ ಕೆಲಸ ಮಾಡುವ ಅಧಿಕಾರಿ, ಸಿಬ್ಬಂದಿ ಮೇಲೆ ಡಜನ್‌ಗಟ್ಟಲೆ ಕೇಸುಗಳಿವೆ. ಈ ಪೈಕಿ ಬಹುತೇಕ ಕೇಸುಗಳು ಪ್ರತೀಕಾರಕ್ಕಾಗಿ ದಾಖಲಾಗಿವೆ. ಅನೇಕ ಕಡೆ ಪರಿಶಿಷ್ಟ ಜಾತಿ ಮತ್ತು ಪಂಗಡ ಕಾಯ್ದೆಯಡಿ ಕೇಸುಗಳು ದಾಖಲಾಗಿವೆ.

ಉಳಿದೆಲ್ಲ ಇಲಾಖೆಗಳ ಸಿಬ್ಬಂದಿಗಿಂತ ಅರಣ್ಯ ಸಿಬ್ಬಂದಿ ಅತ್ಯಂತ ಕಷ್ಟಕರ ಪರಿಸ್ಥಿತಿಯಲ್ಲಿ ಕೆಲಸ ನಿರ್ವಹಿಸುತ್ತಿದ್ದಾರೆ. ನಿತ್ಯ ಕಾಡುಪ್ರಾಣಿಗಳಿಂದ ತಮ್ಮ ಜೀವ ಉಳಿಸಿಕೊಂಡು ಕಾಡು ಕಾಯಬೇಕಾದ ಕರ್ತವ್ಯ ಒಂದೆಡೆಯಾದರೆ, ಕಾಡಿನಿಂದ ನಾಡಿಗೆ ಆನೆಯೋ, ಹುಲಿಯೋ ಬಂದು ಉಪಟಳ ಕೊಟ್ಟಾಗಲೂ ಜನರಿಂದ ಏಟು ತಿನ್ನಬೇಕಾದ ದುಸ್ಥಿತಿ ಮತ್ತೊಂದೆಡೆ. ದಿನೇದಿನೆ ಅರಣ್ಯ ಸಿಬ್ಬಂದಿ ಮೇಲೆ ನಡೆಯುವ ಹಲ್ಲೆ ಪ್ರಕರಣಗಳು ಹೆಚ್ಚಾಗುತ್ತಲೇ ಇವೆ. ಇದರಿಂದಾಗಿ ಸಿಬ್ಬಂದಿಯ ನೈತಿಕ ಸ್ಥೈರ್ಯ ಕುಗ್ಗುತ್ತಿದೆ. ಕರ್ತವ್ಯ

ನಿರ್ವಹಿಸಲು ಹೆದರುವಂತಾಗಿದೆ. ಹಾಗೆಂದ ಮಾತ್ರಕ್ಕೇ ಅರಣ್ಯ ಸಿಬ್ಬಂದಿ ದೌರ್ಜನ್ಯ ಮಾಡೋದಿಲ್ಲ ಅಂತೇನಿಲ್ಲ. ಆದರೆ ಅರಣ್ಯ ಸಿಬ್ಬಂದಿ ಮೇಲೆ ನಡೆಯುತ್ತಿರುವ ದೌರ್ಜನ್ಯದ ಪ್ರಮಾಣವೇ ಅಧಿಕ.

ಕಾಡಿನಿಂದ ಹುಲಿ ಊರಿಗೆ ಬಂದರೂ ಏಟು ತಿನ್ನಬೇಕು. ಆನೆ ಜಮೀನಿಗೆ ನುಗ್ಗಿದರೂ ಏಟು ತಿನ್ನಬೇಕು. ಕಡೆಗೆ ಕಾಡುಗಳ್ಳರನ್ನು ಹಿಡಿಯೋಕೆ ಹೋದರೂ ಏಟು ತಿನ್ನಬೇಕು. ಇದ್ಯಾವ ನ್ಯಾಯ ಸ್ವಾಮಿ ಎನ್ನುವುದು ಅರಣ್ಯ ಸಿಬ್ಬಂದಿಯ ಅಳಲು.

ಪ್ರಾಣಿಗಳನ್ನು ಕಾಪಾಡುತ್ತಿರುವ ಮಹತ್ವದ ಕೆಲಸ ಮಾಡುತ್ತಿರುವ ಅರಣ್ಯ ಸಿಬ್ಬಂದಿಗೆ ಆ ಪ್ರಾಣಿಗಳ ಓಡಾಟದ ಮೇಲೆ ಹಿಡಿತ ಇರುವುದಿಲ್ಲ ಅಲ್ಲವೇ? ಆದರೂ ಕಾಡು ಪ್ರಾಣಿಗಳು ಕಾಡಿನಿಂದ ಆಚೆ ಬಾರದಂತೆ ಸಿಬ್ಬಂದಿಯೂ, ಸರ್ಕಾರವೂ ಸಾಕಷ್ಟು ಕ್ರಮಗಳನ್ನು ಕೈಗೊಂಡಿದೆ. ಅದನ್ನೂ ಮೀರಿ ಘಟನೆಗಳು ನಡೆದಾಗ ಜನರೂ ತಾಳ್ಮೆಯಿಂದ ವರ್ತಿಸಬೇಕಲ್ಲವೇ ಎಂಬುದು ಸಿಬ್ಬಂದಿಯ ಮನದಾಳ.

ಅರಣ್ಯ ಮತ್ತು ಪೊಲೀಸ್ ಇಲಾಖೆ ನಡುವೆ ಹೊಂದಾಣಿಕೆಯಲ್ಲಿ ಭಾರಿ ಕೊರತೆ ಇದೆ. ಎರಡೂ ಇಲಾಖೆಯ ಸಿಬ್ಬಂದಿ ಬಹುತೇಕ ಒಂದೇ ರೀತಿಯ ಕೆಲಸ ಮಾಡುತ್ತಾರೆ. ಪೊಲೀಸರಿಗೆ ಅರಣ್ಯ ಸಿಬ್ಬಂದಿಯಿಂದ ಆಗಬೇಕಾದ ಕೆಲಸ ಏನೂ ಇಲ್ಲವಾದರೂ, ಅರಣ್ಯ ಸಿಬ್ಬಂದಿಗೆ ಪೊಲೀಸರ ನೆರವು ಬೇಕೇ ಬೇಕು. ಆ ಸಂದರ್ಭದಲ್ಲಿ ಪೊಲೀಸರು ತಮ್ಮಂತೆಯೇ ಸರ್ಕಾರಿ ಕೆಲಸ ಮಾಡುತ್ತಿರುವ ವ್ಯಕ್ತಿಯ ಪರವಾಗಿ ಸ್ವಲ್ಪವಾದರೂ ಯೋಚಿಸಬೇಕಲ್ಲವೇ? ಆದರೂ ಅದು ಆಗುವುದಿಲ್ಲ. ಎಫ್‌ಐಆರ್ ಹಾಕದಿದ್ದರೆ ಜನ ಗಲಾಟೆ ಮಾಡುತ್ತಾರೆಂದು ಹೇಳಿ ಪೊಲೀಸರು ಕೈತೊಳೆದುಕೊಂಡುಬಿಡುತ್ತಾರೆ. ಪರಿಣಾಮ, ಅರಣ್ಯ ಸಿಬ್ಬಂದಿ ಈಗ ಕಾಡಿನ ಕೆಲಸಕ್ಕೆ ಓಡಾಡುವುದಕ್ಕಿಂತ ಹೆಚ್ಚಾಗಿ ಕೋರ್ಟು, ಪೊಲೀಸ್ ಠಾಣೆಗಳಿಗೆ ಅಲೆಯುವಂತಾಗಿದೆ. ಆದರೆ ಕೆಲ ಪ್ರಕರಣಗಳಲ್ಲಿ ಪೊಲೀಸರು ಅರಣ್ಯ ಸಿಬ್ಬಂದಿ ರಕ್ಷಣೆಗೆ ಧಾವಿಸಿದ್ದಾರೆ, ರಕ್ಷಣೆ ನೀಡಿದ್ದಾರೆ. ಆದರೆ ಬಹುತೇಕ ಕಡೆ ಇಂತಹ ಸಹಕಾರದ ಮನೋಭಾವ ಇಲ್ಲವೇ ಇಲ್ಲ. ಅರಣ್ಯ ಇಲಾಖೆಯಲ್ಲಿ ಖಡಕ್ ಅಧಿಕಾರಿಗಳಿಲ್ಲ, ಸಿಬ್ಬಂದಿ ಪರ ಬಹುತೇಕ ಅಧಿಕಾರಿಗಳು ನಿಲ್ಲುತ್ತಿಲ್ಲ. ಅರಣ್ಯ ಸಿಬ್ಬಂದಿ ಎದುರಿಸುತ್ತಿರುವ ಅನೇಕ ಕೇಸುಗಳಲ್ಲಿ ಕೆಲ ಕಾನೂನಾತ್ಮಕ ಸಮಸ್ಯೆಗಳಿವೆ. ಅವುಗಳನ್ನು ಅಷ್ಟು ಸುಲಭವಾಗಿ ಪರಿಹರಿಸೋಕೆ ಆಗುವುದಿಲ್ಲ. ಕಾನೂನು ಮತ್ತು ಪೊಲೀಸ್ ಇಲಾಖೆ ಸಹಕಾರ ಬೇಕು. ಹಿರಿಯ ಅಧಿಕಾರಿಗಳು ಕಿರಿಯ ಅಧಿಕಾರಿಗಳ

ಸಮಸ್ಯೆಗಳನ್ನು ಪರಿಹರಿಸೋಕೆ ಬೇರೆ ಇಲಾಖೆಗಳ ಜೊತೆ ಸಮಾಲೋಚನೆ ನಡೆಸಿ ಕಾನೂನಾತ್ಮಕ ಪರಿಹಾರಕ್ಕೆ ಪ್ರಯತ್ನಿಸಬೇಕು. ಆದರೆ ಹಿರಿಯ ಅಧಿಕಾರಿಗಳಿಗೆ ಇದ್ಯಾವುದೂ ಬೇಕಿಲ್ಲ ಎನ್ನುವಂಥ ಪರಿಸ್ಥಿತಿ ಇದೆ.

ಬಂಡೀಪುರ ಮತ್ತು ನಾಗರಹೊಳೆ ವ್ಯಾಪ್ತಿಯಲ್ಲಿ ಕಳೆದೊಂದು ವರ್ಷದಲ್ಲಿ ಏಳಕ್ಕೂ ಹೆಚ್ಚು ಈ ರೀತಿಯ ಹಲ್ಲೆ ಪ್ರಕರಣಗಳು ನಡೆದಿವೆ. ಕೆಲವೊಮ್ಮೆ ಇಲಾಖೆಯ ಜೀಪು ಸುಟ್ಟು, ಕಚೇರಿಗಳಿಗೆ ಬೆಂಕಿ ಹಾಕಿದ ನಿದರ್ಶನಗಳಿವೆ. ಘಟನೆಗಳಿಂದ ಬೇಸತ್ತು ಅನೇಕ ಕಡೆ ಅಧಿಕಾರಿಗಳು ವರ್ಗಾವಣೆಗೆ ಪ್ರಯತ್ನ ಶುರು ಮಾಡಿದ್ದಾರೆ. ಅನೇಕ ವಲಯಗಳಲ್ಲಿ ಅಧಿಕಾರಿಗಳು ಜಾಮೀನು ಸಿಗದೆ ತಲೆಮರೆಸಿಕೊಂಡಿರುವುದರಿಂದ ಕೆಳ ಹಂತದ ಸಿಬ್ಬಂದಿಗೆ ಸಂಬಳ ಕೊಡುವವರೇ ಇಲ್ಲದಂತಾಗಿದೆ. ಎಲ್ಲಕ್ಕಿಂತ ಹೆಚ್ಚಾಗಿ ಹಿರಿಯ ಅಧಿಕಾರಿಗಳ ನಿರ್ಲಕ್ಷ್ಯ ಧೋರಣೆ ಸಿಬ್ಬಂದಿಯನ್ನು ಕಂಗೆಡಿಸಿದೆ.

ಸರ್ಕಾರಿ ನೌಕರರ ಮೇಲೆ ಕೇಸು ದಾಖಲಿಸುವ ಮುನ್ನ ಕೆಲ ನಿಯಮಗಳನ್ನು ಪಾಲಿಸಬೇಕಾಗುತ್ತದೆ. ಹಿರಿಯ ಅಧಿಕಾರಿಗಳಿಗೆ ಮಾಹಿತಿ ನೀಡಿ ಅವರಿಂದ ಅನುಮತಿ ಪಡೆಯಬೇಕು. ನಂತರ ಪೊಲೀಸರು ಕೇಸು ಹಾಕಬೇಕು. ಆದರೆ ಅನೇಕ ಪ್ರಕರಣಗಳಲ್ಲಿ ಪೊಲೀಸರು ಎಲ್ಲವನ್ನೂ ಗಾಳಿಗೆ ತೂರಿ ಕೇಸುಗಳನ್ನು ಹಾಕುತ್ತಿದ್ದಾರೆ. ಬೇರೆ ಯಾವ ಇಲಾಖೆಯ ಸಿಬ್ಬಂದಿಗೂ ಇಂತಹ ಸಂಕಷ್ಟ ಬಂದಿರಲಿಕ್ಕಿಲ್ಲ. ಬೇರೆ ಇಲಾಖೆಯ ಯಾವ ಅಧಿಕಾರಿಗಳ ಮೇಲೂ ಗ್ರಾಮಸ್ಥರು, ಕಳ್ಳಕಾಕರು ಹಲ್ಲೆ ಮಾಡಿದ ನಿದರ್ಶನಗಳು ಹೆಚ್ಚಾಗಿ ಸಿಗುವುದಿಲ್ಲ. ಅಂಕಿ-ಅಂಶಗಳನ್ನು ತೆಗೆದು ನೋಡಿದಲ್ಲಿ ಇಂಥ ಅತಿ ಹೆಚ್ಚು ಹಲ್ಲೆ ಪ್ರಕರಣಗಳು ನಡೆದಿರುವುದು ಅರಣ್ಯ ಇಲಾಖೆಯಲ್ಲಿ. ಅತಿ ಹೆಚ್ಚು ಹಲ್ಲೆಗೊಳಗಾದವರು ಅರಣ್ಯ ಸಿಬ್ಬಂದಿ ಮಾತ್ರ.

ಮೊದಲೇ ಸಿಬ್ಬಂದಿ ಕೊರತೆಯಿಂದ ಬಳಲುತ್ತಿರುವ ಅರಣ್ಯ ಇಲಾಖೆ ಇಂತಹ ಘಟನೆಗಳಿಂದ ಇನ್ನಷ್ಟು ಸಮಸ್ಯೆಯ ಸುಳಿಗೆ ಸಿಲುಕಲಿದೆ. ವನ್ಯಜೀವಿ ಸಂರಕ್ಷಣೆಯಂತಹ ಮಹತ್ವದ ಹಾಗೂ ಅತಿ ಅಪಾಯಕಾರಿ ಕೆಲಸ ನಿರ್ವಹಿಸುವ ಸಿಬ್ಬಂದಿಯ ರಕ್ಷಣೆಗೆ ಯಾರೂ ಗಮನಹರಿಸುತ್ತಿಲ್ಲ. ಪದೇಪದೆ ಹಲ್ಲೆಯಂತಹ ಘಟನೆಗಳು ನಡೆದಲ್ಲಿ ಅರಣ್ಯ ಸಂರಕ್ಷಣೆಗೆ ಭಾರಿ ತೊಡಕಾಗುತ್ತದೆ. ಇಲಾಖೆಯ ಹಿರಿಯ ಅಧಿಕಾರಿಗಳು, ಪೊಲೀಸ್ ಇಲಾಖೆ ಹಾಗೂ ವನ್ಯಜೀವಿ ಸಂರಕ್ಷಣೆಯಲ್ಲಿ ಕೆಲಸ ಮಾಡುತ್ತಿರುವ ಸರ್ಕಾರೇತರ ಸಂಘ-ಸಂಸ್ಥೆಗಳ ಮೇಲೆ ಈ ಸಮಸ್ಯೆಗೆ ಶಾಶ್ವತ ಪರಿಹಾರ ಕಲ್ಪಿಸುವ ಹೊಣೆಗಾರಿಕೆ ಇದೆ.

21

ಭದ್ರಾ ಕಾಡು ಬಲುದೂರ... ಜೀಬ್ರಾ.. ಜಿರಾಫೆ ತೀರಾ ಹತ್ತಿರ

"ಸರ್, ಹುಲಿ ಸಂರಕ್ಷಣೆಗೆ ಇಷ್ಟೊಂದು ಕಷ್ಟಪಡುವ ಬದಲು ಹುಲಿಗಳನ್ನೇಕೆ ಝೂಗಳಲ್ಲಿ ಸುರಕ್ಷಿತವಾಗಿ ಪೋಷಿಸಬಾರದು?",

"ವನ್ಯಜೀವಿಗಳ ಸಂರಕ್ಷಣೆ ಭಾರಿ ಸವಾಲಿನ ಕೆಲಸ ಎನ್ನುವುದಾದರೆ ಅವುಗಳನ್ನೇಕೆ ಕ್ಲೋನಿಂಗ್ ಮಾಡಿ ಸಂತತಿ ಹೆಚ್ಚಿಸೋ ಬಗ್ಗೆ ಸರ್ಕಾರ ಯೋಚಿಸಲ್ಲ?",

"ಹುಲಿ ಸಂರಕ್ಷಣೆಗೆ ಇಷ್ಟೊಂದು ಆದ್ಯತೆ ಕೊಟ್ಟ ಸರ್ಕಾರಗಳು, ಡೈನೋಸಾರ್ ಸಂರಕ್ಷಣೆಗೆ ಪ್ರಾಮುಖ್ಯತೆ ಏಕೆ ಕೊಡಲಿಲ್ಲ?"...

ಇವುಗಳನ್ನೆಲ್ಲ ಕೇಳಿಸಿಕೊಂಡಾಗ, ಇಂಥ ಪ್ರಶ್ನೆಗಳನ್ನು

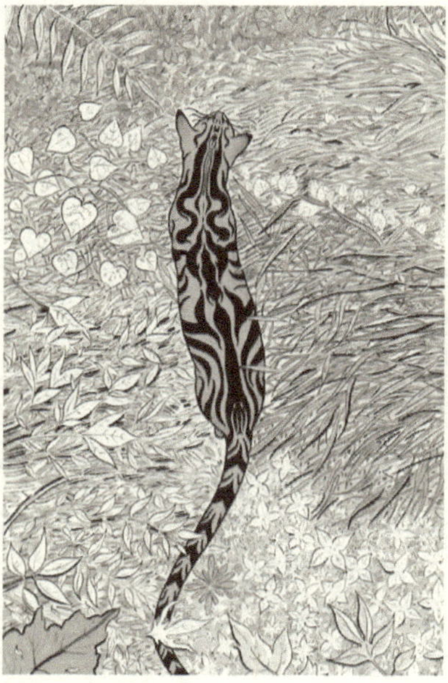

ಕೇಳುವ ಮಹಾನುಭಾವರು ಯಾರಪ್ಪಾ, ಇದೆಂಥ ಪ್ರಶ್ನೆ ಕೇಳುತ್ತಾರಪ್ಪಾ ಅಂತ ಸಿಟ್ಟು ಬಾರದಿರದು. ಆದರೆ ಈ ಪ್ರಶ್ನೆಗಳನ್ನೆಲ್ಲ ಕೇಳಿದವರು ದಡ್ಡರಲ್ಲ, ಬದಲಿಗೆ ಸಿಲಿಕಾನ್ ಸಿಟಿಯ ಅತಿ ಬುದ್ಧಿವಂತ ಮಕ್ಕಳು.

ನಮ್ಮ ನಗರ ಪ್ರದೇಶದ ಮಕ್ಕಳೊಂದಿಗೆ ಸಂವಾದ ನಡೆಸಿದಾಗ ನಮ್ಮ ನಾಡಿನ ಸಂಪತ್ತಿನ ಬಗ್ಗೆ, ಸಂಪನ್ಮೂಲಗಳ ಬಗ್ಗೆ ಅವರಿಗೆಷ್ಟು ಜ್ಞಾನವಿದೆ ಅನ್ನೋದನ್ನು ಅರಿತಾಗ ನಿಜಕ್ಕೂ ದಿಗ್ಭ್ರಮೆಯಾಗುತ್ತದೆ. ಹುಲಿಗಳನ್ನು ಮೃಗಾಲಯದಲ್ಲಿ ಇಟ್ಟು ನೋಡೋಣ ಎನ್ನುವ ಚಿಂತನೆ ಒಬ್ಬ ವಿದ್ಯಾರ್ಥಿಗೆ ಬಂದಿದೆ ಎಂದರೆ ಆ ವಿದ್ಯಾರ್ಥಿಗೆ ಹುಲಿಗಳು ನಮ್ಮ ಪ್ರಕೃತಿಯ ಸಹಜ ಜೀವಿಗಳು, ಜೀವಸಂಕುಲದ ಒಂದು ಭಾಗ ಎನ್ನುವ ಕಲ್ಪನೆ ಖಂಡಿತ ಇದ್ದಂತಿಲ್ಲ. ಅದೇ ರೀತಿ, ಕ್ಲೋನಿಂಗ್ ಮಾಡಿ ಸಂತತಿ ಉಳಿಸುವ, ಬೆಳೆಸುವ ಬಗ್ಗೆ ಯೋಚನೆ ಮಾಡುವುದು ಸಹ ಕಳವಳಕ್ಕೆ ಕಾರಣವಾಗುವಂಥ ಆಲೋಚನೆ. ಭೂಮಿಯನ್ನು ಆಳಿದ, ಒಂದಾನೊಂದು ಕಾಲದಲ್ಲಿ ಇಡೀ ಭೂಮಿಯ ಮೇಲೆಲ್ಲ ಓಡಾಡಿಕೊಂಡು ನಂತರ ಗುರುತೇ ಇಲ್ಲದಂತೆ ಅಳಿದು ಹೋಯಿತು ಎಂದು ಹೇಳಲಾಗುವ ಡೈನೋಸಾರ್ ಸಂರಕ್ಷಣೆಗೇಕೆ ಪ್ರಾಮುಖ್ಯತೆ ಕೊಡಲಿಲ್ಲ ಎಂದು ಕೇಳುವ ಸಿಲಿಕಾನ್ ಸಿಟಿಯ ವಿದ್ಯಾರ್ಥಿಗೆ ಉತ್ತರ ಕೊಡುವುದಾದರೂ ಏನು?

ನಗರ ಪ್ರದೇಶದ ಮಕ್ಕಳಿಗೆ ಉಳಿದ ಮಕ್ಕಳಿಗಿಂತ ಸುಲಭವಾಗಿ ಜ್ಞಾನ ದಕ್ಕುತ್ತದೆ. ಇದನ್ನು ಜ್ಞಾನ ಎನ್ನುವುದಕ್ಕಿಂತ ಮಾಹಿತಿ ಎನ್ನುವುದೇ ಒಳ್ಳೆಯದು. ಕೈಯಲ್ಲಿ ಸದಾ ಇರುವ ಸ್ಮಾರ್ಟ್‌ಫೋನ್, ಮನೆ-ಶಾಲೆಯಲ್ಲಿ ಸದಾ ಸಿಗುವ ಇಂಟರ್‌ನೆಟ್, ಟಿವಿಯಲ್ಲಿ ಬರುವ ನಾನಾ ವಿದೇಶಿ ಚಾನಲ್‌ಗಳು ಹಾಗೂ ಜೀವನದಲ್ಲಿ ಇತ್ತೀಚೆಗೆ ಹಾಸುಹೊಕ್ಕಾಗಿರುವ ಸಾಮಾಜಿಕ ತಾಣಗಳು ಜ್ಞಾನ ಹೆಚ್ಚಿಸುವುದಕ್ಕಿಂತಲೂ ಹೆಚ್ಚಾಗಿ ಮಾಹಿತಿ ಪಸರಿಸುವ ನಾನಾ ಮಾರ್ಗಗಳಾಗಿವೆ. ವಿಚಾರಗಳನ್ನು ತಿಳಿದುಕೊಳ್ಳಲು ಅತಿ ಸುಲಭ ಮಾರ್ಗ ಇದಾಗಿರುವುದರಿಂದ ವಿದ್ಯಾರ್ಥಿಗಳೂ ಹೆಚ್ಚಿನ ಅವಲೋಕನಕ್ಕೆ ಮುಂದಾಗುವುದಿಲ್ಲ.

“ಮಗು, ನೀನು ಕುಡಿಯುವ ನೀರು ಎಲ್ಲಿಂದ ಬರುತ್ತದೆ ಗೊತ್ತಾ?” ಎಂದು ಯಾರೋ ವಿಜ್ಞಾನಿಯೊಬ್ಬರು ವಿದ್ಯಾರ್ಥಿಗೆ ಕೇಳಿದರಂತೆ. ಆತ ಹೇಳಿದ ಉತ್ತರ ಕೇಳಿ ವಿಜ್ಞಾನಿ ಮೂರ್ಛೆ ಹೋಗುವುದೊಂದೇ ಬಾಕಿ. “ಸಾರ್, ನಾವು ಕುಡಿಯುವ ನೀರು ನಲ್ಲಿಯಲ್ಲಿ ಬರುತ್ತದೆ,” ಎಂದನಂತೆ ಆ ವಿದ್ಯಾರ್ಥಿ. ಅಂದರೆ, ಸೈಬರ್ ಯುಗದ ವಿದ್ಯಾರ್ಥಿಗಳಿಗೆ ನೀರಿನ

ಮೂಲಗಳೇ ಗೊತ್ತಿಲ್ಲ ಎಂದಾಯಿತು. ಇಂತಹ ಪರಿಸ್ಥಿತಿಯಲ್ಲಿ ಅವುಗಳ ಸಂರಕ್ಷಣೆಗೆ ವಿದ್ಯಾರ್ಥಿಗಳನ್ನು ತಯಾರು ಮಾಡುವುದಾದರೂ ಹೇಗೆ? ಅಂಥದ್ದೊಂದು ಮಹತ್ವದ ಸಂಕಲ್ಪ ಹುಟ್ಟುವುದಾದರೂ ಹೇಗೆ?

ಹುಲಿಯನ್ನು ಏಕೆ ಉಳಿಸಬೇಕು? ಹುಲಿ ಸಂರಕ್ಷಣೆಯಿಂದ ಸಮಾಜಕ್ಕೆ, ನಗರಕ್ಕೆ, ಕಾಡಿನ ಪಕ್ಕದ ಹಳ್ಳಿಗಳಿಗೆ ಏನೆಲ್ಲ ಪ್ರಯೋಜನಗಳಿವೆ ಎಂಬ ಯಾವ ಕಲ್ಪನೆಯೂ ಸೈಬರ್ ಯುಗದ ವಿದ್ಯಾರ್ಥಿಗಳಿಗೆ ಇಲ್ಲವೇ ಇಲ್ಲ. ಅವರ ಪ್ರಕಾರ, ಹುಲಿ ಎಂದರೆ ಅದೊಂದು ಪ್ರಾಣಿ ಮಾತ್ರವೇ, ಮನೆಯಲ್ಲಿ ಸಾಕುವ ನಾಯಿ-ಬೆಕ್ಕಿನ ಹಾಗೆ ಎನ್ನುವ ಮನೋಭಾವ ಬಂದಿದೆ. ಇಂಟರ್‌ನೆಟ್‌ನಷ್ಟೇ ವೇಗವಾಗಿ ಬೆಳೆದಿರುವ ವಿಜ್ಞಾನದಲ್ಲಿ ಕ್ಲೋನಿಂಗ್ ಪದ ಕೂಡ ಭಾರಿ ಕ್ರೇಜ್ ಹುಟ್ಟಿಸಿದೆ. ಆದ್ದರಿಂದಲೇ ಹುಲಿಗಳಿಗೂ ಕ್ಲೋನಿಂಗ್ ಮಾಡುವುದೇ ಪರಿಹಾರ ಎಂದು ಕೆಲವರು ಭಾವಿಸಿದ್ದರೆ ತಪ್ಪೇನೂ ಇಲ್ಲ ಬಿಡಿ. ಮಾಹಿತಿಯ ಕೊರತೆ ಅದೆಷ್ಟು ಆಳವಾಗಿದೆ ಎನ್ನುವುದು ಈ ಮಾತುಗಳಲ್ಲೇ ಗೊತ್ತಾಗಿಬಿಡುತ್ತದೆ.

ನಮ್ಮ ಯುವ ಜನಾಂಗ ಸಾಮಾಜಿಕ ಜಾಲತಾಣಗಳ ಚಟವನ್ನು ಅದೆಷ್ಟು ತೀವ್ರವಾಗಿ ಹತ್ತಿಸಿಕೊಂಡಿದೆ ಎಂದರೆ, ಅವುಗಳನ್ನೇ ಸತ್ಯ ಎನ್ನುವಷ್ಟು, ಅವುಗಳನ್ನೇ ಗಾಢವಾಗಿ ನಂಬುವಷ್ಟು. ಇತ್ತೀಚೆಗೆ ರಣಥಂಬೋರ್ ಹುಲಿಧಾಮದಲ್ಲಿ ಉಸ್ತಾದ್ ಎನ್ನುವ ಹುಲಿಗೆ ನರಭಕ್ಷಕನ ಹಣೆಪಟ್ಟಿ ಕಟ್ಟಲಾಯಿತು. ಕಾಡಿನಲ್ಲಿ ಸ್ವಚ್ಛಂದವಾಗಿ ಓಡಾಡಿಕೊಂಡಿದ್ದ ಆ ಉಸ್ತಾದ್ ಹುಲಿ, ಸ್ಥಳೀಯ ರೆಸಾರ್ಟ್ ಮಾಲೀಕರ ಲಾಬಿಯಿಂದಾಗಿ ಬಂಧನಕ್ಕೊಳಗಾಗಿ, ಈಗ ತನ್ನೆಲ್ಲ ಉಳಿದ ಆಯಸ್ಸನ್ನು ಮೃಗಾಲಯದಲ್ಲಿ ಕಳೆಯುವಂತಾಗಿದೆ. ಸಾಮಾಜಿಕ ಜಾಲತಾಣಗಳ ಮೂಲಕ ಲಕ್ಷಾಂತರ ಜನ ಈ ಹುಲಿಗೆ ಆದ ಅನ್ಯಾಯವನ್ನು ಖಂಡಿಸಿದರು. ಇಡೀ ದೇಶದ ಮೂಲೆ ಮೂಲೆಗಳಿಂದ ಫೇಸ್‌ಬುಕ್‌ನಲ್ಲಿ ಪ್ರತಿಕ್ರಿಯೆ ವ್ಯಕ್ತವಾಯಿತು.

ಇದೇ ಬೆಂಗಳೂರಿನ ಯುವತಿಯೊಬ್ಬಳಿಗೆ ಈ ಉಸ್ತಾದ್ ಎನ್ನುವ ಹುಲಿಗೆ ಆದ ಅನ್ಯಾಯದ ಸಂಪೂರ್ಣ ಮಾಹಿತಿ ಇತ್ತು. ಆದರೆ ದುರಂತವೆಂದರೆ, ಅಷ್ಟು ದೂರದ ರಣಥಂಬೋರ್‌ನ ಹುಲಿ ಬಗ್ಗೆ ಎಲ್ಲವನ್ನೂ ತಿಳಿದುಕೊಂಡಿದ್ದ ಆ ಯುವತಿ, ಬೆಂಗಳೂರಿನಿಂದ ನಾಲ್ಕು ಗಂಟೆಗಳ ಪ್ರಯಾಣದಷ್ಟು ದೂರದಲ್ಲಿರುವ ಭದ್ರಾ ಆಗಲಿ, ಮೈಸೂರಿಗೆ ಸಮೀಪದಲ್ಲಿರುವ ಬಂಡೀಪುರದ ಅರಣ್ಯದ ಬಗ್ಗೆ ಗೊತ್ತೇ ಇರೋದಿಲ್ಲ. ಬಂಡೀಪುರದಿಂದ ನಾಡಿಗೆ ಬಂದಿದ್ದ ಹುಲಿಯೊಂದನ್ನು ಹಿಡಿದು ಮೈಸೂರು ಮೃಗಾಲಯಕ್ಕೆ ಅಟ್ಟಿದ್ದ ಮಾಹಿತಿ

ಬಹುತೇಕರಿಗೆ ಗೊತ್ತೇ ಇರಲಿಲ್ಲ. ಸ್ಥಳೀಯ ಮಾಹಿತಿಯ ಪ್ರಸರಣದಲ್ಲಿ ಭಾರಿ ಕಂದಕ ನಿರ್ಮಾಣವಾಗಿಬಿಟ್ಟಿದೆ ಅಲ್ಲವೇ?

ಮಾಹಿತಿ ನಮಗೆ ಎಲ್ಲ ಕಡೆಯಿಂದಲೂ ಹರಿದು ಬರಬೇಕು ಸರಿ. ಸೈಬರ್‌ಯುಗದ ಮಕ್ಕಳು ಮಾಹಿತಿ ಸಂಪಾದನೆಯ ವಿಚಾರದಲ್ಲಿ ಎಲ್ಲರಿಗಿಂತಲೂ ಮುಂದಿದ್ದಾರೆ ನಿಜ, ಅದು ಒಳ್ಳೆಯದೇ. ಆದರೆ ಸರಿಯಾದ ಮಾಹಿತಿ ಪಡೆಯುತ್ತಿಲ್ಲ ಎನ್ನುವುದೇ ಬೇಸರದ ಸಂಗತಿ. ಯಾವುದೇ ವಿದ್ಯಾರ್ಥಿಯನ್ನು ಪ್ರಾಣಿಗಳು, ಗಿಡ–ಮರಗಳು, ಕಾಡು–ನದಿ–ಪರ್ವತಗಳ ಬಗ್ಗೆ ಕೇಳಿ ನೋಡಿ, ಮಾಹಿತಿಯೇ ಇರುವುದಿಲ್ಲ. ಏಕೆಂದರೆ, ಇವರೆಲ್ಲರೂ ನೋಡುವುದು ಡಿಸ್ಕವರಿ, ನ್ಯಾಷನಲ್ ಜಿಯಾಗ್ರಫಿಕ್‌ನಂತಹ ವಿದೇಶಿ ಚಾನಲ್‌ಗಳನ್ನ. ಕಾಡು ಎಂದರೆ ಆಫ್ರಿಕಾದ ರೀತಿಯಲ್ಲೇ ನಮ್ಮ ಕಾಡುಗಳೂ ಇವೆ ಎಂದೇ ಬಹುತೇಕರು ಅಂದುಕೊಂಡಿದ್ದಾರೆ.

ಅಷ್ಟೇ ಏಕೆ? ನಮ್ಮಲ್ಲೂ ಜೀಬ್ರಾ, ಜಿರಾಫೆ ಮತ್ತು ಚೀತಾಗಳಿವೆ ಅಂತಾನೇ ನಂಬಿದ್ದಾರೆ. ದೂರದ ಕಿಲಿಮಂಜಾರೋ ಪರ್ವತದ ಮಾಹಿತಿ ಇರುತ್ತದೆ, ಪಕ್ಕದ ಬ್ರಹ್ಮಗಿರಿ, ಕುಮಾರಪರ್ವತ, ಮುಳ್ಳಯ್ಯನಗಿರಿ ಗೊತ್ತಿರುವುದಿಲ್ಲ. ಇಲ್ಲಿ, ಎಲ್ಲದಕ್ಕೂ ಮಕ್ಕಳನ್ನೇ ಹೊಣೆಗಾರರನ್ನಾಗಿ ಮಾಡುವುದೂ ಸರಿಯಲ್ಲ. ಸುಲಭವಾಗಿ ಸಿಗುವ ಅರಿವಿನ ಮಾರ್ಗಗಳನ್ನು ಈ ವಿದ್ಯಾರ್ಥಿಗಳು ಸಹಜವಾಗಿ ನಂಬಿದ್ದಾರೆ. ನಂಬುತ್ತಲೇ ಇರುತ್ತಾರೆ. ನಮ್ಮ ವಿದ್ಯಾರ್ಥಿಗಳಿಗೆ ಸ್ಥಳೀಯ ಜ್ಞಾನ ಬೆಳೆಸುವ ಕೆಲಸವನ್ನು ಶಿಕ್ಷಕರು ಮತ್ತು ಪೋಷಕರು ಮಾಡಬೇಕಿದೆ.

ವಿದ್ಯಾರ್ಥಿಗಳಿಗೆ ನಮ್ಮ ಸಮೀಪದ ಕಾಡುಗಳಲ್ಲಿರುವ ಜಗತ್ತಿನ ಅತಿ ಸುಂದರ ಜೀವಿಯಾದ ಹುಲಿಯನ್ನು ಮೊದಲು ತೋರಿಸೋಣ. ಹುಲಿ ಸಂರಕ್ಷಣೆಯ ಮಹತ್ವವನ್ನು ತಿಳಿಸೋಣ. ಆಫ್ರಿಕಾದ ಕಾಡುಗಳ ಬಗ್ಗೆ ಹೇಳುವ ಮುನ್ನ ಕನ್ನಡ ನಾಡಿನ ಗಂಧದಗುಡಿಯ ಬಗ್ಗೆ ಚಂದದ ಮಾತುಗಳನ್ನು ಹೇಳೋಣ. ಜಗತ್ತಿನ ಬೇರೆ ಬೇರೆ ದೇಶಗಳಿಂದ ಜನ ನಮ್ಮ ಪ್ರಕೃತಿ ಸಂಪತ್ತಿನ ಸೊಬಗನ್ನು ಸವಿಯಲು ಬರುತ್ತಿದ್ದಾರೆ. ಅವರಿಗಿಂತ ಮೊದಲು ನಾವು ನೋಡಿಕೊಂಡು ಬರೋಣ. ನಮ್ಮ ಸುತ್ತಮುತ್ತಲಿರುವ ಸ್ಥಳಗಳು, ವಿಶೇಷಗಳು, ವಿಚಾರಗಳು ನಮ್ಮ ಜನರಿಗೆ ತಲುಪಿಸುವ ಮೊದಲ ಜವಾಬ್ದಾರಿಯೂ ನಮ್ಮದೇ ಅಲ್ಲವೇ?

ಇವೆಲ್ಲಕ್ಕಿಂತ ಹೆಚ್ಚಾಗಿ ನಮಗೆ ಯಾವ ಮಾಹಿತಿ ಯಾವಾಗ ಬೇಕು, ಯಾವುದನ್ನು ಮೊದಲು ಕಲಿಯಬೇಕು ಎನ್ನುವ ಆದ್ಯತಾ ವಿಶ್ಲೇಷಣೆ ನಮ್ಮ

ನಡುವೆಯೇ ಆಗಬೇಕಿದೆ. ಸಣ್ಣ ವಯಸ್ಸಿನಲ್ಲೇ ಅನೇಕರು ಮೂರ್‍ನಾಲ್ಕು ದೇಶಗಳನ್ನು ನೋಡಿ ಬಂದಿರುತ್ತಾರೆ. ಆದರೆ ಅಕ್ಕಪಕ್ಕದ ಜಿಲ್ಲೆಗಳಿಗೂ ಅನೇಕ ಜನರು ಹೋಗಿರುವುದಿಲ್ಲ. ಹಾಗಾದರೆ, ಅಕ್ಕಪಕ್ಕದ್ದನ್ನು ನೋಡಿದ ಮೇಲೆಯೇ ವಿದೇಶಕ್ಕೆ ಹೋಗಬೇಕೇ? ಹಾಗೇನೂ ಇಲ್ಲ. ನಮ್ಮ ಸುತ್ತಲಿನ ಪರಿಸರವನ್ನು, ನಮ್ಮ ಸುತ್ತಲಿನ ಜನರನ್ನು ಮೊದಲು ಅರಿತುಕೊಂಡರೆ ನಮ್ಮ ಬದುಕು ಸಹನೀಯವಾಗುತ್ತದೆ, ಹಸನಾಗುವ ಸಾಧ್ಯತೆ ಹೆಚ್ಚುತ್ತದೆ. ಅದರ ಜೊತೆಜೊತೆಗೇ ಪ್ರಪಂಚದತ್ತ ಗಮನಹರಿಸೋಣ. ಇಡೀ ವಿಶ್ವ ನಮ್ಮ ಬೆರಳ ತುದಿಯಲ್ಲೇ ಇದೆ ಎಂಬುದು ನಿಜ. ಅದರಲ್ಲಿ ನಮ್ಮ ಸುತ್ತಲಿನ ಮಾಹಿತಿಯನ್ನು ಮೊದಲು ತಿಳಿದುಕೊಂಡರೆ, ಬೇರೆ ಯಾರೋ ನಮ್ಮ ಪರಿಸರದ ಬಗ್ಗೆ ಹೇಳುವ ಮೊದಲು ನಾವೇ ಆ ಬಗ್ಗೆ ಮಾತನಾಡಬಹುದು, ಮಾಹಿತಿ ನೀಡಬಹುದು. ಅಂಥದ್ದೊಂದು ಕ್ಷಣ ನಮಗೆ ಅಪೂರ್ವ ಅನುಭವವಾಗುತ್ತದೆ, ಜಗತ್ತನ್ನು ಅರಿತುಕೊಳ್ಳುವ ಮೊದಲ ಹೆಜ್ಜೆ ನಮಗೆ ಸುಲಭವಾಗಿ ಗೊತ್ತಾಗುತ್ತದೆ.

22 ಕಾಡೊಳಗಿನ ಆಚರಣೆಗಳ ಬಗೆಹರಿಯದ ಸಂಕಷ್ಟ

ಕಡಿಮೆಯಾಗುತ್ತಲೇ ಇರುವ ಅರಣ್ಯ ಪ್ರದೇಶದಲ್ಲಿ ಪ್ರಾಣಿಗಳಿಗೆ ನಿರಾತಂಕದ ವಾತಾವರಣ ಸೃಷ್ಟಿಸುವ ಅನಿವಾರ್ಯತೆ ಈಗ ನಮ್ಮೆಲ್ಲರ ಜವಾಬ್ದಾರಿಯಾಗಿ ಪರಿಣಮಿಸಿದೆ. ಹಬ್ಬದ ಮಾಸಗಳಲ್ಲಿ ಎಲ್ಲ ಕಡೆ ಖುಷಿ, ಉಲ್ಲಾಸದ ವಾತಾವರಣ ನಿರ್ಮಾಣಗೊಂಡಿದ್ದರೆ, ರಾಜ್ಯದ ಅನೇಕ ಕಾಡುಗಳಲ್ಲಿ ದುಗುಡದ ವಾತಾವರಣ ಶುರುವಾಗುತ್ತದೆ. ದುಗುಡಕ್ಕೆ ಕಾರಣ, ಅನೇಕ ಜಾತ್ರೆಗಳು, ದೇವರ ಹಬ್ಬಗಳು ನಡೆಯುವುದು ದುರ್ಗಮ ಕಾಡಿನೊಳಗೆ.

ಇಂದಿಗೂ ನಮ್ಮ ಅನೇಕ ಅರಣ್ಯ ಪ್ರದೇಶಗಳ ಮಧ್ಯೆ ನೂರಾರು ಧಾರ್ಮಿಕ ಸ್ಥಳಗಳಿವೆ. ನೂರಾರು, ಸಾವಿರಾರು

ಜನ ಅಲ್ಲಿಗೆ ಭೇಟಿ ಕೊಟ್ಟು ಪ್ರಾರ್ಥನೆ ಸಲ್ಲಿಸಿ ಬರುತ್ತಾರೆ. ಈಗ ವನ್ಯಜೀವಿ ಸಂರಕ್ಷಣಾ ಕಾನೂನು ಬಿಗಿಯಾಗಿದೆ. ಹೀಗಾಗಿ ಕಾಡಿನಲ್ಲಿರುವ ಧಾರ್ಮಿಕ ಸ್ಥಳಗಳಿಗೆ ಹಬ್ಬಗಳಲ್ಲಿ ಭೇಟಿ ನೀಡಿ, ಕಾರ್ಯಕ್ರಮಗಳನ್ನು ಆಯೋಜನೆ ಮಾಡಲು ಕೆಲ ಷರತ್ತು ವಿಧಿಸಿ ಅನುಮತಿ ನೀಡಲಾಗುತ್ತದೆ. ಹಾಗಾಗಿ ಧಾರ್ಮಿಕ ಚಟುವಟಿಕೆ ನಡೆಸೋಕೆ ಜನರೂ ಹರಸಾಹಸ ಮಾಡಬೇಕಿದೆ. ಕಾರ್ಯಕ್ರಮ ಕಾಡಿನಲ್ಲಿ ನಡೆಯುವುದರಿಂದ ವನ್ಯಸಂಪತ್ತಿಗೆ ಹಾನಿಯಾಗದಂತೆ ನೋಡಿಕೊಳ್ಳಲು ಅರಣ್ಯ ಹಾಗೂ ಪೊಲೀಸ್ ಅಧಿಕಾರಿಗಳೂ ಸಾಹಸ ಮಾಡಬೇಕಾದ ಪರಿಸ್ಥಿತಿ ಸೃಷ್ಟಿಯಾಗಿದೆ. ಇದೊಂದು ರೀತಿಯಲ್ಲಿ ತಿಕ್ಕಾಟಕ್ಕೆ ದಾರಿ ಮಾಡಿದೆ.

ಸಂರಕ್ಷಣೆಯ ಬಿಗಿ ಕ್ರಮಗಳಿಂದಾಗಿ ನಮ್ಮ ರಾಜ್ಯ ಹುಲಿ ಮತ್ತು ಆನೆಗಳ ತವರು ಎನ್ನುವ ಹಿರಿಮೆಯನ್ನೇನೋ ಗಳಿಸಿದೆ. ಅದನ್ನು ಉಳಿಸಿ ಬೆಳೆಸಿಕೊಂಡು ಹೋಗುವ ನಿಟ್ಟಿನಲ್ಲಿ ಅನೇಕ ಸವಾಲು ಎದುರಾಗುತ್ತಿವೆ. ಅಂತಹ ಸವಾಲುಗಳ ಪೈಕಿ ಧಾರ್ಮಿಕ ನಂಬಿಕೆ ಮತ್ತು ಆಚರಣೆಗಳು ಸಹ ಇವೆ. ನಮ್ಮ ರಾಜ್ಯದ ಹುಲಿ ಸಂರಕ್ಷಿತ ಪ್ರದೇಶಗಳು ಅಥವಾ ರಾಷ್ಟ್ರೀಯ ಉದ್ಯಾನಗಳು ವನ್ಯಜೀವಿಗಳ ಉತ್ತಮ ಆವಾಸಸ್ಥಾನಗಳಾಗಿ ರೂಪುಗೊಂಡಿವೆ. ಆದರೆ ಅದೇ ಕಾಡುಗಳಲ್ಲಿರುವ ಕೆಲ ಧಾರ್ಮಿಕ ಸ್ಥಳಗಳು ಹೊಸ ರೀತಿಯ ಸವಾಲುಗಳನ್ನು ಹುಟ್ಟುಹಾಕಿವೆ. ಕಾಡಿನಲ್ಲಿ ಧಾರ್ಮಿಕ ಆಚರಣೆಗೆ ಬಿಡಬಾರದು ಎಂದು ಕಾನೂನೇನೋ ಇದೆ. ಆದರೆ ಎಲ್ಲವನ್ನೂ ಕಾನೂನಿನ ದೃಷ್ಟಿಯಿಂದಲೇ ನೋಡಿ ಕರ್ತವ್ಯನಿರ್ವಹಣೆ ಮಾಡುವುದೂ ಕಷ್ಟ.

ಬಂಡೀಪುರ ಹುಲಿ ಸಂರಕ್ಷಿತ ಪ್ರದೇಶದ ವ್ಯಾಪ್ತಿಯಲ್ಲಿರುವ ಬೇಲದಕುಪ್ಪೆ ಮಹದೇಶ್ವರ ಜಾತ್ರೆ ಸಂದರ್ಭದಲ್ಲಿ ಒಂದು ಲಕ್ಷಕ್ಕೂ ಹೆಚ್ಚು ಮಂದಿ ಕಾಡನ್ನು ಪ್ರವೇಶ ಮಾಡುತ್ತಾರೆ. ಜಾತ್ರೆಯಾಗುವ ಜಾಗದಲ್ಲಿ ನೂರಾರು ಅಂಗಡಿಗಳು ತಲೆ ಎತ್ತುತ್ತವೆ. ಜಾತ್ರೆ ವರ್ಷಕ್ಕೊಮ್ಮೆ ನಡೆಯುತ್ತದೆಯಾದರೂ, ನಡೆಯುವ ಪ್ರಮಾಣ, ಅದು ಸ್ಥಳೀಯ ವನ್ಯಜೀವಿಗಳ ಮೇಲೆ ಸೃಷ್ಟಿಸುವ ಆಘಾತ ಮಾತ್ರ ವಿಪರೀತ. ಬೇಲದಕುಪ್ಪೆ ಜಾತ್ರೆಯನ್ನು ಕಾಡಿನೊಳಗಿಂದ ಹೊರಭಾಗಕ್ಕೆ ಸ್ಥಳಾಂತರಿಸುವ ಬಗ್ಗೆ ಅನೇಕ ವರ್ಷಗಳಿಂದ ಮಾತುಕತೆ ನಡೆಯುತ್ತಲೇ ಇದೆ. ಕಾಡಿನ ಹೊರಗೆ ಉಚಿತವಾಗಿ ಜಾಗ ಕೊಟ್ಟು, ದೇವಸ್ಥಾನ ಕಟ್ಟಲು ಹಣವನ್ನೂ ನೀಡಲು ಸರ್ಕಾರ ಸಿದ್ಧವಿದೆ. ಆದರೆ ಆಡಳಿತ ಮಂಡಳಿ ಮಾತ್ರ

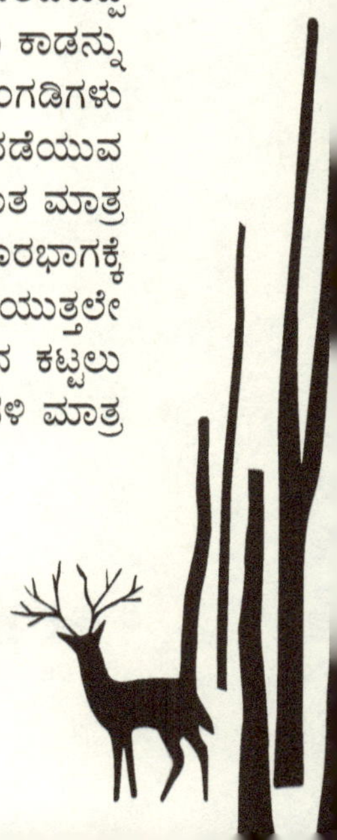

ಮನಸ್ಸು ಮಾಡಿಲ್ಲ. ಬೇಲದಕುಪ್ಪೆ ಒಂದೇ ಅಲ್ಲ, ಈ ರೀತಿ ಸಾವಿರಾರು ದೇವಾಲಯಗಳು ನಮ್ಮ ಕಾಡೊಳಗೆ ಇವೆ.

ಬಿ.ಆರ್. ಹಿಲ್ಸ್ ಇರಲಿ, ರಾಜಸ್ಥಾನದ ರಣಥಂಬೋರ್ ಇರಬಹುದು, ತಮಿಳುನಾಡಿನ ಸತ್ಯಮಂಗಲ ವನ್ಯಜೀವಿಧಾಮ ಇರಬಹುದು. ಅನೇಕ ಅರಣ್ಯ ಪ್ರದೇಶಗಳಲ್ಲಿ ಹುಲಿಗಳೂ ಬೆಚ್ಚಿಬೀಳುವಷ್ಟು ಜನ ಧಾರ್ಮಿಕ ಸ್ಥಳಗಳಿಗೆ ಭೇಟಿ ನೀಡುತ್ತಾರೆ.

ಕೆಲ ಪ್ರದೇಶಗಳಲ್ಲಿ ವರ್ಷಕ್ಕೊಮ್ಮೆ ಉತ್ಸವಗಳು ನಡೆದರೆ, ಕೆಲ ಅರಣ್ಯ ಪ್ರದೇಶಗಳಲ್ಲಿ ವರ್ಷ ಪೂರ್ತಿ ಜನ ಭೇಟಿ ನೀಡುತ್ತಾರೆ. ಧಾರ್ಮಿಕ ಕಾರ್ಯಸ್ಥಳ ಆಗಿರುವುದರಿಂದ ಇವುಗಳ ಮೇಲೆ ಕಾನೂನಿನ ಚಾಟಿ ಬೀಸಿ ನಿಷೇಧ ಹೇರುವ ಕೆಲಸ ಸುಲಭದ್ದಲ್ಲ. ವರ್ಷದಿಂದ ವರ್ಷಕ್ಕೆ ಇಂತಹ ಧಾರ್ಮಿಕ ಕೇಂದ್ರಗಳಿಗೆ ಭೇಟಿ ನೀಡುವ ಜನರ ಸಂಖ್ಯೆ ಹೆಚ್ಚುತ್ತಲೇ ಇದೆ. ಉತ್ಸವದ ನಂತರ ತ್ಯಾಜ್ಯ ಮಾಮೂಲು. ಇದರಿಂದ ವನ್ಯಮೃಗಗಳಿಗೆ ಅಪಾಯ ಕಟ್ಟಿಟ್ಟ ಬುತ್ತಿ.

ನಾವು ವಾಸಿಸುತ್ತಿರುವ ಭೂಮಿಯ ವಿಸ್ತಾರವಂತೂ ಜಾಸ್ತಿಯಾಗಿಲ್ಲ, ಆಗುವುದೂ ಇಲ್ಲ. ಆದರೆ ಊಹಿಸಲೂ ಸಾಧ್ಯವಾಗದಷ್ಟು ಪ್ರಮಾಣದಲ್ಲಿ ಜನಸಂಖ್ಯೆ ಹೆಚ್ಚಾಗುತ್ತಿದೆ. ದುರಂತವೆಂದರೆ, ಕಾಡು ಮಾತ್ರ ದಿನೇದಿನೇ ಕಡಿಮೆಯಾಗುತ್ತಿದೆ. ಮನುಷ್ಯ ವಾಸ ಮಾಡಲು ಇಡೀ ಭೂಮಿಯೇ ಇದೆ. ಆದರೆ ಪ್ರಾಣಿಗಳ ವಾಸಕ್ಕೆ ಇರೋದು ಕಾಡು ಮಾತ್ರ. ಇಷ್ಟಗಲದ ಕಾಡಿನಲ್ಲೇ ಪ್ರಾಣಿಗಳು ಜೀವನ ನಡೆಸಬೇಕು. ಒಂದೊಮ್ಮೆ ಕಾಡಿನಿಂದ ಹೊರಬಂದರೂ ಮನುಷ್ಯರ ಆಕ್ರೋಶಕ್ಕೆ ತುತ್ತಾಗ ಬೇಕು. ವನ್ಯಜೀವಿಗಳ ಏಕೈಕ ಆವಾಸಸ್ಥಾನಕ್ಕೂ ಮನುಷ್ಯ ಧರ್ಮ, ಪ್ರವಾಸ, ಮೋಜು, ಮಸ್ತಿಯ ಹೆಸರಿನಲ್ಲಿ ಲಗ್ಗೆ ಇಡಲಾರಂಭಿಸಿದರೆ ಆ ಪ್ರಾಣಿಗಳು ಹೋಗುವುದಾದರೂ ಎಲ್ಲಿಗೆ ಎಂಬ ಪ್ರಶ್ನೆ ಎದುರಾಗಿದೆ.

ಜಲಾಶಯ ನಿರ್ಮಿಸುವಾಗ, ಹೆದ್ದಾರಿ ವಿಸ್ತರಿಸುವಾಗ, ಸರ್ಕಾರದ ಮಹತ್ವಾಕಾಂಕ್ಷೆಯ ಯೋಜನೆಗಳನ್ನು ಜಾರಿಗೆ ತರಬೇಕೆಂದಾಗ ಧಾರ್ಮಿಕ ಸ್ಥಳಗಳನ್ನು ಸ್ಥಳಾಂತರ ಮಾಡಿದ ನಿದರ್ಶನಗಳು ನಮ್ಮ ಮುಂದಿವೆ. ಸುಪ್ರೀಂ ಕೋರ್ಟ್ ಸಹ ಇದಕ್ಕೆ ಸಹಮತ ಸೂಚಿಸಿದೆ. ಹೀಗಿರುವಾಗ ಕಾಡಿನಲ್ಲಿರುವ ಧಾರ್ಮಿಕ ಸ್ಥಳಗಳನ್ನೂ ಸ್ಥಳಾಂತರ ಮಾಡಬಹುದಲ್ಲವೇ?

ಕಾಡಿನಿಂದ ಹೊರಗೆ ಸ್ಥಳಾಂತರಗೊಂಡಲ್ಲಿ ಇಷ್ಟ ಬಂದಷ್ಟು ದಿನಗಳ ಕಾಲ ದೇವರ ಪೂಜೆ, ಜಾತ್ರೆಗಳನ್ನು ನಿರಾತಂಕವಾಗಿ ನಡೆಸಬಹುದಲ್ಲವೇ?

ನಮ್ಮೆಲ್ಲ ಹಬ್ಬಹರಿದಿನಗಳೂ ಸಹಬಾಳ್ವೆ, ಸೌಹಾರ್ದತೆ ಹಾಗೂ ಸದ್ಬುದ್ಧಿಯ ಸಂದೇಶ ಕೊಡುತ್ತವೆ. ಪ್ರಕೃತಿ ಪೂಜಕರು ಎನಿಸಿಕೊಂಡವರು ಪ್ರಕೃತಿಯ ಸಂತಾನಗಳನ್ನೂ ಜೋಪಾನ ಮಾಡಲೇಬೇಕಲ್ಲವೇ? ದೇವರ ದರ್ಶನಕ್ಕೆ ನೂರಾರು, ಸಾವಿರಾರು ಕಿ.ಮೀ. ಪ್ರಯಾಣ ಮಾಡುತ್ತೇವೆ ನಾವು. ಬೆಟ್ಟಗುಡ್ಡಗಳನ್ನು ಹತ್ತಿ ಬರುತ್ತೇವೆ. ಇಷ್ಟೆಲ್ಲ ಹರಸಾಹಸ ಮಾಡುವ ನಾವು, ಕಾಡಿನ ಜೀವಿಗಳಿಗೆ ತೊಂದರೆ ಕೊಡದೆ, ಕಾಡಿನಿಂದ ಹೊರಗೆ ಹೊಸ ಜಾಗದಲ್ಲಿ ದೇವರನ್ನು ಪ್ರತಿಷ್ಠಾಪಿಸಿ ಪೂಜೆ ಮಾಡಿದಲ್ಲಿ ಪ್ರಕೃತಿ ಮಾತೆಯೂ ಖುಷಿಯಾದಾಳು.

ಯಾವ್ಯಾವ ಅರಣ್ಯಗಳಲ್ಲಿ ಧಾರ್ಮಿಕ ಆಚರಣೆಯ ಸ್ಥಳಗಳಿವೆಯೋ ಮತ್ತು ಈ ಕಾರಣದಿಂದಾಗಿಯೇ ಎಲ್ಲೆಲ್ಲಿ ವನ್ಯಜೀವಿಗಳಿಗೆ ತೊಂದರೆ ಆಗುತ್ತಿದೆಯೋ ಅಲ್ಲೆಲ್ಲವೂ ಹೊಸ ಬಗೆಯ ಧಾರ್ಮಿಕ ಕ್ರಾಂತಿಯ ಅಗತ್ಯವಿದೆ. ಪ್ರಕೃತಿದೇವಿಯನ್ನು ಮಲಿನ ಮಾಡದೆ, ಆಕೆಯ ಮಕ್ಕಳ ತಂಟೆಗೆ ಹೋಗದೆ ಪರ್ಯಾಯ ವ್ಯವಸ್ಥೆಗೆ ನಾವೆಲ್ಲ ಹೊಂದಿಕೊಳ್ಳುವ ಅವಶ್ಯಕತೆ ಇದೆ.

ಕಾಡಿನಲ್ಲಿ ಮೈಕ್‌ಸೆಟ್ ಹಾಕಿ, ಡ್ಯಾನ್ಸ್ ಮಾಡಿ, ಕಾಡುಪ್ರಾಣಿಗಳಿಗೆಲ್ಲ ತೊಂದರೆ ಕೊಟ್ಟು, ಕಾಡಿನ ಪ್ರಶಾಂತತೆಗೆ ಭಂಗ ತರುವುದು ಸರಿಯೇ?

23

ಕಾಡಿಗೆ ಕಿಡಿ ಹಚ್ಚುವ ಕಿಡಿಗೇಡಿಗಳು ಇದ್ದಾರೆ, ಎಚ್ಚರ!

ಅರಣ್ಯಾಧಿಕಾರಿಗಳು ತಮ್ಮ ಆಡಳಿತ ವೈಖರಿಯನ್ನು ಸೌಹಾರ್ದ, ಸಮುದಾಯಮುಖಿಯಾಗಿ ಬದಲಾಯಿಸಿ ಕೊಳ್ಳಬೇಕು. ಕಾಡಿಗೆ ಒಳಶತ್ರುಗಳಿಗಿಂತಲೂ ಹೆಚ್ಚು ಅಪಾಯಕಾರಿ ಈ ಹೊರಭಾಗದ ಶತ್ರುಗಳು ಚಳಿಗಾಲದಲ್ಲೇ ಬೇಸಿಗೆ ಶುರುವಾಗಿದೆ. ಚಳಿಗೆ ಮೈ ಮುದುರಿಕೊಳ್ಳುವ ಮುನ್ನವೇ ಬಿಸಿಲಿಗೆ ಶರೀರ ಬಾಡುವಂತಾಗಿದೆ. ಚಳಿಗಾಲದಲ್ಲೇ ಬೇಸಿಗೆಯ ಹೊಡೆತ ಹೀಗಿರಬೇಕಾದರೆ, ಬೇಸಿಗೆಯಲ್ಲಿ ಬಿಸಿಲು ಹೇಗಿರಲಿದೆ ಎನ್ನುವುದನ್ನು ಊಹಿಸಿಕೊಳ್ಳಬಹುದು. ಬಿರು ಬೇಸಿಗೆಯ ಹೊಡೆತ ತಡೆದುಕೊಳ್ಳಲು ನಾವು ಸಜ್ಜಾಗಬೇಕು.

ಕುದುರೆಮುಖ ರಾಷ್ಟ್ರೀಯ ಉದ್ಯಾನ, ಪುಷ್ಪಗಿರಿ–ಬ್ರಹ್ಮಗಿರಿ ವನ್ಯಜೀವಿಧಾಮಗಳು ಸೇರಿದಂತೆ ಅನೇಕ ಕಡೆ ಅಲ್ಲಲ್ಲಿ ಕಾಡಿಗೆ ಬೆಂಕಿ ಬಿದ್ದಿದೆ. ತಕ್ಷಣವೇ ಬೆಂಕಿ ಆರಿಸಲಾಗಿದೆ. ಆದರೆ, ಕಾಡಿಗೆ ಬೆಂಕಿ ಬೀಳಲು ಆರಂಭವಾಗಿದೆ ಎಂದರೆ, ಅಪಾಯದ ಮುನ್ಸೂಚನೆ ಗ್ಯಾರಂಟಿ. ರಾಜ್ಯದ ವನ್ಯಜೀವಿ ಸಂರಕ್ಷಣೆಯ ವಿಚಾರದಲ್ಲಿ ಅತ್ಯಂತ ದೊಡ್ಡ ಶತ್ರು ಎಂದರೆ ಕಾಡಿನ ಬೆಂಕಿ. ಬೇಸಿಗೆ ಬಂತೆಂದರೆ ಅಧಿಕಾರಿಗಳಲ್ಲಿ ನಡುಕ ಶುರುವಾಗಿಬಿಡುತ್ತದೆ. ಮಲಗಿದ್ದವರೂ ಜಾಗೃತರಾಗಿರಬೇಕಾದ ಸಮಯವಿದು. ನಮ್ಮ ಕಾಡುಗಳಲ್ಲಿ ಪ್ರಕೃತಿ ಸಹಜ ಕಾಡ್ಗಿಚ್ಚು ಸಂಭವಿಸುವುದಿಲ್ಲ. ಏನಿದ್ದರೂ ಕಿಡಿಗೇಡಿಗಳೇ ಬೆಂಕಿ ಹಚ್ಚುತ್ತಾರೆ. ಕೆಲವೊಮ್ಮೆ ಆಕಸ್ಮಿಕ ಬೆಂಕಿ ಅವಘಡಗಳೂ ಸಂಭವಿಸಿದ್ದುಂಟು. ಬೇಸಿಗೆ ಕಾಲಿಡುತ್ತಿದ್ದಂತೆಯೇ ಅರಣ್ಯ ಇಲಾಖೆ ಸಹ ಚುರುಕಾಗುತ್ತದೆ. ಈ ಸಂದರ್ಭದಲ್ಲಿ ಹೆಚ್ಚುವರಿ ಸಿಬ್ಬಂದಿಯ ಅವಶ್ಯಕತೆ ಇರುತ್ತದೆ. ಸಹಜವಾಗಿ ಬೆಂಕಿ ನಂದಿಸುವುದಕ್ಕೆ ಅಂತಾನೇ ಒಂದಷ್ಟು ಹೆಚ್ಚು ಅನುದಾನವನ್ನೂ ನೀಡಲಾಗುತ್ತದೆ.

ಬೇಸಿಗೆಗೆ ಮುನ್ನವೇ ಅಧಿಕಾರಿಗಳು ಗುತ್ತಿಗೆ ಆಧಾರದ ಮೇಲೆ ಸ್ಥಳೀಯ ಜನರನ್ನೇ ಬೆಂಕಿ ನಂದಿಸುವ ಕೆಲಸಕ್ಕೆ ನೇಮಿಸಿಕೊಳ್ಳುತ್ತಾರೆ. ಈ ನೇಮಕ ಮೂರ್‍ನಾಲ್ಕು ತಿಂಗಳಿಗೆ ಮಾತ್ರ. ಕಳೆದ ವರ್ಷ ಬಂಡೀಪುರ, ನಾಗರಹೊಳೆ, ಬಿಳಿಗಿರಿರಂಗನಾಥ ಸ್ವಾಮಿ ಮತ್ತಿತರ ಹುಲಿ ಸಂರಕ್ಷಿತ ಪ್ರದೇಶಗಳಲ್ಲಿ ಹೆಚ್ಚಿನ ಬೆಂಕಿ ಅನಾಹುತ ಸಂಭವಿಸಲಿಲ್ಲ. ಬೇಸಿಗೆಯ ಮಧ್ಯದಲ್ಲೇ ಮಳೆ ಬಂದಿದ್ದರಿಂದ ಕೊಂಚ ಬೇಗನೇ ಎಲ್ಲವೂ ತಣ್ಣಗಾಯ್ತು. ಅದೇ ರೀತಿ ಈ ಬಾರಿಯ ಹಿಂಗಾರಿನಲ್ಲಿ ದಕ್ಷಿಣ ಕರ್ನಾಟಕದಲ್ಲಿ ಸ್ವಲ್ಪ ಚೆನ್ನಾಗಿಯೇ ಮಳೆ ಆಗಿರುವುದರಿಂದ ಕಾಡುಗಳು ಇನ್ನೂ ಹಸಿರಾಗಿಯೇ ಇವೆ. ಕಾಡು ಎಷ್ಟು ಹಸಿರಾಗಿರುತ್ತದೆಯೋ ಅರಣ್ಯಾಧಿಕಾರಿಗಳಿಗೆ ಅಷ್ಟು ಸಮಾಧಾನ; ಅಷ್ಟು ನಿರಾಳ!

ಹೊಸ ಆರ್ಥಿಕ ವರ್ಷ ಆರಂಭವಾಗುತ್ತಿದ್ದಂತೆ ಬೆಂಕಿ ಅನಾಹುತ ಸಂಭವಿಸಲಿ, ಬಿಡಲಿ, ಆದಷ್ಟು ಬೇಗ ಅನುದಾನವನ್ನು ಅರಣ್ಯ ಇಲಾಖೆ ಬಿಡುಗಡೆ ಮಾಡುವುದು ಒಳ್ಳೆಯದು. ಅರಣ್ಯಾಧಿಕಾರಿಗಳೂ ಸಹ ಕೆಂಡದಂತಹ ಬೇಸಿಗೆ ಬಂದಾಗ ನೋಡಿಕೊಳ್ಳೋಣ ಎಂದು ನಿರ್ಲಕ್ಷ್ಯ ತೋರುವ ಬದಲು ಈಗಿನಿಂದಲೇ ಫೈರ್ ವಾಚರ್‌ಗಳ ನೇಮಕ ಶುರು ಮಾಡುವುದು ಒಳ್ಳೆಯದು. ಅರಮನೆಗೆ ಬೆಂಕಿ ಬಿದ್ದಾಗ ನೀರೋ ಪಿಟೀಲು

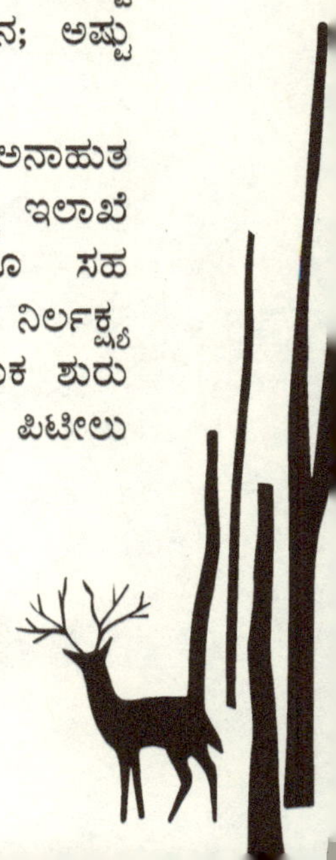

ಬಾರಿಸುತ್ತಿದ್ದ ಎನ್ನುವಂತಾಗಬಾರದು. ಕಾಡಿಗೆ ಬೆಂಕಿ ಬಿದ್ದಾಗ ನೇಮಕಾತಿ ಶುರು ಮಾಡದಿದ್ದರೆ ಸಾಕು. ಇವೆಲ್ಲವೂ ಆಡಳಿತಾತ್ಮಕವಾದ ವಿಚಾರಗಳು.

ಕಾಡಿಗೆ ಬೆಂಕಿ ಬೀಳುವ ಅತ್ಯಂತ ಅಪಾಯಕಾರಿ ಸನ್ನಿವೇಶವನ್ನು ನಿರ್ವಹಣೆ ಮಾಡುವುದಕ್ಕೆ ಭಿನ್ನವಾದ ಕಾರ್ಯತಂತ್ರ ಬೇಕಾಗುತ್ತದೆ. ಕಾಡಿನ ಸಂರಕ್ಷಣೆ ಬೇರೆಲ್ಲ ಕೆಲಸಗಳಿಗಿಂತಲೂ ಅತಿ ಹೆಚ್ಚು ಸವಾಲಿನದ್ದು. ಏಕೆಂದರೆ, ಇಲ್ಲಿ ಬಾರುಕೋಲು ಹಿಡಿದು ನಿಂತರೆ ಎಷ್ಟು ಚೆನ್ನಾಗಿ ಕೆಲಸ ಆಗುತ್ತದೆಯೋ ಅದೇ ಬಾರುಕೋಲಿನಿಂದ ಅಪಾಯವೂ ಅಷ್ಟೇ ವೇಗವಾಗಿ ಬಂದು ನಿಲ್ಲುತ್ತದೆ. ಕಾಡಿನ ರಕ್ಷಣೆಗೆ ಕಾನೂನಿನ ಬಳಕೆಯ ಜತೆಗೆ ಕಾಡಿನ ಸುತ್ತಮುತ್ತ ಇರುವ ಜನರು ಹಾಗೂ ಸಿಬ್ಬಂದಿಯನ್ನೂ ವಿಶ್ವಾಸಕ್ಕೆ ತೆಗೆದುಕೊಳ್ಳಲೇ ಬೇಕು. ಕಾನೂನಿನ ಬಳಕೆಗಿಂತಲೂ ವಿಶ್ವಾಸದ ಮಾತುಗಳು, ಭರವಸೆ ಮೂಡಿಸುವ ಕೆಲಸಗಳು ಹಾಗೂ ಸೌಹಾರ್ದಯುತ ಸಂಬಂಧವೇ ಹೆಚ್ಚು ಪರಿಣಾಮಕಾರಿ ಫಲಿತಾಂಶವನ್ನು ತಂದುಕೊಡುತ್ತದೆ.

ಕಾಡಿಗೆ ಬಹುತೇಕ ಸಂದರ್ಭಗಳಲ್ಲಿ ಬೆಂಕಿ ಬೀಳುವುದಕ್ಕೆ ಅಲ್ಲಿನ ಸ್ಥಳೀಯ ಸಮಸ್ಯೆಗಳೇ ಕಾರಣವಾಗಿರುತ್ತವೆ. ಗ್ರಾಮಸ್ಥರ ಮೇಲೆ ಅರಣ್ಯ ಸಿಬ್ಬಂದಿ ಕೈಗೊಂಡ ಕಠಿಣ ಕ್ರಮ ಸೇಡಿನ ರೂಪ ಪಡೆದಿರುತ್ತದೆ. ಬೇಸಿಗೆ ಬಂದಾಗ ಆ ಸಿಬ್ಬಂದಿ ಮೇಲೆ ಸೇಡು ತೀರಿಸಿಕೊಳ್ಳಲು ಕಾಡಿಗೆ ಕಿಡಿಗೇಡಿಗಳು ಬೆಂಕಿ ಹಚ್ಚಿಬಿಡುತ್ತಾರೆ. ಅದೇ ರೀತಿ ಅನೇಕ ಸಂದರ್ಭದಲ್ಲಿ ಅರಣ್ಯ ಸಿಬ್ಬಂದಿ ನಡುವಿನ ಭಿನ್ನಾಭಿಪ್ರಾಯಗಳೂ ಅನೇಕ ಕಾಡುಗಳನ್ನು ದಹಿಸಿದ ಅನೇಕ ಉದಾಹರಣೆಗಳು ನಮ್ಮ ಮುಂದಿವೆ. ಯಾರದ್ದೋ ದ್ವೇಷಕ್ಕೆ ಯಾರನ್ನೋ ಬಲಿ ಕೊಡಲು ಕಾಡಿಗೆ ಬೆಂಕಿ ಹಚ್ಚಿಬಿಡುತ್ತಾರೆ. ಇವೆಲ್ಲದರ ನಡುವೆ ಸರ್ಕಾರೇತರ ಸಂಘ–ಸಂಸ್ಥೆಗಳ ರಾಜಕೀಯ ಸಹ ಬೆಂಕಿಗೆ ತುಪ್ಪ ಸುರಿಯುವ ಕೆಲಸವನ್ನು ಮಾಡುತ್ತದೆ. ಸ್ಥಳೀಯ ಮಟ್ಟದ ರಾಜಕಾರಣ ಸೇರಿದಂತೆ ಅನೇಕ ಸೂಕ್ಷ್ಮ ವಿಚಾರಗಳು ಅರಣ್ಯ ನಿರ್ವಹಣೆಯಲ್ಲಿ ಸದಾ ಅಡ್ಡ ಬರುತ್ತಲೇ ಇರುತ್ತವೆ. ಇವೆಲ್ಲದರ ಜತೆಗೆ ಬೇಟೆಗಾರರೂ ಅನೇಕ ಬಾರಿ ಕಾಡಿಗೆ ಬೆಂಕಿ ಇಟ್ಟಿದ್ದಾರೆ. ಇಂತಹವನ್ನೆಲ್ಲ ಸೂಕ್ಷ್ಮವಾಗಿ, ಸೂಕ್ತವಾಗಿ ನಿಭಾಯಿಸಲೇಬೇಕಿದೆ. ಆದ್ದರಿಂದಲೇ ಅರಣ್ಯಾಧಿಕಾರಿಗಳು ತಮ್ಮ ಆಡಳಿತ ವೈಖರಿಯನ್ನು ಬದಲಾಯಿಸಿಕೊಳ್ಳಬೇಕು.

ಕಾಡಂಚಿನ ಗ್ರಾಮಗಳು, ಸ್ಥಳೀಯ ರಾಜಕಾರಣದ ಚಟುವಟಿಕೆಗಳು ಮತ್ತು ಸಿಬ್ಬಂದಿ ನಡುವಿನ ಸೌಹಾರ್ದ ವಾತಾವರಣಕ್ಕೆ ಆದ್ಯತೆ ನೀಡಬೇಕಿದೆ. ಕಾಡಿಗೆ ಒಳಶತ್ರುಗಳಿಗಿಂತಲೂ ಹೆಚ್ಚು ಅಪಾಯಕಾರಿ ಈ ಹೊರಭಾಗದ ಶತ್ರುಗಳು.

ಪ್ರತಿ ವರ್ಷವೂ ಇಲಾಖೆ ಬೆಂಕಿ ಬಗ್ಗೆ ಜಾಗೃತಿ ಅಭಿಯಾನವನ್ನು ಮಾಡುತ್ತದೆ. ಆದರೆ, ಅದು ಸರ್ಕಾರಿ ಕಾರ್ಯಕ್ರಮದ ರೀತಿಯಲ್ಲಿರುತ್ತದೆಯೇ ಹೊರತು, ಯಾವುದೇ ರೀತಿಯ ಗಾಂಭೀರ್ಯತೆ ಇರುವುದಿಲ್ಲ. ನಗರದಲ್ಲಿ ಎಲ್ಲೋ ಒಂದು ಕಡೆ ಜಾಥಾ ಮಾಡುವ ಬದಲು, ಕಾಡಂಚಿನ ಪ್ರತಿ ಗ್ರಾಮಕ್ಕೂ ಭೇಟಿ ನೀಡಿ, ಊರಿನ ಪ್ರಮುಖರ ಜತೆ ಸಮಾಲೋಚನೆ ನಡೆಸಿ ಕಾಡಿನ ಮಹತ್ವ ಹಾಗೂ ಬೆಂಕಿಯಿಂದಾಗುವ ಅನಾಹುತದ ಬಗ್ಗೆ ಮಾಹಿತಿ ನೀಡುವ ಕೆಲಸ ಆಗಬೇಕು. ಇದಕ್ಕೆ ಸ್ಥಳೀಯ ಮಾಧ್ಯಮಗಳೂ ಕೈ ಜೋಡಿಸಬೇಕು.

ಚಿಕ್ಕಮಗಳೂರಿನ ಭದ್ರಾ ಹುಲಿ ಸಂರಕ್ಷಿತ ಪ್ರದೇಶದಲ್ಲಿ 10 ವರ್ಷಗಳ ಹಿಂದೆ ಸತತವಾಗಿ ಕಾಡನ್ನು ದುಷ್ಕರ್ಮಿಗಳು ಸುಟ್ಟು ಹಾಕಿದ್ದರು. ಅಲ್ಲಿಗೆ ವರ್ಗವಾಗಿ ಬಂದ ದಿಟ್ಟ ಅಧಿಕಾರಿ ಯತೀಶಕುಮಾರ್ ಜನರನ್ನು ವಿಶ್ವಾಸಕ್ಕೆ ತೆಗೆದುಕೊಳ್ಳುವ ಕೆಲಸಕ್ಕೆ ಕೈ ಹಾಕಿದರು. ಜನರೊಂದಿಗೆ ಬೆರೆತು ಕೆಲಸ ಮಾಡಿದರು. ಸ್ಥಳೀಯ ಸೂಕ್ಷ್ಮತೆಗಳನ್ನು ಅರಿತು ಬುದ್ಧಿವಂತಿಕೆಯಿಂದ ಹೆಜ್ಜೆ ಇಟ್ಟರು. ಆನಂತರ ಭದ್ರಾ ಅರಣ್ಯಕ್ಕೆ ಅನೇಕ ವರ್ಷಗಳ ಕಾಲ ಬೆಂಕಿ ಬೀಳಲೇ ಇಲ್ಲ. ಸಮುದಾಯಗಳ ಪಾಲ್ಗೊಳ್ಳುವಿಕೆಯನ್ನು ಪ್ರೋತ್ಸಾಹಿಸಿದರೆ ಆಗುವ ಲಾಭ ಇದು. ಆದರೆ, 2001ರಲ್ಲಿ ನಾಗರಹೊಳೆಯಲ್ಲಿ ಧಿಮಾಕಿನ ಅಧಿಕಾರಿಯೊಬ್ಬರಿದ್ದರು. ಕಾಡಂಚಿನ ಜನರ ವಿಚಾರ ಹಾಗಿರಲಿ, ತಮ್ಮ ಸ್ವಂತ ಸಿಬ್ಬಂದಿ ಮೇಲೂ ಅವರಿಗೆ ನಂಬಿಕೆ ಇರಲಿಲ್ಲ. ಪರಿಣಾಮ ಮಾತ್ರ ಘೋರವಾಗಿತ್ತು. ಇಡೀ ನಾಗರಹೊಳೆ ಕಾಡು ಬೆಂದು ಹೋಯಿತು. ಕಂಡ ಕಂಡ ಕಡೆ ಬೆಂಕಿ ಹಚ್ಚಲಾಯಿತು. ಇಡೀ ಕಾಡು ಧಗಧಗನೇ ಹೊತ್ತಿ ಉರಿಯುತ್ತಿದ್ದರೆ, ಈ ಅಧಿಕಾರಿ ಮೂರ್ಕಲ್ ಆನೆ ಶಿಬಿರದಲ್ಲಿ ಆನೆ ಜೊತೆ ಫೋಟೋ ತೆಗೆಸಿಕೊಳ್ಳುತ್ತಿದ್ದರು. ಇಡೀ ಕಾಡು ಒಬ್ಬ ವ್ಯಕ್ತಿಯ ಬೇಜವಾಬ್ದಾರಿತನಕ್ಕೆ ಬೆಂದು ಭಸ್ಮವಾಗಿತ್ತು.

ಕಾಡಿನ ಬೆಂಕಿ ಸಾಮಾನ್ಯವಾದದ್ದಲ್ಲ. ಈ ಬೆಂಕಿ ಆರಿಸುವುದು ಸುಲಭವೂ ಅಲ್ಲ. ಕಾಡಿಗೆ ಪದೇ ಪದೇ ಬೆಂಕಿ ಬೀಳುವುದರಿಂದ ಅಲ್ಲಿನ ಸೂಕ್ಷ್ಮ ಪರಿಸರ ಹಾಳಾಗುತ್ತದೆ. ಪುನಶ್ಚೇತನಕ್ಕೆ ಬಹಳ ಸಮಯ ಹಿಡಿಯುತ್ತದೆ. ಹಾಗಾಗಿ ಕಾಡಿಗೆ ಬೆಂಕಿ ಆಘಾತಕಾರಿ. ಬೇಸಿಗೆಯಲ್ಲಿ ಭಾರೀ ಅಪಾಯಕಾರಿ. ಈ ಬಾರಿ ಕಾಡಿಗೆ ಬೆಂಕಿ ಬೀಳದಂತೆ ನೋಡಿಕೊಳ್ಳುವ ಜವಾಬ್ದಾರಿ ಅರಣ್ಯಾಧಿಕಾರಿಗಳು, ಸ್ಥಳೀಯ ಜನರು ಹಾಗೂ ಸ್ವಯಂ ಸೇವಾ ಸಂಘಟನೆಗಳ ಮೇಲಿದೆ. ಎಲ್ಲರೂ ಕೈಜೋಡಿಸಿ ಕೆಲಸ ಮಾಡಿ ಕಾಡನ್ನು ಕಾಪಾಡಬೇಕಿದೆ.

24 ಕಾಡಿನ ಸಂಘರ್ಷಕ್ಕೆ ಸುನೀತಾ ಪರಿಹಾರ

ನಮ್ಮ ಅರಣ್ಯಗಳ ಸುತ್ತಮುತ್ತ ಸಾವಿರಾರು ಹಳ್ಳಿಗಳಿವೆ. ಇಲ್ಲಿ ಜೀವನ ಮಾಡೋದು, ಕೃಷಿ ಮಾಡೋದು ನಿಜಕ್ಕೂ ಅತ್ಯಂತ ಸವಾಲಿನ ಕೆಲಸ. ಕಾಡುಪ್ರಾಣಿಗಳ ಉಪಟಳದಿಂದ ಕೃಷಿಕರು ರೋಸಿ ಹೋಗಿರುತ್ತಾರೆ. ಕೆಲವೊಮ್ಮೆ ಕಾಡಂಚಿನ ಜನರು ತಂತಮ್ಮ ಜನ-ಜಾನುವಾರು, ಬೆಳೆ ಉಳಿಸಿಕೊಳ್ಳಲು ಎಂತಹ ದುಸ್ಸಾಹಸಕ್ಕಾದರೂ ಕೈ ಹಾಕಿಬಿಡುತ್ತಾರೆ. ಇಂತಹದರ ಫಲವೇ ಮಾನವ-ವನ್ಯಜೀವಿ ಸಂಘರ್ಷ ತಾರಕಕ್ಕೇರಿದೆ.

ಕಾಳಿ, ಬಂಡೀಪುರ, ನಾಗರಹೊಳೆ ಸೇರಿದಂತೆ ನಮ್ಮ ಅನೇಕ ಕಾಡುಗಳ ಸುತ್ತಮುತ್ತ ಮಾನವ-ವನ್ಯಜೀವಿ ಸಂಘರ್ಷ ಉಲ್ಬಣಗೊಂಡಿದೆ. ಇಲ್ಲಿ ಜಾನುವಾರುಗಳನ್ನು

ಕಳೆದುಕೊಂಡ ರೈತರು ಪ್ರತೀಕಾರವಾಗಿ ವನ್ಯಜೀವಿಗಳ ನಿಗ್ರಹಕ್ಕೆ ಏನೇನೋ ಮಾಡಲಾರಂಭಿಸಿದ್ದಾರೆ. ಅಕ್ರಮವಾಗಿ ತಮ್ಮ ಬೇಲಿಗಳಿಗೆ ವಿದ್ಯುತ್ ಸಂಪರ್ಕ ಕೊಟ್ಟು ಪ್ರಾಣಿಗಳು ಬರದಂತೆ ತಡೆಯುವುದು. ಉರುಳು ಹಾಕಿ ಸಾಯಿಸುವುದು, ಕೆಲವೊಮ್ಮೆ ಸತ್ತಿರುವ ತಮ್ಮ ಪ್ರಾಣಿಗಳ ಮಾಂಸಕ್ಕೆ ವಿಷಬೆರೆಸಿ ಹುಲಿ, ಚಿರತೆಗಳನ್ನು ಕೊಲ್ಲುವ ಹಂತಕ್ಕೂ ಹೋಗಿಬಿಟ್ಟಿದ್ದಾರೆ. ಇಂತಹ ಅಪಾಯಕಾರಿ ಬೆಳವಣಿಗೆ ತಡೆಯೋ ನಿಟ್ಟಿನಲ್ಲಿ ಬಂಡೀಪುರ ಹುಲಿ ಸಂರಕ್ಷಿತ ಪ್ರದೇಶದಲ್ಲಿ ಸುನೀತಾ ಧೈರ್ಯಂ ಎನ್ನುವ ಚಿತ್ರಕಲಾವಿದೆ ತಮ್ಮದೇ ಆದ ರೀತಿಯಲ್ಲಿ ಕಳೆದ 13 ವರ್ಷಗಳಿಂದ ಶ್ರಮಿಸುತ್ತಿದ್ದಾರೆ. ಸುನೀತಾರ ಪರಿಹಾರ ಕಾರ್ಯ ಇದೀಗ ಎಲ್ಲರಿಂದ ಮೆಚ್ಚುಗೆ ಗಳಿಸಿದೆ. ಅಷ್ಟೇ ಅಲ್ಲ ಇದನ್ನೀಗ ಬೇರೆ ರಾಜ್ಯಗಳಲ್ಲೂ ಅಳವಡಿಸಿಕೊಳ್ಳಲಾಗುತ್ತಿದೆ.

ಬಂಡೀಪುರದ ಅಕ್ಕಪಕ್ಕ 200ಕ್ಕೂ ಹೆಚ್ಚು ಹಳ್ಳಿಗಳಿವೆ. ಈ ಕಾಡಿನಲ್ಲಿ 100ಕ್ಕೂ ಹೆಚ್ಚು ಹುಲಿಗಳಿವೆ. ಅಸಂಖ್ಯಾತ ಚಿರತೆಗಳಿವೆ. ಇಲ್ಲಿನ ರೈತರು 10 ಸಾವಿರಕ್ಕೂ ಹೆಚ್ಚು ಜಾನುವಾರುಗಳನ್ನು ಸಾಕಿಕೊಂಡಿದ್ದಾರೆ. ಹಳ್ಳಿಗಳಿಗೆ ಅಂಟಿಕೊಂಡಂತಿರುವ ಅರಣ್ಯದೊಳಗಿನ ಸೊಪ್ಪು, ಹುಲ್ಲು ತಿನ್ನಲು ಹೋಗುವ ಜಾನುವಾರುಗಳನ್ನು ಕೆಲವೊಮ್ಮೆ ಹುಲಿ-ಚಿರತೆಗಳು ಬೇಟೆಯಾಡಿಬಿಡುತ್ತವೆ. ಕೆಲವೊಮ್ಮೆ ದುರ್ಬಲ, ಗಾಯಗೊಂಡಿರುವ ಹುಲಿ-ಚಿರತೆಗಳೂ ಸಹ ಕಾಡಿನೊಳಗೆ ಉಳಿದ ಹುಲಿ-ಚಿರತೆಗಳ ಜತೆ ಪೈಪೋಟಿ ಮಾಡಲಾಗದೇ ಬೇಟೆಯಾಡುವ ಶಕ್ತಿ ಕಳೆದುಕೊಂಡು ಸುಲಭವಾಗಿ ಸಿಗುವ ಊರಿನ ಕೊಟ್ಟಿಗೆಗಳ ಮೇಲೆ ದಾಳಿ ಮಾಡಿ ಜಾನುವಾರುಗಳನ್ನು ಕಬಳಿಸಿಬಿಡುತ್ತವೆ. ಈ ಪ್ರಕ್ರಿಯೆ ಶತಮಾನಗಳಿಂದ ನಡೆಯುತ್ತಿದ್ದರೂ, ಇತ್ತೀಚಿನ ದಿನಗಳಲ್ಲಿ ಕಾಡಂಚಿನ ಜನರು ವನ್ಯಜೀವಿಗಳ ಉಪಟಳ ಹೆಚ್ಚಾಗಿರುವ ಕಾರಣ ಸಹನೆ ಕಳೆದುಕೊಳ್ಳಲಾರಂಭಿಸಿದ್ದಾರೆ.

ಹುಲಿ ಸಾಮಾನ್ಯವಾಗಿ ಒಮ್ಮೆ ಬೇಟೆಯಾಡಿದ ಪ್ರಾಣಿಯ ಮಾಂಸವನ್ನು ಒಂದೇ ಸಲಕ್ಕೆ ಸೇವಿಸುವುದಿಲ್ಲ. ಅದನ್ನು ವಾರಗಟ್ಟಲೇ ಇಟ್ಟುಕೊಂಡು ನಿತ್ಯ ಸ್ವಲ್ಪ ಸ್ವಲ್ಪ ಸೇವಿಸುತ್ತದೆ. ಈ ವಿಚಾರ ರೈತರಿಗೆ ಗೊತ್ತಿರುತ್ತದೆ. ಯಾವ ರೈತನ ದನ-ಹಸು-ಕರುವನ್ನು ಹುಲಿ ಹೊಡೆದುಹಾಕಿರುತ್ತದೆಯೋ ಅದರ ಅರ್ಧಂಬರ್ಧ ತಿಂದಿರುವ ಮೃತದೇಹ ಸಿಕ್ಕಿಬಿಟ್ಟರೆ ಜನ ಅದಕ್ಕೆ ವಿಷ ಬೆರೆಸಿಬಿಡುತ್ತಾರೆ. ಅರ್ಧ ಬಿಟ್ಟಿರುವ ಮಾಂಸವನ್ನು ಮತ್ತೆ ತಿನ್ನಲು ಅದೇ ಜಾಗಕ್ಕೆ ಹುಲಿ ಬರುತ್ತದೆ. ವಿಷಮಿಶ್ರಿತ ಮಾಂಸ ತಿಂದು ಸಾವನ್ನಪ್ಪುತ್ತದೆ. ಇದು ಚಿರತೆಗಳಿಗಿಂತ ಹುಲಿ ಸಂತತಿಗೆ ಹೆಚ್ಚು ಕಂಟಕವಾಗಿ ಪರಿಣಮಿಸುತ್ತಿದೆ.

ಕಾಡೊಳಗೆ ಜಾನುವಾರು ಸತ್ತರೆ ಅದಕ್ಕೆ ಪರಿಹಾರ ನೀಡಲು ಕಾನೂನಿನಲ್ಲಿ ಅವಕಾಶ ಇಲ್ಲ. ಆದರೆ, ಜಾನುವಾರು ಕಳೆದುಕೊಂಡಿರುವ ರೈತ ಪ್ರತೀಕಾರದ ಬಗ್ಗೆ ಮಾತ್ರ ಯೋಚಿಸುತ್ತಾನೆ. ಏಕೆಂದರೆ, ಆತನಿಗೆ ಅರಣ್ಯ ಇಲಾಖೆಯಿಂದ ನೀಡುವುದು ಬಿಡಿಗಾಸಿನ ಪರಿಹಾರ. ಅದೂ ಅಲ್ಲದೇ ಆ ಪರಿಹಾರದ ಹಣ ಪಡೆಯಲು ಆತ ತಿಂಗಳುಗಟ್ಟಲೇ ಅಥವಾ ಕೆಲವೊಮ್ಮೆ ವರ್ಷಗಟ್ಟಲೇ ಕಾಯಬೇಕು. ಸಹಜವಾಗಿ ಹತಾಶೆ ಹೆಚ್ಚಾಗುತ್ತದೆ. ಇಂತಹ ನೂರಾರು ಘಟನೆಗಳು ಬಂಡೀಪುರದ ಸುತ್ತಮುತ್ತ ನಡೆಯುತ್ತಿದ್ದವು.

ಮೂಲತಃ ಬೆಂಗಳೂರಿನವರಾದರೂ ಕಳೆದ ಎರಡು ದಶಕಗಳಿಂದ ಬಂಡೀಪುರದ ಮಂಗಲ ಗ್ರಾಮದ ನಿವಾಸಿಯಾಗಿರುವ ಸುನೀತಾ ಇವನ್ನೆಲ್ಲವನ್ನೂ ಹತ್ತಿರದಿಂದ ನೋಡಿದ್ದರು. ಕಾಡಂಚಿನ ಗ್ರಾಮಗಳ ಜನರಲ್ಲಿ ವನ್ಯಜೀವಿಗಳ ಬಗ್ಗೆ ಉಗ್ರ ಕೋಪ ಹೆಚ್ಚುತ್ತಿರುವುದನ್ನು ಗಮನಿಸಿದ್ದರು. ಪ್ರತೀಕಾರದ ಕ್ರಮಕ್ಕೆ ಹುಲಿಗಳು ಸಾಯುತ್ತಿರುವುದನ್ನು ನೋಡಿ ಆತಂಕಗೊಂಡಿದ್ದರು. ಆಗ ಅವರಿಗೆ ಹೊಳೆದಿದ್ದೇ 'ಖಾಸಗಿ ಪರಿಹಾರ'ದ ಪ್ಲಾನ್.

ಈಗ ಜಾನುವಾರುಗಳು ಹುಲಿಗೋ, ಚಿರತೆಗೋ ಬಲಿಯಾದಲ್ಲಿ ಆ ರೈತ ಈಗ ಮೊದಲು ಮಾಹಿತಿ ಕೊಡುವುದು ಸುನೀತಾಗೆ. ಮಾಹಿತಿ ಸಿಕ್ಕ ತಕ್ಷಣ ಸುನೀತಾರ ತಂಡ ಸ್ಥಳಕ್ಕೆ ಭೇಟಿ ನೀಡಿ ಮಹಜರು ನಡೆಸಿ, ಫೋಟೋ ತೆಗೆದು ಸ್ಥಳದಲ್ಲೇ ಪರಿಹಾರ ಕೊಟ್ಟುಬಿಡುತ್ತಾರೆ. ಹಸು, ಎತ್ತುಗಳಿಗೆ 2 ಸಾವಿರ ರೂಪಾಯಿ, ಕುರಿ, ಮೇಕೆಗಳಿಗೆ 500 ರೂಪಾಯಿ ಪರಿಹಾರ ನೀಡಲಾಗುತ್ತದೆ. ಹಣ ನೀಡಿದ ತಕ್ಷಣ ಸತ್ತ ಪ್ರಾಣಿಯ ಕಳೇಬರವನ್ನು ಹೂತು ಅಥವಾ ಸುಟ್ಟು ಹಾಕಲಾಗುತ್ತದೆ. ಸುನೀತಾ ಈ ಖಾಸಗಿ ಪರಿಹಾರದ ಕ್ರಮದಿಂದಾಗಿ ಈಗ ಜಾನುವಾರುಗಳಿಗೆ ವಿಷ ಮಿಶ್ರಣ ಮಾಡಿ ವನ್ಯಜೀವಿಗಳನ್ನು ಕೊಲ್ಲುವ ಪರಿಪಾಠ ಕಡಿಮೆಯಾಗಿದೆ. ರೈತರೂ ನಿರಾಳವಾಗಿದ್ದಾರೆ.

ಮಂಗಲ ಗ್ರಾಮಸ್ಥರನ್ನೆಲ್ಲ ಸೇರಿಸಿಕೊಂಡು 'ಶ್ರೀಮಾರಿಯಮ್ಮ ಚಾರಿಟಬಲ್ ಟ್ರಸ್ಟ್' ಸ್ಥಾಪನೆ ಮಾಡಿರುವ ಸುನೀತಾ ಈ ಟ್ರಸ್ಟ್ ಕೆಳಗೆ 'ಟೆಂಪಲ್ ಟ್ರೀ ಡಿಸೈನ್ಸ್' ಎನ್ನುವ ತಮ್ಮದೇ ಆದ ಕಂಪನಿಯನ್ನೂ ಹುಟ್ಟುಹಾಕಿದ್ದಾರೆ. ಆ ಮೂಲಕ ತಮ್ಮ ಚಿತ್ರಗಳನ್ನು ಮಾರಾಟ ಮಾಡಿ ಬರುವ ಹಣವನ್ನು ಪರಿಹಾರ ನೀಡಲು ಬಳಸುತ್ತಿದ್ದಾರೆ. ಬಂಡೀಪುರದ ನಂತರ ಇದೀಗ ನೆರೆಯ ತಮಿಳುನಾಡಿನ ಮಧುಮಲೈ ಹುಲಿ ಸಂರಕ್ಷಿತ ಪ್ರದೇಶದ ಹಳ್ಳಿಗಳಿಗೂ ತಮ್ಮ ಸೇವೆ ವಿಸ್ತರಿಸಿದ್ದಾರೆ. ಸುನೀತಾರ ಕೆಲಸ ಮೆಚ್ಚಿ ಬೇರೆ ರಾಜ್ಯಗಳಲ್ಲೂ ಕೆಲ ಆಸಕ್ತ ಸಂಘ ಸಂಸ್ಥೆಗಳು ಈ ಮಾದರಿಯನ್ನು ಜಾರಿಗೆ ತಂದಿದ್ದಾರೆ.

www.ingramcontent.com/pod-product-compliance
Lightning Source LLC
LaVergne TN
LVHW090420051026
849518LV00006B/2391
* 9 7 8 8 1 9 4 1 6 6 1 0 8 *